'साहित्य, इतिहास, नाट्य, संगीत आणि सिनेमाची
पंचरंगी मुशाफिरी!'

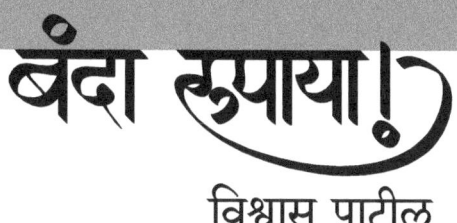

बंदा रुपाया!

विश्वास पाटील

AA000796

मेहता पब्लिशिंग हाऊस

Banda Rupaya! by VISHWAS PATIL

बंदा रुपाया!

: विश्वास पाटील

ललितगद्य

©विश्वास पाटील

७०१ बीच अपार्टमेंट,
पटेलवाडी, हॉटेल नोवाटेलजवळ, जुहू,
विलेपार्ले (पश्चिम) मुंबई - ४०० ०४९.
E-mail : authorvishwaspatil@gmail.com

प्रकाशक
सुनील अनिल मेहता
मेहता पब्लिशिंग हाऊस,
१९४१, सदाशिव पेठ,
माडीवाले कॉलनी,
पुणे - ४११०३०.

प्रथमावृत्ती : एप्रिल, २०१४
द्वितीयावृत्ती : मे, २०१७

मुखपृष्ठ व मांडणी
देविदास पेशवे

आतील छायाचित्रे
प्रविण देशपांडे (ठाणे)
संतोष खेडलेकर (संगमनेर)
मिलिंद कसबे (नारायणगाव)
धनू जामदार (अकलूज)

P Book ISBN 9788184984606
E Book ISBN 9789386888679

E Books available on :
play.google.com/store/books
m.dailyhunt.in/Ebooks/marathi
www.amazon.in

मित्रांच्या मैफिलीतले राजकुमार!
...विलासरावजी!
माझ्या अश्रूंच्या वातींसोबत
ही 'बंदा रुपाया'ची पेशकश
खास तुमच्या अनंत, प्रेरणादायी स्मृतींना!
– विश्वास पाटील

अनुक्रम

।१।

सह्याद्री आणि शिवाजी-संभाजी

'महामोगल सरदारांना कल्पना नाही, आमचा मुलूख किती कठीण आणि दुर्धर आहे ते! माझ्या मुलखातून तुमचे घोडदल हाकणे तर सोडाच; पण तुमच्या कल्पनेतील घोडीसुद्धा नाचविणे केवळ अशक्य आहे.' असा खरमरीत खलिता १६६४मध्ये शिवाजीराजांनी मोगलांच्या बडेजावी सरदारांना पाठविला होता. स्वराज्यातील दुर्गम अशा सह्याद्रीपर्वताबद्दल राजांच्या मनात असलेला आदर, निष्ठा असे सर्वकाही त्या पर्शियन पत्रातून व्यक्त होत होते.

सुरत-लुटीनंतर नाशिक, बागलाण व दिल्लीकर पातशहाच्या मुलखांमध्ये शिवाजीराजांनी एकच उडदंग माजविला होता. तेव्हा शिवाजीला धडा शिकविण्यासाठी औरंगजेबाने रणनीती आखायला सुरुवात केली. दक्षिण-मुलखाची खडान्‌खडा माहिती असणाऱ्या महम्मद कुलीखान नावाच्या सरदाराची निवड केली. तो पंजाबमध्ये पंचहजारी मनसबदार म्हणून काम पाहत होता. औरंगजेब कमालीचा संशयी आणि सावध स्वभावाचा होता. त्याने कुलीखानाची कठोर परीक्षा घेतलीच; शिवाय त्याच्या जवळच्या सरदाराने पातशहाला असा अहवाल दिला की, ''कुलीखान हा बंदा इतका एकनिष्ठ आहे की, एके काळी आपण मरहट्टा होतो, हेही तो पूर्णपणे विसरून गेला आहे. हा बाटगा या जन्मी तरी पातशहा सलामतना सोडून जाणार नाही. आपण हवी तशी कामगिरी त्याच्याकडून पार पाडू शकू, खाविंद!

शिवाजीराजांना मिर्झाराजा जयसिंग आणि दिलेरखानाच्या तडाख्यापुढे पुरंदरचा नामुष्कीचा तह मान्य करावा लागला होता. स्वराज्यातील बलाढ्य अशा २३ किल्ल्यांवर उदक सोडावे लागले होते. त्याच दरम्यान पन्हाळ्याच्या मोहिमेत नेताजी पालकरला पोहोचायला उशीर झाल्यामुळे राजांनी त्याची खरडपट्टी काढली; तेव्हा चिडलेल्या नेताजीने, "आता आपण मोगलांचे मनसबदार आहात!" असा उलटा सांगावा पाठविला. तेव्हा राजांनी नेताजी पालकरला सरसेनापतीपदावरून तत्काळ बडतर्फ केले. त्यामुळे स्वराज्यातून निघून तो आदिलशहाकडे गेला. मात्र, हुशार मिर्झाराजाने त्याला सरळ दिल्लीकर औरंगजेबाच्या सेवेत नेऊन दाखल केले. औरंगजेबाने नेताजीसारखे रत्न तना-मनाने पातशाही सेवेत घ्यायचे ठरविले. त्याला इस्लाम धर्म स्वीकारायला भाग पाडले. त्याच्या दोन्ही स्त्रियांना पातशहाने दटावून विचारले, "तुम्ही दोघी तुमच्या नवऱ्याच्या नव्या धर्मात येता की, आमच्या वहिवाटीप्रमाणे आम्हीच एखाद्या शहजादीशी याची शादी करून देऊ?" तेव्हा नवऱ्यासाठी दोघींनी परधर्म स्वीकारला.

जेव्हा दहा पावसाळे उलटले, तेव्हा महम्मद कुलीखान आचार-विचारांनी पुरा 'खानसाहेब'च बनला होता. शिवाजीचे नुकसान करायचे, या इराद्याने तो इंदापूर-माणगावच्या रानात येऊन पोहोचला. मात्र, जेव्हा त्याने दूरवर दिसणारा रायगड पाहिला, तेव्हा त्याच्या अंगावरचा पातशाही जामानिमा गळून पडला. झाडांना मिठ्या मारत, तिथल्या वाऱ्यावर तरंगत, अश्रू ढाळत, धावत-पळतच तो रायगड चढला. शिवरायांच्या पायांवर जाऊन गडबडा लोळला; तेव्हा 'नेताजीऽऽ बहाद्दराऽऽ' अशी हाक मारत राजांनी त्याला पोटाशी धरले. त्याचे शुद्धीकरण करून घेऊन त्याला स्वधर्मात आणि स्वराज्यात सामील करून घेतले. पुढे हाच कित्ता त्याच रायगडावर राज्य करताना संभाजीराजांनीही गिरवला. हर्सूलच्या

धुक्यातला रायगड

कुलकर्ण्यांसह अनेकांना स्वधर्मात व स्वराज्यात माघारा घेतले.

सह्याद्रीच्या सान्निध्यातच शिवरायांच्या हिंदवी स्वराज्याची संकल्पना रुजली अन् फोफावली. त्यांची कीर्ती दिगंतात पसरली. राजांचा जन्म शिवनेरी किल्ल्यावर झाला असला, तरी शिवनेरी आणि जुन्नर तालुक्यांचा पट्टा हिंदवी स्वराज्यात कधीच नव्हता. परंतु, सानाचे थोर होत असताना शिवरायांनी एक महत्त्वाचे निरीक्षण केले होते. ते म्हणजे, 'दिल्लीकर असोत वा निजामशहा वा आदिलशहा असोत; मराठी सरदारांना ते फक्त जहागिऱ्याच देत. किल्ल्यांचा ताबा स्वत:च्या मुठीत ठेवत अन् किल्ले हेच तर राज्याचे हृदय असते.' जसे इतिहासात स्कॉटिश योद्ध्यांनी आपल्या पराक्रमाने आणि गनिमी काव्याने इंग्लंडचे सिंहासन हादरवून सोडले होते; तसेच काही दशके मराठ्यांनी सह्याद्री पर्वताचे खड्ग हाती घेऊन दिल्लीच्या सिंहासनाला हादरे दिले होते. सह्याद्रीच्या अंगरख्यावर अगदी सातवाहन आणि भोजराजापासूनच्या सम्राटांनी अनेक कठीण, बेलाग, अजिंक्य आणि जंगली किल्ल्यांची लेणी खोदून ठेवली आहेत. 'शिवदिग्विजया'तील नोंदीनुसार घाटमाथा आणि कोकणात मिळून एकूण ३६० किल्ले आहेत. मात्र, सह्याद्रीतील किल्ल्यांचा खऱ्या अर्थाने जीर्णोद्धार झाला; तो शिवकाळातच. शिवरायांचे अवघे जीवन तर किल्ले घडवण्यात आणि घडवलेले किल्ले लढवण्यात गेले!

रायगडावरील शिवरायांचा सिंहासनारूढ पुतळा

मराठ्यांच्या युद्धनीतीची मीमांसा करताना प्रसिद्ध इतिहासकार एस. एन. सेन म्हणतो, "शिवाजीच्या स्वराज्यात अशी एकही महत्त्वाची टेकडी उरली नव्हती, जिथे संरक्षणासाठी चौक्या वा पहारे लावले नव्हते." शिवरायांनी अनेक नवे दुर्ग-किल्ले बांधले. जुने दुरुस्त केले. तोरणा बांधताना खजिना सापडला. त्या द्रव्याचा उपयोग कल्याणचा किल्ला बांधताना केला. दुर्गाडीचा किल्ला बांधूनच त्यांनी आपल्या बलाढ्य आरमाराच्या उभारणीस प्रारंभ केला.

"जैसा कुळंबी शेतास माळा घालून शेत राखतो, तसे किल्ले राज्यास रक्षक आहेत," असे शिवाजीराजे सांगतात.

रायगडावरील बाजारपेठेचे अवशेष

त्यांना आपल्या गड-लक्ष्मीबद्दल इतका भरवसा की, ''दिल्लींद्रासारखा शत्रू उरावर आहे. तो आला, तरी नवे-जुने ३६० किल्ले हजरतीस आहेत. एकेक किल्ला वर्ष-वर्ष लढला, तरी त्याला ३६० वर्षे पाहिजेत!'' महाराजांच्या या भरवशाची प्रचिती शत्रूला अनेकदा आली आहे. चाकणची छोटीशी गढीही फिरंगोजी नरसाळ्याने कित्येक दिवस झुंजती ठेवून शाहिस्तेखानाला घाम फोडला होता.

पुढे दस्तुरखुद्द औरंगजेब महाराष्ट्रावर चार लाखांची फौज घेऊन धावून आला होता. तेव्हा नाशिकजवळच्या दिंडोरी तालुक्यातील रामशेजचा एक छोटासा किल्ला संभाजीराजांनी साडे-सहा वर्षे लढता ठेवला होता.

औरंगजेबाने चार-पाच सेनानायक बदलूनही त्याला विजय संपादन करता आला नाही. शेवटी तो किल्ला पडला; तो फंदफितुरीनेच! आजही वणी डोंगराच्या रस्त्याच्या डाव्या हाताला इतिहासाचा हा महान साक्षीदार सर्वांना दर्शन देत उभा असल्याचे दिसते.

साधेपणाने राहायचे कसे, कठीण परिस्थितीशी सामना देत झुंजायचे कसे आणि कमी खर्चात डोंगरासारखी कामे उरकायची कशी, याचे शिक्षण जणू याच सह्याद्रीने शिवाजी आणि संभाजी या पिता-पुत्रांना दिले होते. त्यामुळेच हिंदवी स्वराज्यात मीठ-भाकर आणि पातशाही तंबूत शिरकुर्म्याचा बेत! याच सह्याद्रीपर्वतावर राहणाऱ्या रांगड्यांच्या खांद्यांवरच्या घोंगड्या शिवबाने बाजूला झटकल्या. त्यांना कमरेला शेला गुंडाळायला शिकवले. त्यांच्या हातांमध्ये भाला आणि पाठीवर ढाली दिल्या. दिल्लीकर पातशहाचा सरदार महाबतखान याने तेव्हा आपल्यासोबत काबूल-कंदाहारच्या ४०० नायकिणींचा संच आणला होता. अनेकदा बागलाणाकडे त्यांच्या मैफली रंगत, तेव्हा पातशहाच्या फौजेसोबत असणारा इतिहासकार भीमसेन सक्सेना लिहितो, 'कुठे हे मराठे, जे तळहातावर कांदा-भाकरी घेऊन घोड्यावरून चाळीस-चाळीस मैल दौड करतात; ज्यांना

दिवसाची विश्रांती माहीत नाही, जे जाता-जाता वाटेतल्या माळावर चारभाले रोवतात, त्यावर घोंगडी टाकून तात्पुरता आडोसा करतात अन् लगेच घोड्यावरून वाऱ्यासारखी झेप घेत मोहिमेवर आगेकूच करतात. अन् तेच दुसरीकडे कंदाहारी नायकिणीच्या आगे-मागे लाळ घोटणारे आमचे पातशाही फौजेतील उल्लूचे पठ्ठे!'

आजही सह्याद्रीतून उभे-आडवे फिरताना अनेक गोष्टी ध्यानी येतात. फार पूर्वीपासून कोकण किनाऱ्यावरील बंदरांतून घाटमाथ्याकडे व्यापार चालायचा. अवघड, दुर्गम व वळणावळणाच्या पायवाटा आणि खिंडी ओलांडायला लागायच्या. बैलांच्या पाठीवर सामानांच्या गोण्या ठेवून खिंडारे चालायची. सातवाहन काळात घाटमाथ्यावरून ही वाहतूक राजधानी पैठणकडे व्हायची. नंतर पुण्याकडच्या वाटा मळल्या. घाटावर नियंत्रण ठेवण्यासाठीच किल्ल्यांची रचना जागोजागी केलेली आहे. महाबळेश्वरजवळच्या पार घाटाच्या नाक्यावर नियंत्रण ठेवण्यासाठी राजांनी 'प्रतापगड' बांधला. कोकण दरवाज्याजवळचा 'राजमाची', भोर घाटाजवळचा 'लोहगड', आंबा घाटाजवळचा 'विशालगड' ही सर्व अशीच उदाहरणे आहेत.

सह्याद्रीच्या प्रकृतीशीच शिवरायांनी आपल्या युद्धनीतीची सांगड घातली होती. गनिमीकाव्याच्या खेळाला सह्याद्रीसारखा लाभदायक प्रदेश दुसरा नाही. गनिमीकावा जन्मला-वाढला, फोफावला आणि कीर्तिध्वजावर जाऊन पोहोचला, तो याच सह्याद्रीच्या साथीने आणि साक्षीने. एखादा पैलवान जसा समोरच्या जोडीदाराला आपल्या पटात घेतो, म्हणजेच अंगाखाली घेऊन त्याला चिरडून टाकतो, त्याचप्रमाणे सह्याद्रीच्या साथीने शिवरायांनी भले-भले शत्रू अंगावर ओढून घेतले होते. सातारा, कोरेगावकडचा मुलूख जाळत जेव्हा अफजलखान वाई देशी आला होता, तेव्हा अनेक ज्येष्ठांनी त्याला सल्ला दिला होता की, "शहाजीचा मुलगा धाडसी आहे. त्याच्या भेटीसाठी जावळीच्या खोऱ्यात जाऊ नका..." तेव्हा

रायगडाचे भग्नावशेष

गर्विष्ठ अफजलखानाने उत्तर केले होते : ''तुम्हाला तरी आमच्या पराक्रमाची कुठे कल्पना आहे? उलट, तो शिवा आम्हाला घाबरून जावळी खोऱ्यात लपून बसला आहे...'' जशी आईच्या मांडीची बाळालाच माहिती असते, तशी लाव्हारसापासून तयार झालेल्या सह्याद्रीच्या खडकरांगांची ताकद आणि जादूगिरी शिवाजी व संभाजी या पिता-पुत्रांना माहीत होती. याच सह्याद्रीच्या निबिड अरण्याला पाठीशी घेऊन शिवरायांनी नेताजी पालकर, मोरोपंत पिंगळे, कमळाजी साळुंखे, येसाजी कंक, गायकवाड यांच्यासह व्यूहरचना केली आणि अफजलखानाचा कोथळा फाडून त्याची दहा हजारांची फौज गार्दीस मिळविली. विजयाच्या कैफात मश्गूल न राहता पुढच्या आक्रमक आणि चपळ हालचाली केल्या. फक्त दोन आठवड्यांच्या आत पन्हाळा घेतला. प्रचंड वेगवान हालचाली, कमालीचा सावधपणा, अविश्रांत उद्योग हे सारे काही ते या रानातच शिकले होते. राजे नेहमी पालखीतून वावरायचे, हा गैरसमज आहे. कधी-कधी ते पालखीचा वापर करत. मात्र, शिवाजीचा अंगरखा घातलेल्या मराठी नटांना घोड्यावर नीट बसता यायचे नाही, म्हणून सिनेमासाठी पालखी सोईची झाली! तसेच आजकाल पडद्यावर 'शिवकालीन' म्हणून दाखवले जाणारे फेटे, हे खरे तर कोल्हापूरच्या शाहूमहाराजांच्या काळातले; खूप नंतरचे आहेत.

दख्खनचा हा राजा स्वत:हून अनेकदा लढाईत उडी घ्यायचा. जेव्हा शाहिस्तेखान पुणे शहराच्या बोकांडी बसला होता, तेव्हा त्याने करतलबखान नावाच्या आपल्या सरदाराला कोकणच्या मोहिमेवर धाडून दिले होते. तेव्हा २ फेब्रुवारी, १६६१ला उंबरखिंडीजवळ नेताजीला घेऊन खानाच्या समाचारासाठी स्वत: शिवाजीमहाराज उभे ठाकले होते. उंबरखिंडीच्या भौगोलिक परिस्थितीचा राजांनी असा कौशल्यपूर्ण उपयोग करून घेतला की, वाघाच्या जबड्यात गेल्यावर पुन्हा आभाळाचे दर्शन होणे नाही, अशी अवस्था त्यांनी खानाच्या फौजेची करून सोडली. अख्खी फौज नि:शस्त्र करून करतलबखानाला माघारी पिटाळला. आजही लोणावळ्याच्या डावीकडून खाली चावणी व उंबरगावाजवळ पेण परिसरातील ही रणभूमी शिवकाळाची साक्ष देत जशीच्या तशी उभी आहे.

सिद्दी जौहर स्वराज्यावर चाल करून येतो आहे, हे समजल्यावर महाराजांना स्वत:च्या संरक्षणासाठी आधीच आत सह्याद्रीच्या रांगांत धाव घेऊन बचाव करता आला असता; पण शत्रूला ते स्वराज्याच्या सीमाप्रदेशात पन्हाळगडावर आडवे गेले. शत्रूच्या जास्तीत जास्त रसदेचे नुकसान करून, त्याला पन्हाळगडाच्या वेढ्यात दीर्घकाळ तिष्ठत बसायला लावून; त्यांनी ऐन पावसाळ्याचा मुहूर्त पकडला. कारण त्यांना इथल्या झऱ्यांची, वाहत्या ओढ्यांची आणि

शिवरायांची प्रथम राजधानी किल्ले राजगड

डोंगरमाथ्यावर फुटणाऱ्या ढगांचीही कल्पना होती. जुलै महिन्यात तर पन्हाळा, शाहूवाडी भागात इतका धुवांधार पाऊस पडतो की, धुके माजते; दहा-पंधरा हातांवरचे सुद्धा दिसत नाही. अशा चिखल-पावसात शत्रूकडून हत्ती आणि तोफखाना घेऊन पाठलाग होणे, तर केवळ अशक्यच. असा पर्जन्याचा पडदा सोबतीला घेऊनच राजांनी सिद्दी जौहरच्या हातावर तुरी दिली होती.

अखंड सावधान असणाऱ्या शिवरायांनी मातीतून माणसे तयार केली. त्यांच्या हिंदवी स्वराज्याचा सात-बाराच रयतेच्या नावाचा होता. त्यामुळेच औरंगजेबाने जसे आपले मृत्युपत्र – 'वसियतनामा' बनवला, तशी राजांना मृत्युपत्राची कधी आवश्यकता भासली नाही. कारण जे होते, ते सर्व रयतेचेच होते. शिवराय हे फणसाच्या गऱ्यासारखे जितके गोड, तितकेच प्रसंगी गारगोटीसारखे कठीण हृदयाचेही होते. पन्हाळ्याच्या वेढ्यात राजापूरच्या रेविंग्टन या इंग्रज साहेबाने सिद्धी जौहरला दारूगोळा विकला; पूर्ण मदत केली. राजांना त्याचा एवढा राग आला की, त्यांनी पुढे इंग्रजांच्या राजापूरच्या वखारीला खणत्या लावल्या. रेविंग्टनसाहेबाला पकडून काळ नदीच्या खोऱ्यात आणला. रायगडासमोरच्याच लिंगाणा किल्ल्यावरच्या टोकाच्या गुहेत त्याला तीन वर्षे कैदी म्हणून डांबून ठेवले. आजही रायगडाच्या बुरुजावरून लिंगाण्याचा तो सुळका दिसतो, तेव्हा अंगात कापरे भरते.

तारीख ४ फेब्रुवारी, १६७०ला कोंढाणा किल्ला जिंकताना अवघे ३०० मावळे अंधाऱ्या रात्री वर चालून गेले होते. त्यांनी उदयभान आणि त्याची

शंभूराजे

दीड ते दोन हजारांची शिबंदी सपासप कापून काढली होती. 'यशवंती' नावाच्या घोरपडीच्या कमरेला दोर बांधून तानाजी रात्रीचा गड चढला, अशी दंतकथा आहे. त्याचा अन्वयार्थ एवढाच की, 'शिवाजीच्या हिंदवी स्वराज्यासाठी इथली दरी-खोरी, गिरी-कंदरे, पऱ्हे-झरे, घोरपडीसारखी पशू-पाखरेही नव्हे; तर अवघा निसर्गच मराठ्यांना फितूर झाला होता...'

चार वर्षांमागे पोलादपूर तालुक्यातील तानाजी मालुसरेंच्या 'उंबरठ' या गावाला मी भेट दिली. तेव्हा गावकऱ्यांनी एका आंब्याच्या झाडाच्या डोणीमध्ये सापडलेल्या लांब पल्ल्याच्या अनेक तलवारी मला दाखवल्या. कालौघात त्यांची पाती झिजली आहेत; पण मुठी मात्र शाबूत आहेत. कोंडाजी फर्जंदाने अवघ्या ६२ साथीदारांसह एकदा पन्हाळा किल्ला जिंकला होता. अरबी आणि फारसी कागदपत्रांनी 'मराठ्यांच्या फौजा म्हणजे जणू वानरसेना', असा अनेकदा उल्लेख केला आहे, तो एका अर्थी खराच आहे. राजे आरंभी लाल महालात वावरले. त्यानंतर 'राजगड' ही शिवरायांची राजधानी झाली.

मिर्झाराजा जेव्हा स्वराज्यावर चालून आला, तेव्हा राजांना नमविण्यासाठी राजगडाच्या परिसरातील ६०-६५ गावे त्याने जाळून काढली. आपल्या वास्तव्याचा रयतेला त्रास नको म्हणूनच एखाद्या गरुडाने उंच कड्यावर आपले घरटे बांधावे, तशी राजांनी राजधानीसाठी कोकणातील रायगडाची निवड केली. जेणेकरून शत्रूच्या तोफा त्या दुर्गम प्रदेशात पोहोचणार नाहीत; कोकणातील व्यापारावर व समुद्रमार्गे येणाऱ्या शत्रूवर वचक ठेवता येईल, घाटमाथ्यावरील पाहुण्या-राऊळ्यांचा आणि भाऊबंदांचा रोजचा त्रासही कमी होईल – असे अनेक उद्देश रायगडाच्या निवडीमागे होते. अनेक उंच गिरिशिखरांनी वेढलेल्या पर्वतरांगांच्या दाटीत मधल्या भक्कम अशा बलदंड चौथऱ्यावर रायगड उभा आहे.

'शिवलंका' या नावाने गौरवलेल्या रायगडाचे श्रीवर्धन-तळ्याकडून येणाऱ्या रस्त्याने डोंगर उतरताना वळणावर होणारे दर्शन किंवा माणगाव वा गांगोलीच्या सपाट रानांतून दूरवरचा दिसणारा कुर्रेबाज 'रायगड' काही वेगळाच

असतो. निसर्गदेवतेचे नानाविध चमत्कार आणि पौर्णिमेच्या रात्रीचा अवर्णनीय आनंद लुटण्यासाठी रायगडासारखा दुसरा परिसर नाही. मी एकूण २७ वेळा इथल्या स्वर्गीय पौर्णिमा पाहिलेल्या आहेत. गोकुळात दह्या-दुधाने भरलेले रांजण शिगोशीग भरून वाहावेत, तसे पौर्णिमेचे चांदणे या गडाच्या आसपासच्या दऱ्या-खोऱ्यांतून नुसते हुंदडत असते! गिरिशिखरांच्या सुळक्यांच्या शेंड्यांवर लुकलुकणाऱ्या चांदण्या पाहिल्या की, जणू नक्षत्रांचा मंडपच शिवबांच्या रायगडाला ओवाळणी घालण्यासाठी खाली उतरत असल्याचा भास होतो. मला तर नेहमी असे वाटते की, महाराष्ट्रातील सर्व जाणत्या राज्यकर्त्यांनी वर्षातून किमान एखाद-दुसरा मुक्काम रायगडावर ठोकावा. पुण्यसंचय जमा करावा. जुन्या पिढीतील कविराज माधव यांनी उगाच म्हटले नाही.

प्रयाग-काशी-मथुरा-वृंदावन ही कोणाला?
नसेल ठावा रायगड जया त्या हतभाग्याला

याच पुण्यभूमीत शिवरायांचा राज्याभिषेक पार पडला होता. रायगडाच्या समोरच्या मोठ्या दरीपल्याड 'कोकणदिवा' नावाचा किल्ला आहे. त्याच्या उंच टोकावरून रायगडावरची राज्यसभा, बाजारपेठ, सिंहासन सारेकाही दिसते. राज्याभिषेकाचा तो स्वर्गीय सोहळा पाहण्यासाठी तेव्हा जर प्रभू रामचंद्र आणि श्रीकृष्ण या परिसरात आले असते, तर त्यांनी नक्कीच कोकणदिव्याची आपल्या बैठकीसाठी निवड केली असती.

वढू बुद्रुकचे संभाजीराजांचे स्मारक

पुणे जिल्ह्यातून कोकणाकडे येताना कावळ्याचा घाट उतरला की, त्या खिंडीच्या बाजूलाच 'कोकणदिवा' उभा आहे. मी चार वर्षांपूर्वी काही मित्रांना घेऊन कारवीच्या झुडपांचा आधार घेत कोकणदिवा चढून वरच्या टोकाकडे गेलो होतो. त्या गडाच्या माथ्यावर सुमारे पाच पुरुष उंचीचा प्रचंड पाषाण आहे. त्यावर चढताना थोडे जरा पाऊल घसरले, तर मनुष्य पलीकडच्या साडे-तीन हजार

सह्याद्री आणि शिवाजी-संभाजी । ९ ।

'संभाजी' कादंबरीच्या निमित्ताने रायगडावर जमलेले – डॉ. शिवदे, अनिल मेहता, रामदास फुटाणे, उल्हास पवार, लेखक, सुनील मेहता आणि शंकर सारडा

फूट खोलीच्या काळदरीत कोसळलाच म्हणून समजा. माझ्यासोबतचे त्या भागातील सर्व मित्र आणि माझी चौदा वर्षांची मुलगी आम्रपाली तो प्रचंड पाषाण चढून वर गेले. मी थोडासा घाबरून खाली थांबलो. त्या वरच्या पथकात एक जाधव नावाचा पूर्वाश्रमीचा गिरणी कामगार होता. चिंचेच्या फोकेसारखा दिसणारा. अवघे ८२ वर्षे वयोमान असणारा तो म्हातारा पाषाणाच्या शेंडीवर चढला होता. समोरच्या रायगडाकडे पाहत 'हर हर महादेवऽऽ' असा नारा देत नाचत होता. त्या म्हातारबाचा नाच पाहून मलाही सुरसुरी आली. सहकाऱ्यांनी सोबत आणलेल्या नायलॉनच्या बळकट रश्श्या मी खाली फेकायला लावल्या. दोन्ही काखांमधून रस्सी बांधून मी मित्रांना तो नाडा वरून खेचायला सांगितला. शेवटी धाडस करून मी पाषाणमाथ्यावर जाऊन पोहोचलो. तेथून जेव्हा रायगडाचे दर्शन घेतले, तेव्हा स्वत:ला पावन झाल्यासारखे वाटले.

याच सह्याद्रीच्या दऱ्या-खोऱ्यांवर शिवपुत्र संभाजीचा अतीव भरवसा होता. संगमेश्वरला पकडले जाण्याआधी त्यांचा मुक्काम जवळच्या 'खेळणा' ऊर्फ 'विशाळगडावर' होता. तेथून निघताना किल्ल्याचा एक मोठा बुरूज कोसळला; तेव्हा अतिदक्षता आणि अतिसावधानता या आपल्या पित्याच्या गुणांना ते जागले. भविष्यात अचानक शत्रू आला, तर किल्ला आणि आसपासचा मुलूख आपल्या ताब्यातून जाऊ नये म्हणून त्यांनी तीन दिवस आणि तीन रात्रींत विशाळगडाचा संपूर्ण बुरूज बांधून काढला. ते जेव्हा महत्त्वाच्या मसलतीच्या निमित्ताने संगमेश्वरात आले; तेव्हा त्यांच्यासोबत महाराणी येसूबाई, रामदासांचे उत्तराधिकारी रंगनाथस्वामी, सेनापती म्हाळोजी घोरपडे आणि तरुण धनाजी-संताजीसुद्धा होते. बाजूच्या आंबा घाटात कवी कलशांची मलकापुरी घोडी गस्त घालत होती. इथे स्वराज्यातच काय; पण त्याच वेळी, त्याच दिवशी संभाजीराजांची पंधरा हजारांची फौज दूर तामिळनाडूमध्येही मोरोपंतांच्या बंधूंच्या नेतृत्वाखाली झुंजत होती. औरंगजेबाच्या इतिहासकारांनी लिहिल्याप्रमाणे – 'जेथे सूर्याची किरणे पोहोचू शकत नाहीत, असा हा दाट झाडींचा प्रदेश!' आजही हा मुलूख जवळपास तसाच आहे; त्यामुळे शत्रू तिथे पोहोचायची शक्यता अजिबात नव्हती. मात्र, भक्तिभावाने पूजेसाठी मांडलेल्या चौरंगाच्या पाटाखालीच एखादा जहरी नाग येऊन दबा धरून बसावा; तसा गणोजी शिर्के नावाचा राजांचा सख्खा मेहुणाच मुकर्रबखानाला घेऊन दगाबाजीने तिथे पोहोचला होता. त्या आप्तानेच जहरी चावा घेतला. मोगलांना हे पुरते ठाऊक होते की, जोवर शिवाजी आणि संभाजीसारखे धाडसी पुरुष सह्याद्रीच्या अंगाखांद्यांवर उभे असतात, तोवर त्यांच्या एकट्याच्या अंगात चारशे हत्तींचे बळ असते. त्यामुळेच मोगलांनी सकाळी नऊपासून ते रात्री दिवेलागणीपर्यंत त्या किर्र जंगलातल्या मळेघाटाने शंभूराजांना पळवले. आणि कऱ्हाडच्या मोगलांच्या तळावर त्या रात्री नेऊन सोडले. मळेघाटाची जी दुर्धर वाट रानातल्या वाऱ्यालाही माहीत नव्हती, ती वैऱ्यांना स्वत: दाखवण्याचे अधम कृत्य गणोजीने केले. आजही तो घाट आहे; तसाच आहे. पाच वर्षांपूर्वी मी सलग चौदा तास त्या खिंडीनेच चालत खाली उतरून तिथल्या काट्याकुट्यांचा, अगदी जहरीतल्या जहरी सर्पराजाचाही अनुभव घेतला आहे. याबाबत 'संभाजी' या कादंबरीत मी लिहिले आहेच.

अभ्यासकांच्या दृष्टीने महत्त्वाचा मुद्दा हा उरतो की, संगमेश्वरला संभाजीराजांना पकडल्यावर त्यांना औरंगजेबाने चाळीस ते बेचाळीस दिवस मुळात जिवंत कसे ठेवले? औरंगजेबाचा इतिहास पाहता, कुशाग्र बुद्धी आणि कर्तृत्व असलेल्या 'दारा' नावाच्या त्याच्या भावासकट त्याने आपल्या कोणत्याही

सह्याद्रीतील अतिकठीण प्रचितगडाचे कडे चढून गेलेले लेखक व इतर

शत्रूला दिसा-दोन दिसांच्या पलीकडे जिवंत ठेवले नव्हते. मात्र, औरंगजेबाला हिंदवी स्वराज्याच्या सर्व किल्ल्यांच्या किल्ल्या आपल्या मुठीत हव्या होत्या. सुरुवातीला येसूबाई धावत आपल्याकडे येईल आणि आपल्या धन्याच्या प्राणाची भीक मागण्यासाठी आपल्या पायांवर गडाबडा लोळेल, असे त्याला वाटत होते. मात्र, कपाळीच्या कुंकवापेक्षा येसूबाईने हिंदवी स्वराज्याच्या भाळावरील स्वातंत्र्याच्या दिव्याला अधिक महत्त्व दिले! त्याच वेळी आपली गर्दन दहा वेळा छाटली गेली, तरी शिवरायांचे स्वप्न टिकले पाहिजे, अशी भूमिका शंभूराजांनी घेतली होती. तसे गुप्त संदेशही इकडून-तिकडे जात असत. शेवटी या थोर राजपुत्राने वयाच्या बत्तिसाव्या वर्षी राष्ट्रासाठी आपले शिरकमल अर्पण केले. तेव्हा नाशिककडचे दोन-तीन किल्ले वगळता स्वराज्यातील एकही किल्ला वैऱ्यांच्या ओटीत पडू दिला नाही. शिवरायांच्या आरमारात अधिक भर टाकली; पण महासंकटांच्या दर्यातही आपल्या पित्याचे एकही जहाज बुडू दिले नाही. जगाच्या इतिहासात देशाच्या स्वराज्यासाठी आपल्या शरीराचे अक्षरशः तुकडे-तुकडे 'राष्ट्राय स्वाहा...' करून मृत्यूला मिठी मारणारा असा 'बाजिंदा राजकुमार' दुसरा कोणी जन्मला नाही अन् त्याच्या तेजःपुंज कर्तृत्वाला समजून न घेता

त्याच्यावर हकनाक बदनामीची राळ उठवणारा महाराष्ट्रासारखा दुसरा करंटा प्रांतही कुठे आढळणार नाही.

ज्या इमारतींचा पाया मजबूत असतो, त्या इमारती वादळांच्या आणि प्रपातांच्या तडाख्याला दाद देत नाहीत. शिवरायांच्या हिंदवी स्वराज्याचा पाया इतका मजबूत होता की, इथे गवताला भाले फुटले. राजांच्या निधनानंतर शंभूराजांनी प्रथम नऊ वर्षे आणि नंतर राजांच्या सुनांनी – येसूबाई आणि ताराबाई यांनी – तसेच संताजी-धनाजी यांनी औरंगजेबासारख्या कळीकाळाविरुद्ध सह्याद्रीच्या साक्षीने स्वातंत्र्याचे होमकुंड तेवतच ठेवले. चार-दोन महिन्यांच्या अवधीत महाराष्ट्र गिळण्याच्या इराद्याने आलेल्या औरंगजेबाला सलग २७ वर्षे 'दे माय धरणी ठाय' करून सोडले. औरंगजेबाने सह्याद्रीची, इथल्या गिरिशिखरांची, किल्ल्यांची आणि नेरांची खूप भीती घेतली होती. तो पुणे किंवा साताऱ्याकडे सरकलाच नाही. सोलापूरजवळ ब्रह्मपुरीत चार वर्षे, विजापूरजवळ 'गलगले' या गावी तीन वर्षे असा तो दूर; भीमा नदीच्या काठाने फिरता-फिरता सह्याद्रीच्या दिशेने नजर लावून उसासे टाकत म्हातारा झाला.

आपला इतिहास आणि संस्कृतीमुळे भारताला भाग्यवंत देश मानले जाते. मात्र, सह्याद्रीसारखे वरदान मिळायला आपल्या देशातील इतर प्रांत भाग्यवान ठरले नाहीत. आज सुखवस्तू मराठी माणूस फक्त बडोदा अगर इंदूरला जात नाही; तो लंडनच्या ऑक्सफर्ड स्ट्रीटवरून आणि न्यू यॉर्कच्या रस्त्यांवरून

प्रचितगडावर लेखक आणि सोबत स्वीय सहायक पंडित आलगुडे

फिरण्यात जीवनाचे साफल्य शोधू लागला आहे. मात्र, अशा वेळी प्रत्येक मराठी माणसाने सह्याद्री आडवातिडवा फिरून पाहिला पाहिजे. स. आ. जोगळेकरांच्या 'सह्याद्री' या ग्रंथांत या पर्वताचा अभ्यासपूर्ण पोवाडा रचला आहे; तर आनंद पाळंदेसारख्या अभ्यासकांनी 'डोंगरयात्रा' लिहून इथल्या सर्व दऱ्या-खोऱ्यांच्या, वाटा-वळणांच्या शास्त्रशुद्ध नोंदी तरुण पिढीसाठी उपलब्ध केल्या आहेत. गो. नी. दांडेकर, घाणेकर, सदाशिव टेटवलीकर व बाबासाहेब पुरंदरे यांनी आपल्या गड-किल्ल्यांबाबत खूप चांगले लिहून ठेवले आहे. अर्धे जग फिरून आल्यावरही 'सह्याद्रीसारखे सुंदर दुसरे काही नाही', असे माझे मत झाले आहे. म्हणूनच आमच्या तरुणांनी या पर्वतराजींतून उभे-आडवे खूप हिंडावे. उन्हाळ्यात मोहरांनी भरलेली पाने, लालभडक पळसांची बने, पावसात जागोजागी कड्यांवरून कोसळणारे जलप्रपात, गौरी-गणपतीनंतर पिवळ्या फुलांनी सजलेले डोंगरउतार... सारे काही पाहून घ्यावे, असे मला वाटते.

सात-आठ वर्षांपूर्वी माझे कादंबरीकार मित्र अनंत सामंत हे मुंबई सेंट्रलवरून एसटीने मध्यरात्रीनंतर पाचाडला निघाले होते. तेव्हा त्यांना एसटीतच चार अंध तरुण विद्यार्थी भेटले. ''आम्ही रायगड बघायला चाललोय,'' असा त्यांचा एकसारखा जल्लोष सुरू होता. जेव्हा ते अंध विद्यार्थी पाचाडला उतरले, तेव्हा 'रोप-वे'ने न जाता ते चौघे पायवाटेने चक्क रायगड चढले. अवघड वळणावर आपल्या हातातील पांढऱ्या काठ्या एकमेकांच्या हाती देऊन, एक-दुसऱ्याच्या आधारानेच ते सर्व जण रायगड चढत होते. त्यामध्ये शिंदे आडनावाची एक मुलगीही होती. त्यांनी जगदीश्वराचे मंदिर 'पाहिले'! बाजाराच्या दगडी जोत्यांना आणि शिवरायांच्या पुतळ्यांच्या पायांना स्पर्श केला. 'गाइड' तयार नसतानाही ते सर्व जण धाडसाने टकमक टोकसुद्धा 'पाहून' आले. त्या वेळी त्यांच्या चर्येवरचा अपूर्व आनंद आणि अमाप उत्साह पाहिल्यावर असे जाणवत होते की, डोळसांना जो रायगड कधी दिसला नाही त्याच्याहून दिव्य, अद्भुत अशा रायगडाचे आणि शिवाजीच्या मंगल मुलखाचे खरे दर्शन या चमूला झाले होते. सामंत यांनी या विषयावर 'दृष्टी' नावाची एक छोटेखानी कादंबरीही लिहिली आहे.

डोळस महाराष्ट्राने जेव्हा-जेव्हा वेळ मिळेल, तेव्हा-तेव्हा सह्याद्री नावाच्या इतिहासपुरुषाचे दर्शन घ्यायला हवे; अन्यथा तुमच्या-आमच्या उशाशी एवढा प्रचंड स्फूर्तिदायी इतिहास घडूनसुद्धा आम्हा सर्वांची अवस्था नर्मदेतल्या उघड्या गुळगुळीत गोट्याप्रमाणे होईल! दुसरे काय?

।२।

रात्री कुठं होता, बोला ना!

आठवतात त्या रात्री... धुवांधार पावसाने चिंब ओल्या होणाऱ्या. सह्याद्रीच्या डोंगररांगांत लपलेला आणि 'वारणा' या डोंगरी नदीच्या ओहमा काठावर वसलेले माझे चिमुकले नेर्ले गाव. तिथला पाऊस आभाळ फुटल्यासारखा रिप-रिप बरसणार... धो-धो बरसणारा आषाढ सरला की, श्रावणाच्या सरी सुरू व्हायच्या. भाताच्या खाचरांत दिवसभर राबून गारठल्या अंगाने गावकरी निवाऱ्याला घरी परतायचे. तिन्हीसांजेला भाकरतुकडा खाल्ला की, त्यांचे पोथीश्रवण सुरू व्हायचे.

आमची जोतिबाच्या देवळात भरणारी इवलीशी शाळा. बऱ्यापैकी वाचणारा हुशार विद्यार्थी म्हणून गावकरी माझ्याकडे पाहायचे. त्यामुळे की काय, श्रावण महिन्यात 'रामायण' आणि 'महाभारत'सारखे ग्रंथ वाचायची जोखीम माझ्यावर टाकली जायची. तसे ते मूळ ग्रंथ खूप मोठे होते, अशातला भाग नाही. अर्थात ते ग्रंथ म्हणजे, कथासारासारख्याच बाळबोध भाषेतल्या रंगावृत्त्या असायच्या. पण त्या अल्पशः वाचनातही महाकाव्याचा बाज, त्याचा विस्तृत परीघ लक्षात यायचा. अशा ग्रंथपठणात पावसाळ्यातल्या बहुतांश रात्री निघून जायच्या. रात्री दोनच्या दरम्यान सुंठवडा वाटला जायचा अन् मगच पोथीची रेशमी गाठ बांधून ती देव्हाऱ्याजवळ लाल धडप्यात ठेवली जायची.

महाराष्ट्राची संस्कृती ही 'टाळ आणि माळ' या दोन शब्दांत गुंफली गेली आहे. 'विठोबाची पायरी' आणि 'विठाबाईची वारी' ही आपल्या संस्कृतीची खरी

ओळख आहे. माझ्या सुदैवाने 'माळ आणि टाळ' यांचा परिचय मला शाळकरी वयातच झाला. माझे एक चुलते हैबतराव तमाशाचे कंत्राट घ्यायचे, तर दुसरे गणपतराव हे तमाशाचे खरे शौकीन. माझ्या वडिलांचा या विषयाचा अभ्यास तर अजून काकणभर वरचढच. तर, तमाशाच्या रात्रींची ओळख मला माझे चुलते गणपतराव यांनी प्रथम करून दिली. वारणेच्या काठावर चरण पेठा शिराळा येथे मोठा उरूस भरायचा. कधी बैलगाडीच्या साठीत बसून, तर कधी फुफाट्यातून पाय ओढत आम्ही उत्साहाने उरुसाला जात असू.

विठाबाई नारायणगावकर

मी तिसऱ्या इयत्तेत असताना गणपतराव मला विठाबाईचा तमाशा पाहायला घेऊन गेले. मला त्या आधी तमाशाची फारशी कल्पना नव्हती. जवळपास तीन-चार हजार जत्रेकरी कोण्या तंबूत बसले होते. समोरच्या उंच स्टेजवर (त्यांच्या भाषेत बोर्डावर!) विठाबाई येऊन नाचू लागल्या. त्या वेळी त्या फार तर चाळिशीत असतील. त्यांची थोरली लेक मंगला सोळा-सतरात असेल. अकरा वर्षांची संध्या सुंदर थाळीनृत्य करायची. तिचा विठाबाईंना खूप अभिमान वाटायचा.

दिवस उगवूनी किती वर आला
बाजार सारा पुढे सरऽऽ सरऽऽ गेला

हीच किंवा अशीच दुसरी एखादी हाळीची गौळण सुरू असावी. विठाबाईंच्या बहारदार अदाकारीवर प्रेक्षक टाळ्या-शिट्ट्यांचा हैदोस घालत होते. सर्व जण शिट्ट्या फुंकताहेत, हे लक्षात आल्यावर मीही तोंडात दोन बोटे धरून शिट्टी वाजवायचा प्रयत्न करू लागलो. पण 'फ... फ... फूऽ'च्या पलीकडे मला काही जमेना. माझ्या चुलत्यांच्या लक्षात ही गोष्ट आली. त्यांनी रागाने एक सणसणीत चापट माझ्या गालवर लगावली. वर कानाची पाळी पिरगाळत ते म्हणाले, ''लेकाऽ तमाशात नाचत्याली बाई बघून जर तुला साधी शिट्टी वाजवता येत नसंल, तर पाटलाच्या पोटाला आलास कशाला?''

त्यानंतर सातव्या-आठव्या इयत्तेपर्यंत दरसाल हिवाळ्यात उरुसांच्या सुगीत आणि चैत्राच्या उन्हाळी गाव-जत्रांतून मी असंख्य तमाशे पाहिले. सुमारे पंचवीस-तीस वर्षे होऊन गेली त्या गोष्टीला; पण त्या दिवसांची मोहिनी माझ्या मनावरून अजूनही उतरलेली नाही.

माझी गेली मैनाऽऽ
तिला झाला महिनाऽ
मला झोप येईना ऽ
गेली मैनाऽऽ हेऽऽ

ही विरहाची छकडबाज लावणी ऐकावी ती स्वर्गीय दत्ता महाडिक यांच्याच सुरेल किनऱ्या आवाजात. ती आर्त लावणी गाताना महाडिक असे रुसून बसायचे की, प्रेक्षकांना त्यांची दया यायची. ते त्यांच्या दु:खात सहभागी व्हायचे. विठाबाईंची 'केशर' नावाची एक बहीण होती. तिचा कोकिळकंठी आवाज मधाने द्रोण भरून जावा, तसा अजून माझ्या कानात रुतून बसला आहे. दत्ता महाडिक-गुलाब बोरगावकर व काळू-बाळू कवलापूरकर यांच्या विनोदी जोडगोळ्या त्या काळी महाराष्ट्राच्या ग्रामीण भागात खूप प्रसिद्ध होत्या. या दोन्ही जोड्या बतावणीत अशा रंग भरायच्या की, हसता-हसता प्रेक्षकांच्या मुरकुंड्या वळायच्या. विठाबाईंच्या फडात 'काशीनाथ' नावाचा एक सोंगाड्या होता. तो धारवाडी छापाचे ढगळ लुगडं नेसून 'मावशी'च्या रूपात स्टेजवर यायचा. पोरीबाळींना घेऊन दह्या-दुधाचा थाट करून सारे मथुरेच्या बाजाराला निघायचे. त्याने डकवलेल्या झुबकेदार मिशा आणि त्याच्या काळ्या कपाळावर आडवं माखलेलं कुंकू यामुळे त्याचे रूप खूपच बेंगरूळ दिसायचे. त्याचा विनोद विठाबाईंच्या ढंगदार अदाकारीइतकाच लोकप्रिय होता.

पुण्या-मुंबईकडे अजूनही तमाशाकलेबाबत फारशी माहिती नाही. त्यामुळेच की काय, संगीतबारीत (जो तमाशा नव्हे!) नाच करणाऱ्या लावण्यवतींना काही मंडळी तमाशासम्राज्ञीचा किताब देतात, गौरव करतात. यामध्ये काही ठरावीक मंडळी, आपल्या आवडत्या बारीवाल्या पोरींवरच बक्षिसांची खैरात करतात. परंतु पठ्ठे बापूरावांची 'मिठाराणी' पेश करणाऱ्या आणि पुण्यातील एका पत्र्याच्या चाळीत आपल्या आयुष्याची संध्याकाळ कंठणाऱ्या सरस्वतीबाई कोल्हापूरकर सारखी जुनी अव्वल कलाकार त्यांना दिसत नाही. कांताबाई सातारकर यांचाही यथोचित सन्मान कोणी केला नाही. जेव्हा-जेव्हा रानात डरकाळी फोडणाऱ्या एखाद्या वाघिणीचे चित्र मी पाहतो, तेव्हा-तेव्हा मला कांताबाईंची आठवण येते.

तमाशाच्या बोर्डावर तानाजीचा पोवाडा गावा तो फक्त कांताबाईंनीच. शाहीर पिराजी सरनाईक, शाहीर अमर शेख यांच्यापासून अनेक छोट्या-मोठ्या शाहिरांचे पोवाडे मी ऐकले आहेत; पण कांताबाईंचा ढंगच न्यारा! तलवारीचे लखलखतं पातं छातीजवळ घेऊन किल्ल्याच्या बुरुजावर उभी राहणारी झाशीची राणी आणि आपला पदर कमरपट्ट्यात खोचून तानाजीची व यशवंती घोरपडीची कहाणी पेश करणारी कांताबाई यांच्यामध्ये काहीच फरक नाही.

मोठा गोलाकार तंबू आणि शंभर-दीडशे लोकांचे लटांबर घेऊन फिरणाऱ्या या रात्रभर चालणाऱ्या तमाशांना 'ढोलकीफडाचा तमाशा' असं म्हणतात. आता हिंदी सिनेमाच्या थिल्लर गाण्यांनी आणि ऑर्केस्ट्राच्या झगमगाटांनी खऱ्या तमाशाचे स्वरूप भ्रष्ट झाले आहे. पण माझ्या बालपणीच्या त्या रसिल्या रात्रींनी मला अस्सल खासा तमाशा दाखवला होता. शाहीर पठ्ठे बापू, शाहीर भाऊ फक्कड, शाहीर लहरी हैदर यांच्या लावण्या आणि कवने, अस्सल रांगडा विनोद आणि दिलखेचक नृत्ये यांची तेव्हा लयलूट असायची. गणगौळण,

नेर्ले येथील वाड्याच्या जोत्यावर वडील महिपती पाटील; बालपणी याच वाड्यात लेखकाचे वास्तव्य असे!

नेर्ले येथील पाटील घराण्याच्या मोठ्या वाड्याच्या पायऱ्यांवर माता-पिता व मुलींसमवेत लेखक

विनोदी बतावणी झाली की, मुख्य वगाला सुरुवात व्हायची. हा 'वग' म्हणजे सुमारे तीन-चार तासांचे पूर्ण लांबीचे नाटकच. 'सारंगपूरची होळी' , 'इश्कपाखरू', 'मोहनाबटाव' असे सुंदर वग माझ्या वडिलांनी पाहिले आहेत. त्या आठवणींनी झाड मोहरून यावे, तसे ते अजून फुलून जातात. मला मात्र जोतिबाच्या जत्रेत मी सातवीत होतो, तेव्हा भाऊ फक्कड यांचा 'राजा हरिश्चंद्र' हा वग पाहायला मिळाला होता. काळू-बाळूच्या पथकाने तो सादर केला होता. त्या बहारदार प्रयोगाने जोतिबाच्या डोंगरावरची ती रात्र मोहित केली होती. अद्यापही शेक्सपिअरची एखादी शोकांतिका किंवा ऐतिहासिक नाट्यकृती मी वाचू लागलो की, गावकुसाकडच्या गरीब, दलित कलावंतांनी सादर केलेला – 'तो' हरिश्चंद्र राजा, बाळासाठी आकांत करणारी 'ती' तारामती डोळ्यांसमोरून हलत नाहीत. विठाबाईंची 'गवळ्याचा रंभा', 'मुंबईची केळेवाली' आणि त्यांचा तो अस्सल ठसकाही अजून आठवतो.

एकदा नदीपलीकडच्या कोकरूडमध्ये रात्री एक खेळ होता. चुलते कौतुकाने मला सोबत घेऊन गेले होते. त्या रात्री मला चक्क शाहीर अमरशेखांचा 'जाऊ तिथं खाऊ' हा कार्यक्रम पाहायला मिळाला. अस्सल जातिवंत 'लोकशाहीर' म्हणजे काय असतो, त्याची डफावरची कडाडती थाप किती अप्रतिम आणि जादूभरी असते, हे मला त्याच रात्री अनुभवायला मिळाले.

शौर्याची तव परंपरा....
शिवबाच्या महाराष्ट्रावरून बघ जरा!

हे शौर्यगीत गाताना पिंजारलेल्या केसांचे, रणातून गरगर ढाल फिरवावी तसा डफ वाजवत, सिंहाच्या धुंदीत नाचणारे अमरशेख मी कधीच विसरू शकणार नाही. तेव्हा मोरांचा पिसारा पाठीला बांधून 'डोंगरी शेत माझं गं, मी बेनू किती...' हे गीत गात त्यांच्या पथकातल्या मुली ढंगात नाचायच्या. 'देशप्रेम', 'महाराष्ट्र',

'शिवबा' असे शब्द ओठांवर यायचा अवकाश; हा जातिवंत शाहीर वेगळ्याच धुंदीने मस्त व्हायचा.

त्यानंतर जेव्हा मी गाई-गुरे घेऊन पावसाळ्यात रानात जायचो, जेव्हा आभाळ भरून यायचे, ढग गरजून उठायचे; तेव्हा ते गरजणारे ढग मला कडाडता डफ वाजवणाऱ्या अमरशेखांसारखे दिसायचे. एके दिवशी गुरुजींनी इंदापूरजवळच्या मोटार अपघातात अमरशेख मृत्यू पावल्याची बातमी सांगितली, तेव्हा माझ्या बालमनाला खूप वाईट वाटले होते.

माझ्या शैशवातल्या चैतन्यपूर्ण रात्रींनी मला निसर्गाच्या खूप जवळ नेले. निसर्गाचा लळाच लागला. दसऱ्यानंतर भाताच्या लोंब्यांनी खळे भरायचे. रात्री दीड-दोन वाजताच माझे वडील आणि चुलते मला उठवायचे. पाच-सहा जनावरे खळ्यात खुंट्याभोवती बांधली जायची. पिंजार उपसायचे कष्टाचे काम वडीलमंडळी करायची; गुरांना हाकत त्यांच्यामागे खळ्यात चक्कर काढायचे काम माझ्याकडे असायचे. जेव्हा मळणी सुरू व्हायची, तेव्हा चंद्र अर्ध्या आभाळात स्थानापन्न झालेला असायचा. जसा चंद्र कलायला लागायचा, तशी भाताची गंजी कमी होऊ लागायची. खळ्यात लोंब्यांचा ढीग वाढायचा. जेव्हा चंद्र सलाम करून डोंगराआड होऊ लागायचा, पूर्वेच्या डोंगराला सूर्याची चाहूल लागायची; तेव्हा मळणी संपत आलेली असायची. रात्रभराच्या श्रमाने जनावरे चाऱ्यासाठी आणि आम्ही सर्व जण सकाळच्या चहासाठी आसुसलेले असायचो.

पावसाळ्यात वारणेला मोठा पूर यायचा. घरची मंडळी 'घळ' नावाचे भले मोठे जाळे नदीमध्ये सोडायची. नदीच्या एका काठावरून दुसऱ्या काठावर त्यांचे लांब वाले (दोरखंड) नेलेले असायचे. लांबच लांब पिसारा असलेले ते जाळे नदी अडवायचे. त्याच्या तोंडातूनच पाण्याची मोठी धार खाली वाहायची. साधारण रात्री सातनंतर ही शिकार सुरू व्हायची. धावत्या पाण्यातले अनेक छोटे-मोठे मासे पिसाऱ्याच्या गाठीत अडकायचे. रात्रीचे जाळ्यातले मासे नाचू लागले की, दोरखंडांना ताण बसायचा. वडीलधाऱ्यामंडळींना नेमके कळायचे. मग पिसारा ओढून तो ओल्या काठावर घेतला जायचा. चंदेरी माशांनी टोकऱ्या भरून जायच्या.

मासेमारीसाठी आम्ही असे रात्र-रात्रभर जागायचो. काठावरच्या आंब्याखाली पिंजारावर, कडब्याच्या काठावर जागायचो. खूप पाऊस पडायचा. अंगावर घोंगड्या आणि इरली असली, तरी निम्मे शरीर भिजून चिंब व्हायचे. मग मध्यरात्री तिथे रानातच तीन दगडांच्या चुलीवर माशांचा रस्सा केला जायचा. रश्श्याच्या त्या वासाने आणि गोड्या पाण्यातल्या चवदार माशांच्या सेवनाने अंगातली थंडी दूर

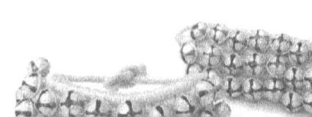

पळून जायची.

पलीकडे शिराळा तालुक्यात 'गिरजावडे' नावाचे ज्योतिर्लिंगाचे एक जागृत स्थान. ते आमचे कुलदैवत. त्याच्या चैत्री जत्रेला आम्ही मुले-माणसे सर्व जण सुमारे वीस किलोमीटर, दोन डोंगर चढत-उतरत, पायी चालत जात असू. रात्री छबिना निघाला की, तेथून पुन्हा माघारी वळायचे. दऱ्या-डोंगरांतून, खाच-खळग्यांतून उड्या मारत पुन्हा तितकेच अंतर चालून माघारी यायचे. जेव्हा मलकापूरच्या बाजाराला घरचा बैल वा अन्य जनावर विक्रीला न्यायचे असेल, तेव्हा चुलते रात्री एकलाच उठवायचे. रात्रभरचा प्रवास करून अठरा किलोमीटरचे अंतर आणि एक भला मोठा डोंगर चढून सकाळी आम्ही मलकापुरात पोहोचायचो. तेव्हा आभाळातला चांदवा आमच्या सोबत बाजाराची वाट चालतोय, असे मला वाटायचे.

पाऊस, थंडी आणि उन्हाळ्यातही आम्हाला या ना त्या कारणाने खूप चालावे लागायचे. सशाच्या शिकारीसाठी अनेकदा जाळी घेऊन डोंगर-दऱ्यांत बसायचे. पावसात आळिंबाच्या शोधासाठी जाळ्या, राने पालथी घालायची. माझ्या रात्री-बेरात्रीच्या, दऱ्या-डोंगरांतल्या भटकंतीने एक कायमची निशाणी ठेवून दिली आहे. अनेकदा पायांना ठेचा लागून माझ्या पायांची सर्व नखे वक्र झाली आहेत, बोटांचा आकार बदलला आहे. कारण रात्रभराची ही सर्व भटकंती अनवाणी पायांनीच व्हायची. मुलांनी पायात वहाणा वापरायच्या असतात, हे आम्हा कोणाला माहीतच नव्हते. त्यामुळेच दहाव्या इयत्तेत मला पहिली चप्पल लाभली. मात्र, बालपणातल्या रात्रींनी पायांच्या बोटावर गोंदवलेल्या त्या नक्षीदार खुणा अजूनही माझी संगत-सोबत करत आहेत.

त्या धुंद रात्रींनी माझ्यावर अनंत उपकार केले आहेत. त्या रात्री मी अनुभवल्या नसत्या, तर कोनरॅडच्या कथा वाचताना, हार्डीच्या कादंबऱ्यांतला निसर्ग चाखताना, मेलविनच्या 'मॉबी डिक'मधील निसर्गाची, माणसांची आणि माशांची नानाविध रूपं पाहताना अन् शरदबाबूंच्या 'श्रीकांत' आणि 'भूतनाथ'बरोबर हुगळीच्या ओल्या काठाने रात्रीची भटकंती करताना जो कैवल्याचा आनंद मला लाभला; तो कधीच मिळाला नसता!

त्या धुंद रात्रींनीच मला मराठी लावणीच्या खोल दरीचे आणि गिरिशिखरांचे दर्शन घडविले आहे; अन्यथा 'पाडाला पिकला आंबा...' अन् 'आई मला नेसव शालू नवा...' यापलीकडे लावणीला काही खोली असेल, याची सहसा कोणाला कल्पना येत नाही. मला तर लावणीचे धागेदोरे मध्यभारतकालीन भक्तिवाङ्मयाच्या जवळपास गेलेले दिसतात.

संत मुक्ताबाईची एक गौळण पाहा –

सांजसकाळी, भलत्यावेळी घरामध्ये घुसतो,
दही-दूध, लोणी माठ फोडतो, मस्करी माझी करतो,
म्हणे मुक्ताबाई, नव्हे गडे कृष्ण हा पांडुरंग दिसतो!

म्हणजेच 'शृंगार' आणि 'भक्तिरस' एकमेकांना किती पूरक आहेत! एकतारीची जागा कधी तुणतुण्याने घेतली, तर तुणतुण्याच्या मदतीला कधी एकतारी धावली, ही सरमिसळ मोठी गमतीदार आहे. पठ्ठे बापूराव तर 'लावणीचे विद्यापीठ' होते. अनेक जुन्या लावण्यांतून मराठी भाषेच्या वळणाचा अन् गतीचाही अभ्यास करता येईल.

माणिकचौकातून जात असताना गोष्ट एक घडली –
हा, हा....
हिरव्या रंगाच्या माडीवरी एक नार दृष्टी पडली,
झाला मनाला भास आभाळात विजच कडकडली,
हा, हा....

हा लावणी वाङ्‌मयात आढळणारा 'माणिकचौक' ही काय भानगड आहे? त्या चौकाचा मी शोध चालवला, कारण तो अनेकदा मनात डोकावून जातो. शेवटी मोल्सवर्थ साहेबांच्या शब्दकोशाने अर्थ सांगितला. सरदार-दरकदारांच्या वाड्याबाहेर जो पूर्वी बाजार भरायचा, त्याला 'माणिकचौक' म्हटले जायचे. दलित-पददलितांच्या बलिदानांतून उभ्या राहिलेल्या मराठमोळ्या तमाशाकलेचा संशोधकांनी केलेला अभ्यास आणि त्याची घेतलेली नोंद वरपांगी असल्याचे भान मला ऐन उमेदीतील मी जागविलेल्या रात्रींनीच दिले.

सन १९९१च्या पावसात मी माझे बिऱ्हाड घेऊन गोरेगाव चित्रनगरीत आलो. तेथे माझी 'जॉइंट मॅनेजिंग डायरेक्टर' म्हणून नियुक्ती झाली होती. आत स्टुडिओतच मागच्या बाजूला एक छोटेखानी बंगला म्हणजे माझे निवासस्थान होते. ट्रकमधून सामान उतरवले जात होते. फिल्मवाले कुठेही शूटिंग करू शकतात. मी माझ्या बॅगा आत घेत होतो. सोबत पत्नी, कन्या आणि सासूबाईही होत्या. अंधार पडत होता अन् माझ्या उंबरठ्याबाहेरच त्या वेळची टॉपची चित्रतारका श्रीदेवी उभी होती. तिचा अल्लड, अवखळ चेहरा, भुरभुरत्या निळ्या रंगवलेल्या पापण्या, बाजूला एच. एम. आय. लाइट्सचा झगझगता प्रकाश.

सासूबाई बावरून माझ्याकडे पाहत होत्या. कोणत्या मायानगरीत आपल्या लेकीला घेऊन जावई आले, अशी काळजी त्यांना वाटली असावी. इथल्या रात्री आणि दिवसही चित्रविचित्र. सारी नकली दुनिया आणि फसवे चेहरे. माझी पत्नी अनेकदा गमतीने म्हणायची, ''कॅमेराऽ स्टार्टऽऽ साउंडऽऽऽ आणि ॲक्शनऽऽऽ... म्हटल्याशिवाय या चित्रनगरीत ह्या झाडांची पानेही हलत नाहीत!''

इथल्या रात्रींनी मला अनेक गमतीदार सोबती आणि आठवणीही दिल्या. प्रथमपासून 'दिलीपकुमार' या नावाचे मला प्रचंड आकर्षण होते. विशेषत: 'अंदाज'मधील त्यांचा जाणता अभिनय अन् 'गंगा जमना'तला 'ये धनवा, का हुई गवा रे...' म्हणत वैजयंतीमालेच्या गळ्यात पडून स्फुंदणारा रांगडा गंगा ही त्याच्या अभिनयाची गिरिशिखरं होती. रिचर्ड बर्टनचा आवाज आणि दिलीपसाहेबांचे बोल; मला खूप आकर्षून टाकायचे. व्ही. बाबासाहेब हे 'गंगा जमना'चे दिग्दर्शक. त्यांनी दिलीपसाहेबांची अन् माझी ओळख करून दिली. पुढे 'क्रांती मैदान'वरच्या मोठ्या स्टुडिओच्या भूमिपूजनाला मी दिलीपकुमार आणि माधुरी दीक्षितला बोलावले होते. दिलीपसाहेबांचा परिचय वाढत गेला. त्यातच सुधाकर बोकाडेंसाठी ते 'कलिंगा' या चित्रपटाचे दिग्दर्शन करू लागले.

मग दिलीपसाहेब स्टुडिओला आले की, मला बोलावून घ्यायचे. त्यांचे चित्रीकरण एकदा सुरू झाले की मध्ये कोणालाच प्रवेश नसायचा. दूर कोपऱ्यात जरी मी दिसलो तरी ते मोठ्याने हाक द्यायचे, ''अरे विश्वासजी, आगे आइये।'' मग त्यांच्याशेजारी बसायचे भाग्य लाभायचे. त्या अभिनयसम्राटाचे दिग्दर्शन म्हणजे नटांसाठी एक क्लासच असायचा. ते स्वत:ही 'कलिंगा'मध्ये एक

गोरेगावच्या चित्रनगरीचा परिसर

गोरेगावमधील चित्रनगरीत महान अभिनेते दिलीपकुमार,
मराठी चित्रपट निर्माते सतीश कुलकर्णी यांच्या समवेत लेखक

मध्यवर्ती भूमिका करत होते. या चित्रपटाच्या काही 'रशेस' मी पाहिल्या. एक उत्तम सिनेमा (जवळजवळ पूर्ण झाला होता.) अंतर्गत कुरबुरीमुळे अजूनही रिळांमध्ये पडून आहे. पण चित्रनगरीमध्ये या अशा अनेक घटना घडतच असतात. कोणी स्वप्ने पाहतो, कोणी दुसऱ्याच्या स्वप्नावर पैसे लावतो; तिसराच कोणी कुबेर होतो!

माझ्या वयाच्या तिशीनंतर थोर संगीत-दिग्दर्शक राम कदम माझ्या जीवनात आले. आणि माझ्या आयुष्यातली सुमारे दोन-तीन वर्षांतील अखंड रात्री त्यांच्या जादूभऱ्या संगीताने आणि अस्सल लावण्यांच्या माधुर्याने भरून टाकल्या. त्यांच्यासोबत मी खूप भटकंतीही केली. मराठी मातीतला सच्चा कलाकार म्हणून रामभाऊंबद्दल संगीतकार नौशाद यांना खूप अभिमान. रामभाऊंमुळेच माझा आणि नौशादसाहेबांचा तेव्हा खूप स्नेह वाढला होता. रामभाऊंसोबत मी पाली हिलच्या पलीकडे समुद्राच्या काठावर नौशादसाहेबांच्या जुन्या टोलेजंग बंगल्यात अनेकदा गेलो आहे. नौशाद हे युगप्रवर्तक संगीतकार असल्यामुळे कॅसेट्स, ध्वनिमुद्रित तबकड्यांनी त्यांच्या घरातील कपाटे भरून जावीत, हे अपेक्षितच आहे. नौशाद-मियाँच्या घरी एक वेगळीच गंमत पाहायला मिळाली. त्यांच्या घरातील अनेक भिंतींवर वाघांची वाळवलेली लोंबती कातडी आढळून आली. तेव्हा समजले की, नौशाद स्वतः एक उत्तम शिकारी होते. पूर्वी त्यांच्या अचूक निशाण्याने अनेक

व्याघ्र टिपले होते. त्यामुळेच एका बाजूला सतारीसारखी अनेक वाद्ये आणि तिथेच काचेरी कपाटात उभ्या करून ठेवलेल्या, नीट साफसफाई केलेल्या चकचकीत दुनाळी बंदुका – हे अपूर्व दृश्य या एकट्या संगीतकाराच्या घरीच पाहायला मिळाले.

संगीताच्या सप्तराशींत न्हाऊ घालणारी नौशादमियाँच्या घरातील एक अनोखी रात्र ही माझ्या मर्मबंधातली ठेव ठरलेली आहे. एकदा रात्री सात-साडेसातला मी आणि रामभाऊ कदम यांच्या घरी गेलो. त्या दिवशी रामभाऊंना काय हुक्की आली, कोणास ठाऊक. स्वारी भलतीच उत्साहात होती. रामभाऊ संगीतकार व्हायच्या आधी मिरजेला एक क्लॅरोनेटवादक होते. 'मराठ्याचं पोरगं, बँड वाजवतंय' म्हणून त्यांची खूप हेटाळणी व्हायची. नातेवाइकांच्या टीकाटिप्पणीला ते कंटाळले अन् आपल्या पोरसवदा वयात चक्क मिरजेहून पळून आग्रा, दिल्ली करीत स्वारी लाहोरला पोहोचली. तेव्हा लाहोर हे हिंदुस्थानातील कलेचे एक मोहोळ होते. लखनौ इतकाच नाच-गाण्यांचा रंग तिथे भरला जायचा. तिथल्या मीना बाजारात रामभाऊ एका कोठेवालीकडे पेटी वाजवायला राहिले. तिथे उत्तम कान आणि दिलदार मन असलेले अनेक अमीर-उमराव गाणी ऐकायला यायचे. त्या अव्वल दुनियेत रामभाऊंनी जवळपास दोन वर्षे कंठली.

अस्सल लावण्यांच्या माधुर्याने भारून टाकणारे
संगीत-दिग्दर्शक राम कदम

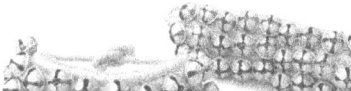

...अन् त्या रात्री समोर साक्षात बसले होते, नौशाद! रामभाऊंचा आवाजही गोड होता. त्यांना एकाएकी लाहोरच्या बाजारातल्या त्या अवीट चीजांची सय आली... अन् रामभाऊ स्वत: हार्मोनिअम वाजवत गात राहिले. त्यातल्या अनेक चीजा नौशादना ठाऊक होत्या अन् अनेक ठाऊकही नव्हत्या. 'वा ऽ राम, वा!' करत त्यांनी तबला मागविला. नेमका त्याच दिवशी दुपारी तबला दुरुस्तीला जावा ना! नौशादसाहेबांनी पत्र्याचा एक मजबूत डबा मागवून घेतला अन् ते स्वत: तबल्याचा ठेका धरू लागले. ऐन पावसात डोंगरातल्या दोन नद्या कड्यावरून उड्या मारत याव्यात, धो-धो वाहत राहाव्यात – तशी ती मंतरलेली रात्र होती. नौशादमियाँचे सर्व कुटुंब, नोकर-चाकरही सभोवती गोळा झाले होते. रात्री एकच्या दरम्यान आम्हाला थोडे खाण्याचा आग्रह केला गेला. पोटाची थोडीशी पूजा झाल्यावर पुन्हा ते दोन गंधर्व चांदण्यांच्या झुल्यावर झोके घेऊ लागले. नौशादमियाँनीही गंगे-यमुनेकाठच्या पुराण्या अस्सल चीजा ऐकवल्या. त्या भरात त्यांनी 'गाडीवाले गाडी धीरे हाक रे...' या गाण्याचे उगमस्थान असलेले मूळ राजस्थानी गीतही ऐकवले. पहाटेपर्यंत आम्ही त्या श्रावणसरींत भिजून चिंब झालो होतो. माझ्या दुर्दैवाने त्याच दिवशी माझा छोटा टेपरेकॉर्डर माझ्याजवळ नसावा ना! चला, रामभाऊ आपलेच आहेत, म्हणून मीही बेफिकीर राहिलो अन् पुढे अल्पशा आजाराने रामभाऊ अचानक जग सोडून गेले. लाहोरी चीजांचे सूर माझ्या कानाजवळ सोडून... 'रात्र धुंदीत ही जागवा...' (हीही चीज रामभाऊंचीच बरं!), 'आली गं बाई पंचीम रंगाची!...' पाली हिलच्या बाजूला माझी मोटार कधी वळली, तर त्या मोहमय रात्रीच्या आठवणीने माझा जीव अजूनही कासावीस होतो.

चित्रनगरीतील रात्री खूपच मोहमयी होत्या. ज्येष्ठ दिग्दर्शक बी. आर. चोप्रा तसे कधीमधी यायचे. पण जेव्हा येत, तेव्हा माझी त्यांच्याशी गप्पांची मैफल रंगायची. चोप्रांचे सत्तरी-ऐंशीतले देखणे आणि उंचेपुरे व्यक्तिमत्त्व रुबाबदार दिसायचे. त्यांनी इंग्रजी वाङ्मयात एम. ए. केले होते. मूळचे ते दिल्लीतले पत्रकार. त्यांच्या गप्पांत कादंबरीकार राही मासूम रझांचा उल्लेख हमखास असायचा. 'नया दौर'च्या वेळी दिलीपकुमार आणि वैजयंतीमाला यांच्यासोबत चित्रीकरणात जीव ओतणाऱ्या जेजुरी परिसरातले गावकरी, त्या हुरहुरत्या दिवसांच्या आठवणी... ते रंगवून सांगायचे. "चोप्रा, तू त्या घोडेवाल्याच्या गोष्टीवर पैसे लावण्याऐवजी सरळ रेसकोर्सच्या घोड्यावर पैसे लाव. तिथे चार चवल्या तरी वसूल होतील तुझ्या!" मेहबूबसाहेबांनी त्यांना सुरुवातीला दिलेला इशारा ते आठवायचे अन् खूप हसायचे.

चित्रनगरीत बहुतांश कलावंत खूशमस्कऱ्यांच्या कोंडाळ्यात मश्गूल असायचे. अगदी मराठी कलावंतही. अपवाद फक्त सदाशिव अमरापूरकरांचा. आपला शॉट संपला की, ते ग्रंथवाचनात वेळ घालवायचे. इथे अनिल कपूर तुसडा म्हणून प्रसिद्ध. तोच आमचा जगूदादा ऊर्फ जॅकी श्रॉफ कमालीचा माणूसवेडा, सर्वांमध्ये मिसळणारा. ''विश्वास, आयअ‍ॅम हाफ महाराष्ट्रीयन बरं!'' तो मधूनच आठवण करून द्यायचा. जॅकी रुपेरी पडद्यापेक्षाही प्रत्यक्षात दिसायला खूप सुंदर, रूपवान – अगदी मदनाचा पुतळा. त्यामुळे कुठून-कुठून त्याला अनेक मुली अन् स्त्रियाही भेटायला यायच्या. तो पाच-दहा जणांच्या कोंडाळ्यात गप्पा मारत असला अन् तिथेच कोणी आवडती रसिक टपकली, तर 'अरे, अभी आया रे...' करून अचानक रात्रीचाच एक्झिट घ्यायचा अन् तासाभराने तसाच पुन्हा प्रकट व्हायचा. या गड्यावर पोरींच्या कवितांचा, प्रेमपत्रांचा वर्षाव सतत सुरू असायचा. एकीने तर अकबरापासून ते केनेडीपर्यंत निरनिराळ्या पोशाखांत तो कसा उठावदार दिसेल, याची सुंदर कल्पनाचित्रे पाठविली होती.

माधुरी
रेखा
श्रीदेवी

इथल्या चंदेरी रात्रींत मी अनेक वाघिणींनाही जवळून पाहिले. रेखा चित्रीकरणाला क्वचितच यायची. पण व्यायामाने तिने कमावलेला तिचा कसदार देह पाहिला की, उतारवय वा वार्धक्य या बयेच्या आजूबाजूला कधी फिरकणार आहे की नाही, अशी शंका वाटायची. श्रीदेवी कोणात न मिसळता आपला शॉट संपला की, एखाद्या गुडियासारखी खुर्चीत बसून राहायची. बोनी कपूर सेटच्या जवळपास असला की, मात्र हास्याचे फवारे उडवत राहायची. नाचऱ्या डोळ्यांची मनीषा कोईराला तेव्हा इतकी बिझी नव्हती ('बॉम्बे' अजून आला नव्हता.), त्यामुळे मनमोकळ्या गप्पांचे फड (आपल्या लिमिटेड सर्कलमध्ये!) ती रंगवीत राहायची. माधुरी दीक्षित ही व्यावसायिक यशाच्या अत्युच्च शिखरावर पोहोचलेली एकमेव महाराष्ट्रीय कन्या! मात्र तिच्याभोवती हिशोबी-व्यावसायिक गणिते सांभाळणाऱ्या लोकांचेच कडे असायचे. स्मिता पाटील स्वतः मोठी अभिनेत्री होतीच, पण तिच्याभोवती नेहमी

गुणिजनांचा मेळा असायचा किंवा ती त्या मेळ्याकडे नेहमी आकृष्ट व्हायची. त्यामुळे तिला एकापेक्षा एक सरस भूमिका मिळत गेल्या. नर्गिसचा अत्युच्च अभिनय म्हणजे 'मदर इंडिया', मधुबालाचा 'मुगले आझम', तसा माधुरी दीक्षितचा ठसा असलेला अमका सिनेमा, असे चटकन सांगता येत नाही. मराठी कलावंत कोल्हापुरात शूटिंग करताना तिथल्या स्टुडिओमधून खूप रुबाब करतात. पण 'बॉलिवुड'मध्ये त्यांचा प्रभाव (अत्युच्च श्रेणीतले काही जण सोडून) अगदीच केविलवाणा वाटायचा. प्रखर एच. एम. आय. लाइट्सच्या झगझगीत प्रकाशापुढे साठचा बल्ब दिसावा, तशी त्यांची गत होत असे.

स्टुडिओतल्या चमकदार वाघिणींबरोबरच खऱ्याखुऱ्या जिवंत वाघिणींचे साक्षात दर्शन इथल्या रात्रींनी मला अनेकदा घडविले. गोरेगाव चित्रनगरीच्या शेजारीच नॅशनल पार्क असल्यामुळे आमच्या स्टुडिओभोवतीच्या रानात रात्री-बेरात्री अनेक वाघ फिरताना दिसायचे. काही जनावरांच्या बसावयाच्या जागाही ठरलेल्या असायच्या. मी रात्री स्वत: जीप चालवत त्यासाठी फेरफटका मारत असे. एकदा रात्री तीन वाजता मी शरद वर्तकांना घेऊन खंडाळा घाटाच्या पायथ्याला (नाव खंडाळाच, घाटही तसाच; पण चित्रनगरीतला बरं!) घेऊन गेलो. तिथे ओढ्याच्या कठड्यावर एक मोठी वाघीण बसलेली. जीपच्या प्रखर प्रकाशात तिची कांती विलक्षण दिसत होती. आमच्या वासाने तिने जबडा वासला होता अन् वर्तकांची घाबरगुंडी उडाली होती. तेवढ्यात वाघिणीच्या समोरच दहा फुटांवर प्रेतासारखा झोपलेला एक मनुष्य उठला अन् माझ्याकडे चालत आला. अंगावरची चादर सावरत मला सलाम ठोकू लागला. तो आमचा बबन लाइटमन होता. कुठून तरी शूटिंग संपवून, दारूच्या कैफात येऊन तिथे झोपलेला. तोच आमची समजूत घालत होता – "घाबरू नका साहेब. नाइट-शिफ्ट संपली की, रोज रात्री मी इथे येऊन वाऱ्याला झोपतो. ही वाघीणही इथेच असते. फार प्रेमळ आहे – बच्चेवाली आहे ना साहेब!"

मी चित्रनगरी सोडली तरी तिथल्या माणसांनी आणि रात्रींनीही काही माझी पाठ सोडलेली नाही. एकदा ठाण्याला ऑफिसात उशिरापर्यंत काम करीत बसलो होतो. संध्याकाळी सात वाजता पुण्याहून किसनराव अचानक आले. किसनराव म्हणजे महसूल खात्यातले एक प्रेमळ आणि गुलछबू व्यक्तिमत्त्व. ते म्हणाले, "चला, आटपा लवकर. तुम्हाला एके ठिकाणी मला तज्ज्ञ म्हणून न्यायचे आहे." आम्ही मध्य मुंबईत जेवण केले. किसनरावांसोबत पुण्याचा कोणी एक तरुण व्यापारी होता. त्याच्या परदेशी गाडीत फळांच्या, फुलांच्या करंड्या आणि नव्या कपड्यांचे बॉक्सेस होते. फोरास रोडच्या बाजूने मोटार पलीकडे 'काँग्रेस

हाउस'कडे वळली. भडक मेकअप केलेले आणि कोणाला तरी हेरणारे गरीब मुलींचे चेहरे तेथे दिसत होते. हा सारा परिसर सादत हसन मंटो या प्रसिद्ध कथालेखकाने आपल्या लेखणीतून अजरामर केला आहे. त्याने एका घाटावरच्या स्त्रीच्या घामेजलेल्या चोळीचे केलेले बहारदार वर्णन त्याच्या 'खोल दो' या कथेइतकेच माझ्या मनात खोल रुतून बसले आहे. गाडी भलतीकडेच वळतेय, हे लक्षात आल्यावर मी घाबरलो.

"किसनराव, भानगड तरी काय आहे? कुठे चाललोत आपण?"

"आपले हे शेठ (पुण्याचा तो व्यापारी!) आहेत ना, त्यांची एक कोठेवाली मैत्रीण आहे. खूप छान नाचते. तिचा वाढदिवस साजरा करायला निघालोत आपण."

"अरे, पण तिथं माझं काय काम?"

"गाण्याच्या फर्माईशी सांगणार कोण? तुम्हीच! त्यातलं आम्हाला 'ओ की ठो' कळत नाही. तेव्हा तज्ज्ञ माणूस सोबत असावा, म्हणून ठाण्याहून वाकडी वाट काढून तुम्हाला घेऊन आलोय महाराज!"

मी त्यांच्या समवेत तो लाकडी, जुनाट अन् डुगडुगता जिना चढत होतो. रात्रीचे साडे-अकरा वाजले असावेत. नाच-गाणे, वेश्याव्यवसाय करणाऱ्या मुलींचीच ती चाळ दिसत होती. अनेक जणी इकडे-तिकडे ये-जा करत होत्या. त्या तवायफची – बहुतांशी 'गुलाबी'च नाव असावे तिचे – दहा बाय पंधराची खोली. सोबत दोन वडीलधाऱ्या बहिणी, आई असा तिचा संसार. बहिणीची कच्ची-बच्ची तिने बाहेर बाल्कनीत झोपवलेली अन् नाचासाठी आतली जागा रिकामी केली. आमच्या पुणेकर शेठजीचा अन् तिचा खूप जिव्हाळा दिसत होता. शेठनी फळांच्या करंड्यांनी एक कोपरा भरून टाकला. त्या करंड्यांची तोंडेही वेलव्हेटच्या रंगीत कागदांनी बांधलेली. सर्व कुटुंबच शेठची वाट पाहत बसले होते. 'गुलाबी' साधारण पंचविशीतली देखणी तरुणी. अंगाने थोडीशी स्थूल, पण अतिशय चपळ. बरे, मंडळी गाणी ऐकता-ऐकता मद्यप्राशनाला बसली. आपले काही खरे नाही, असे वाटून मी मोबाइलवरून एका मित्राला तिथे बोलावले. तो पलीकडेच फिल्म सेंटरमध्ये काही काम करीत होता.

गुलाबीच्या सर्व बहिणी प्रेमळ, गरिबीतही संसार चालवणाऱ्या त्या स्त्रिया. त्यांची चर्या खूप करुण दिसत होती. गुलाबीचे एक चार वर्षांचे मूल होते. ते अनेकदा उठायचे. नाचता-नाचता ती मध्येच थांबायची. मुलाला झोपवून पुन्हा नाचायची. सारी बाजारू फिल्मी गाणी वाजवली जात होती. पण गुलाबीच्या बहिणा आपल्या सुरेल किनऱ्या आवाजाने त्यात गोडवा भरत होत्या. त्या दमट

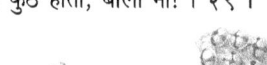

एका गीताच्या मुद्रणप्रसंगी श्रेष्ठ संगीतकार राम कदम,
गायिका आशा भोसले यांच्यासोबत लेखक व पत्नी चंद्रसेना

खोलीत, तुटपुंज्या उजेडात कोणी आपले असल्याची हुरहूर मला चाळवत होती. 'उमराव जान'मधील सोन्याने मढवलेल्या रेखाचे चित्र खोटे होते. जाड्याभरड्या कपड्यांत इथे घामेजल्या अंगाने गुलाबी नाचत होती. 'उमराव जान'मध्ये कमालीचा सच्चेपणा होता, तो आशा भोसले यांच्या आर्त गीतांमध्ये, खय्यामच्या ठेक्यांमध्ये आणि कवी अखलाक मोहम्मद खान ऊर्फ 'शहरयार' (Shahryar) यांच्या धुंद, मधाळ शब्दांमध्ये! 'पाकिजा'मधील तवायफच्या कोठीचा सेटही मला खोटा वाटत होता. त्यापेक्षा 'काँग्रेस हाउस'चा तो काळा, भिजका, डुगडुगता जिना मला खूप सच्चा वाटत होता.

अचानक मला शोध लागला – अरे, इथे मघापासून वाजणारी अवीट सूर आळवणारी हार्मोनिअम माझ्या परिचयाची आहे. मी पटकन वादकाकडे पाहिले अन् फर कॅपमध्ये त्याने निम्मा झाकलेला त्याचा चेहराही ओळखला. अरे, हा तर आपला शकील! ओ. पी. नय्यरपासून, खय्यामपासून ते आजपर्यंत अनेक हिंदी गाण्यांत हार्मोनिअमचा स्पेशल कर्णमधुर तोडा ऐकला की, तो शकीलचाच (नाव बदलले आहे.) समजावा! आशा भोसले आणि राम कदमांबरोबर रेकॉर्डिंग करताना आमच्याही गीतांना यानेच स्वरसाज चढवला होता. मध्येच चहा आला. एव्हाना मी शकीलला ओळखल्याचे त्याच्या लक्षात आले होते. तो जवळ आला. हात हाती धरून "क्यूँ विश्वासजी, कैसे हो?" अशी जवळून चौकशी करू

लागला. रेकॉर्डिंग स्टुडिओमधून 'ए ग्रेड' कलाकार म्हणून वावरणारा शकील इकडे कसा? माझा प्रश्न अनुत्तरित राहिला होता. पुणेकरांनी दिलेली महागडी साडी नेसून, अर्ध्या तोंडावर घुंघट ओढून गुलाबी लाजत-मुरडत नाचली.

मै हूँ दुल्हन एक रात की,
तू है दुल्हा एक रात का।

हे गाणे झाले. पहाटेचा सुगावा लागायची वेळ झाली. मैफल आटोपत आली. पुणेकर मित्राचे मन आणि शरीरही तेथून बाहेर पडायचे लक्षण दिसेना. मदतीला बोलावलेल्या मित्राला घेऊन मी गडबडीने जिना उतरू लागलो; तोच वरून शकीलची हाक आली. त्याला माझ्यासोबतच बाहेर पडायचे होते.

नळ बाजाराजवळच 'दिल्ली दरबार'मधील स्पेशल बिर्याणी खायला आम्ही बसलो. ''माफ करा... मी थोडीशी घेणार बरं.'' शकील बोलला. त्याने घटाघटा अख्खी बाटली रिती केली. आता तो मदिरेच्या धुंदीत डोलत होता. 'कसम खाऊन' सांगत होता. ''इथं मला पाहताना तुम्हाला आश्चर्य वाटत असेल; नाही? पण आपली ही कर्मभूमी आहे बॉस. इथं पेटी वाजवतच मी स्टुडिओत गेलो, मोठा झालो. पण या माडीची मुहोब्बत संपली नाही बरं, बॉस. अन् तुम्ही एक सांगा – तुमच्या त्या बड्या-बड्या हिरोइन्स एका टेकसाठी किती रिटेक घेतात हो? त्यापेक्षा आपल्या पोटासाठी, बहिणींच्या चिल्यापिल्ल्यांसाठी रात्रभर नाचणारी आमची ही गुलाबी किती सच्ची है! है ना? कोटीचे व्यवहार बोलणाऱ्या तुमच्या त्या बॉलिवुडपेक्षा आमचे फोरास रोडचे लॉलिवुडच ग्रेट आहे साब! म्हणून तर दिवसभर रेकॉर्डिंग केले, तरी रात्री ही माडी मला बोलावते! खूप मजा येतो साब!''

बालपणीच्या आणि नंतर चित्रनगरीतल्या काही रात्रींचा तुटपुंजा ताळेबंद मी या लेखात दिला आहे. याहीपेक्षा अनेक चित्र-विचित्र रात्रींचा अनुभव मी घेतला आहे. विशेषत: 'महानायक'च्या निमित्ताने ब्रह्मदेशासारख्या हुकूमशाही देशात कंठलेल्या रात्री. एका ब्रह्मी पोरीला मुस्लीम पोराने फूस लावली म्हणून मंडाले शहरात ब्रह्मी लोकांनी पेटवलेली एक मशीद... त्यात डोळ्यांसमोर जळालेले बहात्तर जीव... ज्याचे प्रतिबिंब एका अक्षरानेही दुसऱ्या दिवशी वृत्तपत्रात उमटले नाही – असे अनेक प्रसंग, चित्र-विचित्र व्यक्ती, प्रवृत्ती, प्रदेश... असा खूपसा प्रवास माझ्या वाट्याला आला आहे. 'रात्रीच्या गर्भातून चैतन्यदायी दिवस उगवतो' म्हणतात. मलाही या अशा चित्र-विचित्र रात्रींनी खूप समृद्ध बनवले आहे. वाघांच्या डरकाळ्या, नदीत, जाळ्यात चमचम करणाऱ्या मासोळ्या,

नववधूसारखा नित्य नवा साज लेणारा आभाळीचा चंद्र, रानातल्या वाटा, चित्रविचित्र प्रवास यांच्या पुनर्प्रत्ययाचा आनंद जगातील श्रेष्ठ वाङ्मयकृती वाचताना मला येतो. टाळ-चिपळ्यांचे आवाज आणि चंद्रभागेच्या ओल्यागार पाण्यात बुडी घेताना श्री विठ्ठल पांडुरंगाचा गजरही आठवतो... अन् मोरपंखी पदराआडून, झुबेकदार नथ बाजूला करत, कधी गुलाबी ओठपाकळ्या रोकडा सवाल करत राहतात –

> रात्री कुठं होता, बोला नाऽ
> बोला ना ऽ हो ऽऽ सांगा नाऽऽ
> खरं सांगा राया तुम्हा
> विसर का हो माझा पडला की,
> कोण्या मेलीनं जादू टाकलीऽऽ
> तळमळत्या जिवाला झाल्या अशा वेदनाऽऽ
> ये सख्याऽऽ
> रात्री कुठं होता, बोला ना!

।३।

मृत्यूच्या छायेतील महापुरुष आणि खलपुरुष

'तो जन्माला आला, तेव्हा नागडाच होता. आपल्या कफनासाठी एक वाव कपडा मिळावा, या एका लालसेपायी पुढे जीवनभर तो खस्ता खात बसला!' मनुष्यदेहाचे असे अल्पाक्षरी, वास्तव वर्णन एका उर्दू शायराने केले आहे.

जेव्हा मनुष्य आपल्या कुमार अवस्थेत हुंदडत असतो; तेव्हा तो एका अज्ञानाच्या गाभुळत्या, उबदार धुंदीमध्ये वावरत असतो. अजून माझे खूप आयुष्य पडले आहे, जगायचे खूप बाकी आहे, असे म्हणता-म्हणता बालपण सटकन संपून जाते. पुढे येतो; तो तारुण्याचा कैफ. मी तरुण आहे... मी तरुण आहे... असा रोमारोमांत चाललेला कंठरव काही वर्षे कसाबसा टिकतो अन् एक दिवस तारुण्यही हरणाच्या पाडसासारखे चपळ उडी घेऊन, गुंगारा देऊन केव्हा पळून जाते, हेसुद्धा समजत नाही. पंचावन्न-साठीच्या उंबरठ्यावर आपला अखेरचा अध्याय चालू झाल्याची जाणीव फार थोड्यांना होते. त्यापुढे काही वर्षांनी शरीररूपी पानाचा देठ अधिक पिकला की, भली-भली माणसे – मग ते महापुरुष असोत वा खलपुरुष – सारी कासावीस होऊ लागतात.

साफल्यपूर्ण जीवनाची पुरचुंडी गाठीला बांधून 'हरीऽऽ हरीऽऽ' करण्याच्या तयारीत फार थोडे जण असतात. बाकीचे बहुतांशी गोंधळलेले असतात. आतून हादरून गेलेले असतात. 'अजून माझी जगायची खूप तृष्णा होती... हे करायचे होते... ते करायचे बाकी राहिले होते... अशा विचारांनी त्यांचे मस्तक

मार्टिन ल्यूथर किंग

पेटते.' जर तुम्ही फाजील धनसंचय केला असेल, तर त्या खजिन्याला विळखा घालायच्या इच्छेने अनेक विषस्पर्श जिभल्या चाटीत तुमच्या आवतीभोवती वळवळत राहतात. बनेल नातलगांचे तांडे हाकलून दूर लोटले, तरी हक्क सांगत पाय रोवून उभे राहतात. तो कर्तृत्ववान पुरुष एका नारीऐवजी अनेक जणींच्या बाहुपाशात गुंतून गेला असेल, तर त्या हिसाब-किताबाची आणि संतापाची परी काही वेगळीच असते. महापुरुष असोत वा खलपुरुष – त्यांचा एकदा मृत्यूच्या अटळ दरवाज्याकडे प्रवास सुरू झाला की, तो अभ्यासकांसाठी चिंतनाचा, जनतेसाठी विस्मयाचा अन् कादंबरीकार व नाटककारांच्या लेखण्यांसाठी एक सुगीची पर्वणी ठरतो.

विदर्भातील एक ज्येष्ठ संशोधक आणि ललित लेखक शरद कोलारकर यांचे 'काही महनीय व्यक्तींचे अखेरचे दिवस' हे पुस्तक प्रस्तावनेसाठी माझ्याकडे आले, तेव्हा मला मोठी अपूर्वाई वाटली. या ग्रंथात एकीकडे महात्मा गांधी, अब्राहम लिंकन, चर्चिल, नेपोलियन, शिवाजीमहाराज, लोकमान्य टिळक, लेनिन, जवाहरलाल नेहरू, स्वातंत्र्यवीर सावरकर, डॉ. आंबेडकर... अशा महापुरुषांच्या मांदियाळीत पोहोचलेल्या श्रेष्ठ व्यक्ती आहेत; तशाच इंदिरा गांधी, जॉन एफ. केनेडी, झुल्फिकार अली भुट्टो, माओ, स्टॅलिन... असे राजकारणाच्या

वादळावर आरूढ झालेले तेजस्वी तारे आहेत. याचबरोबर हिटलर, मुसोलिनी, औरंगजेब, बॅरिस्टर मोहमद अली जीना... यांच्यासारखे रंगतदार नाट्यमय जीवन लाभलेले खलपुरुषही आहेत. या अत्यंत वाचनीय, ललितरम्य लेखांचे परिशीलन करताना इतिहासातल्या आणि साहित्यातल्या अनेक ज्येष्ठांचे अखेरचे दिवस, त्यांच्या कथा-दंतकथा माझ्या डोळ्यांसमोरून तरळून गेल्याशिवाय राहिल्या नाहीत.

मृत्यू छोट्या वा मोठ्याचा असो – त्याच्या सावल्या, त्याची चाहूल वा हूल या गोष्टी तशा भीतिदायकच. त्याचे वर्णन कमी-अधिक शब्दांत करता येईल. या निमित्ताने बालपणी वसंत सबनीस आणि दादा कोंडके मंडळींनी सादर केलेली 'विच्छा माझी पुरी करा'ची बतावणी आठवते. हवालदार झालेले दादा शाहिरांना म्हणजे सबनीसांना विचारतात, ''राजा मरण पावला की, त्याचे वर्णन कसे कराल?''

''राजेसाहेबांचे महानिर्वाण!''

''अन् प्रधान मेला तर?''

शाहीर उत्तर देतो, ''प्रधानसाहेबांचे दु:खद निधन!''

''अन् माझ्यासारखा एखादा हवालदार गचकला तर?''

''चला, मातीला चलाऽ!'' एकूणच, राजा असो वा रंक, श्रेष्ठ वा कनिष्ठ; 'मृत्यू' हा एक ना एक दिवस प्रत्येकाच्या दरवाज्यावर न चुकता खडा राहणारा पाहुणा असतो.

पानिपताच्या ऐन घमासान महायुद्धात अहमदशहा अब्दाली गोविंदपंत बुंदेल्यांची मुंडी कापून ती संदुकीमध्ये घालून भाऊसाहेबांकडे पाठवून देतो. गोविंदपंत हे पेशव्यांचे उत्तरेतील कारभारी. बादशहा मुंडीसोबत पेशव्यांना चिठ्ठी पाठवतो, 'तुमच्या स्वागताची तयारी करावी, यासाठी तुमच्या आधी तुमच्या कारभाऱ्याला तिकडे स्वर्गात पाठविले आहे.' तेव्हा पेशवे त्याला जाबसाल पाठवून देतात, 'तो रस्ता कुणाला चुकला आहे? आम्ही मृत्यूचा मुका घ्यायला सिद्ध आहोत!'

महापुरुषांच्या वर्तनाने देश घडतात आणि काही वेळा त्यांच्या चुकीच्या निर्णयामुळे बिघडतातसुद्धा. त्यांच्या वास्तव्याने, कर्तृत्वाने देशाची, मानवी समाजाची उंची वाढते. खलपुरुषांच्या कारवायांमुळे काही राष्ट्रांची घडी विस्कटली आहे. दुसऱ्या महायुद्धात हिटलरने लक्षावधी ज्यूंची कत्तल केली. नेपोलियनने आपल्या तलवारीने अर्ध्या जगाचा नकाशा बदलला. बॅरिस्टर मोहमद अली जीनांच्या अंध महत्त्वाकांक्षेमुळे हिंदुस्थानसारख्या खंडप्राय देशाचे तुकडे झाले.

अमेरिकन अध्यक्ष जॉन एफ केनेडी

त्यामुळेच समाजोद्धारक आणि देशतारक महापुरुषांच्या चरित्राबद्दल समाजमनाला आकर्षण असते. भविष्यातील चुका टाळण्यासाठी खलपुरुषांचे, क्रूरकर्म्यांचे चारित्र्यही तपासून पाहावे लागते.

बऱ्याचदा मनुष्य मेल्याशिवाय त्याची किंमत लोकांना कळत नाही अन् जेव्हा ती कळते, तेव्हा दुर्दैवाने वेळ निघून गेलेली असते. जॉन एफ. केनेडी आपल्या तारुण्यात अमेरिकेच्या अध्यक्षपदाच्या निवडणुकीत फक्त ०.२ टक्के मताधिक्याने, केवळ दैव बलवत्तर म्हणून निवडून आले होते. त्यांनी निक्सनचा पराभव केला होता. त्यांना लाभलेली शेलाटी शरीरयष्टी, त्यांचे मृदू हास्य आणि संभाषणातील चातुर्य या बळावर पाहता-पाहता ते लोकप्रियतेच्या शिखरावर जाऊन पोहोचले; परंतु अमेरिकेचे अध्यक्ष असलेल्या आपल्या कर्तृत्ववान पतीची किंमत त्यांची पत्नी जॅकलिन केनेडी हिला फारशी कधी समजली नाही. तिला म्हणे, अध्यक्षांच्या राजप्रासादाची – 'व्हाइट हाउस'ची – ॲलर्जी होती. त्यामुळेच नवऱ्याच्या विरोधाची तमा न बाळगता; ती ओनॅसिस नावाच्या कोट्यधीशाच्या 'ख्रिस्तिना' नावाच्या महागड्या ग्रीक जहाजावर मौजमजा करायला बाहेर पडली. दिनांक २२ नोव्हेंबर, १९६३ या दिवशी डलास येथे जनतेला अभिवादन करत

उघड्या मोटारीतून केनेडी पुढे चालले होते. तेव्हा गर्दीतून दोन गोळ्या आल्या आणि जॉन केनेडी रक्तबंबाळ झाले. त्या वेळी 'ओऽऽ नो!' करीत जॅकलिनने त्यांना कळवळून मिठी मारली होती. दुर्दैवाने त्या गोळीबारातच तरुण केनेडींचा मृत्यू ओढवला.

महापुरुषांच्या अखेरच्या पर्वात त्यांच्या सोबत राहणारे, त्यांच्या सहवासाचा सुगंध लाभलेले कुणी कुशल लेखणीबहाद्दर सोबत असतील; तर त्यासारखी बहार नाही. टी. जी. तेंडुलकरांसारखा सव्यसाची अभ्यासक गांधीजींच्या सावलीची सोबत जीवनभर करत होता. त्यामुळेच त्यांनी लिहिलेले नऊखंडी चरित्र आणि टिपलेली असंख्य छायाचित्रे हा आज आपल्या राष्ट्राचा ठेवा बनला आहे. वंगबंधू चित्तरंजन दास यांच्या अखेरच्या दिवसांचे साक्षीदार या नात्याने नेताजी सुभाषचंद्र बोस यांनी मोठ्या तन्मयतेने आपल्या आत्मचरित्रात त्यांचे करुण चित्र रेखाटले आहे.

बऱ्याचदा मृत्युपंथाच्या कुशीवरसुद्धा महापुरुष आपली विनोदबुद्धी शाबूत ठेवल्याशिवाय राहत नाहीत. मुंबईच्या सरदारगृहामध्ये जेव्हा लोकमान्य टिळक आपला अखेरचा अध्याय व्यतीत करत होते, तेव्हा आपल्या थोर पित्याच्या प्रकृतीची चौकशी करण्यासाठी त्यांच्या सर्व मुली त्यांच्याभोवती गोळा झाल्या होत्या. तेव्हा त्यांच्याकडे पाहत लोकमान्य विनोदाने बोलले, ''पुन्हा सगळ्या जमलात का तुम्ही? नाहीतरी उठल्या-सुटल्या माहेरी यायची सवयच जडली आहे तुम्हाला.''

महापुरुषांच्या महानिर्वाणावेळी अनेक श्रद्धा-अंधश्रद्धांनाही ऊत आल्याशिवाय राहत नाही. लोकमान्यांना जेव्हा अखेरची घरघर लागली, तेव्हा ब्रह्मवृंदांना त्यांचा शेवट शुष्क पलंगावर होऊ नये असे वाटले, म्हणून त्यांनी त्यांच्यासाठी जमिनीवर दर्भाचे उच्चासन उभारले होते.

लोकमान्य टिळकांच्या अंत्ययात्रेला सुमारे दोन लाखांहून अधिक लोक गोळा झाले होते. पावसाची पर्वा न करता ती प्रचंड महायात्रा चालली होती. एका महनीय व्यक्तीने पुढे होऊन लोकमान्यांच्या ताटीला खांदा दिला. तेव्हा लोकमान्यांच्या शिष्याने त्यांना हटकले, ''तुम्ही ब्राह्मण नसल्यामुळे तुम्हाला खांदा देण्याचा अधिकार पोहोचत नाही.'' ती महनीय व्यक्ती म्हणजे मोहनदास करमचंद गांधी. गांधीजींनी तिथल्या तिथे उत्तर दिले होते, ''मी लोकसेवक आहे; लोकसेवकाला जात नसते.''

न. चिं. केळकरांसारख्या ज्येष्ठ पत्रकार, देशसेवकांनी वृत्तांत लिहिल्यामुळे लोकमान्यांच्या अखेरच्या दिवसांचे चित्रण चांगले झाले आहे. मात्र, जेव्हा

महात्मा व कस्तुरबा गांधी

रायगडावर शिवरायांचे महानिर्वाण झाले, तेव्हाचे प्रथमदर्शी पुरावे नाहीत. बखरकारांनी रेखाटलेल्या बखरी या खूप वर्षांच्या अंतरांनी लिहिलेल्या असल्यामुळे त्या ऐकीव गप्पांवर आधारित आणि बऱ्याचशा पूर्वग्रहदूषित अशाच आहेत. याउलट, डॉ. सुशीला नायरांसारख्या व्यक्तीमुळे महात्मा गांधी आणि कस्तुरबा गांधी यांच्या अखेरच्या कालखंडावर चांगला प्रकाश पडतो.

गांधीजींच्या सोबत बासष्ट वर्षे संसार करणाऱ्या कस्तुरबांचाही अंतकाळ खूप करुण आहे. त्यांचे दु:खद निधन पुण्याच्या आगाखान पॅलेसमध्ये कारावासात झाले, तेव्हा दुष्ट ब्रिटिश सरकारने त्यांच्या अंत्यसंस्कारावेळी जास्तीत जास्त शंभर लोकांना हजर राहायची परवानगी दिली होती. कस्तुरबांच्या कृश देहाला बापूजींनीच स्नान करविले. स्वत: चरख्यावर कातलेली लाल काठाची साडी त्यांनी त्यांना नेसवल्याचे सुशीला नायर यांनी आपल्या डायरीत लिहिले आहे.

एखाद्या कोणा हरिलालला गांधीजींनी 'बाप' या नात्याने न्याय दिला नाही, असा गळा काढणारे आजकाल अनेक जण भेटतात. मात्र, त्यांनी हे विसरू नये की, न्यायमूर्ती खोसलांच्या अहवालानुसार भारत आणि पाकिस्तानदरम्यान झालेल्या भीषण दंगलीमध्ये सुमारे पाच लाख निरपराध जिवांना आपले प्राण गमवावे लागले होते. हिरोशिमा आणि नागासाकीमध्येसुद्धा मिळून दोन लाख लोक मृत्यू पावले होते. लाल किल्ल्यावरील १५ ऑगस्टच्या सोहळ्याला नवी कोरी वस्त्रप्रावरणे परिधान करून अनेक जण हजर होते. त्या खाशा समारंभात अनेकांची काव्यमय भाषणेही झाली; परंतु त्या क्षणी मोहनदास करमचंद गांधी नावाचा माणूस त्या उत्सवी समारंभाच्या आजूबाजूलाही फिरकला नाही. त्याच दरम्यान बंगालच्या नौखालीसारख्या भागात हिंदू-मुस्लिमांमध्ये दंगली उसळल्या होत्या, गांधीजी स्वत:चा जीव धोक्यात घालून आगीच्या वणव्यातून तेथे फिरत होते. जर गांधीजींनी जागोजाग दंगलग्रस्त भागांना भेटी देऊन लोकांची मने वळवली नसती,

तर किमान पंचवीस लाख निरपराध जिवांना आपल्या प्राणांना मुकावे लागले असते.

काळच जणू थोरांच्या मृत्युपर्वाचे अनेकदा संकेत देत असतो. त्या दृष्टीने गांधीजींच्या जीवनातील दिनांक २९ आणि ३० जानेवारी, हे दोन दिवस खूप महत्त्वाचे ठरतात. दिल्लीच्या तीन मूर्तीच्या लायब्ररीमधील पत्रव्यवहार, रोजनिश्या, ध्वनिमुद्रित संभाषणांचा धांडोळा घेतला की, अनेक गोष्टी बाहेर येतात. दिनांक २९ जानेवारीच्या दुपारी 'बिर्ला हाउस'च्या हिरवळीवर गांधीजी उघड्याबंब अंगाने एका साध्या पंचानिशी उन्हाचा लाभ घेत होते. त्यांच्या डोक्यावर आसामी वळणाची टोपी होती. तेव्हा बापूंच्या भेटीसाठी इंदिरा गांधी, त्यांच्या कडेवर असलेला राजीव आणि नेहरूंची भाची व प्रसिद्ध लेखिका नयनतारा सेहगल तिथे पोहोचल्या. चाचा नेहरूंची कन्या आली, या कौतुकापोटी तेथे काम करणाऱ्या माळ्याने मोगऱ्याची ओंजळभर टपोरी फुले इंदिराजींना भेट दिली. गांधीजी आणि इंदिरा गांधींमध्ये संभाषण चालू असतानाच लहानग्या राजीवने मोगऱ्याचे एक-एक फूल बापूजींच्या पायांच्या लांब बोटांमध्ये खोवून टाकले. थोड्या उशिराच गांधीजींच्या लक्षात ही गोष्ट आली. त्यांनी राजीवला जवळ घेऊन चपापल्या सुरात सांगितले, "बेटा, पायाच्या बोटांत अशा तऱ्हेने फुले फक्त मृत व्यक्तीसाठी खोवायची असतात; जिवंत मनुष्यासाठी नव्हे!" अन् दुर्दैवाने अवघ्या पंचवीस-तीस तासांमध्येच त्याच ठिकाणी गांधीजींची दुर्दैवी हत्या घडून यावी, या गोष्टीला काय म्हणावे!

महात्मा गांधी

दिनांक ३० जानेवारी, १९४८च्या दिवसाचे कोलारकर उत्तम वर्णन करतात. पहाटे पावणे-चार वाजताच गांधीजींनी प्रार्थना आटोपली. त्यांना त्या दिवशी खोकल्याचा खूप त्रास होत होता. त्यामुळे मनू लवंगांची पूड तयार करत म्हणाली, "बापू, संध्याकाळच्या प्रार्थनेपूर्वी देईन मी तुम्हाला." त्यावर बापूजी नकळत उद्‌गारले, "संध्याकाळच्या प्रार्थनेपर्यंत मी जिवंत राहीन किंवा नाही, हेच मला सांगता येणार नाही." मृत्यूच्या उंबरठ्यावर पोहोचल्यावरसुद्धा महापुरुष हे विद्यार्थीच राहतात. नित्य काही ना काही शिकतात, हे गांधीजींनी त्या अखेरच्या दिवशीही सिद्ध करून दाखवले. त्या पहाटे ते बंगाली भाषा शिकण्यासाठी आपले नित्याचे पाठ काही वेळ गिरवत राहिले होते. एकीकडे मोठमोठ्या जबाबदारीचे आणि दुसरीकडे एका दुभंगलेल्या खंडप्राय देशाचे ओझे गांधीजींच्या पाठीवर होते. त्यामुळेच ते अनेकांच्या शापाचेही धनी बनले होते. आदल्या दिवशी त्यांना शिखांचे नेते मास्टर तारसिंग यांनी राजकारण सोडून हिमालयात निघून जाण्याचा सल्ला दिला होता. एवढेच नव्हे, तर एका निर्वासितानेही आदल्या दिवशी त्यांच्यावर हल्ल्याचा प्रयत्न केला होता.

गुप्तचर खात्याने गांधीजींवर हल्ला होण्याची शक्यता असल्याचा अहवाल काही महिने आधी दिला होता. त्यामुळे 'बिर्ला हाउस'च्या परिसरात साध्या वेषातील पोलीस ठेवण्यास गांधीजींनी मोठ्या मुश्किलीने परवानगी दिली होती. मात्र प्रार्थना सभेसाठी आपल्याकडे येणाऱ्या लोकांची झडती घेण्यास त्यांनी पोलिसांना मज्जाव केला होता. त्यामुळेच नथुराम गोडसे नावाचा माथेफिरू इसम पिस्तूल घेऊन सहजगत्या तेथे पोहोचू शकला. अमृतसरच्या सुवर्ण मंदिरामध्ये लपलेल्या दहशतवाद्यांवर इंदिरा गांधींनी कठोर कारवाई केली. त्यानंतर पंतप्रधान श्रीमती गांधी यांनी आपल्या संरक्षणासाठी नेमलेल्या फौजफाट्यामध्ये शीख पोलीस व अधिकारी यांना टाळावे, असाही गुप्त अहवाल गुप्तचरांनी सादर केला होता. तो श्रीमती गांधींनी जुमानला नाही. महात्मा गांधी असोत वा इंदिरा गांधी असोत; दोघांनीही आपल्या सुरक्षेकडे दुर्लक्ष करून एक प्रकारे स्वतःहूनच मृत्यूला निमंत्रण दिले होते. नव्हे, स्वतःच्या प्राणांची, सुरक्षेची पर्वा न करता सर्वच जाती-धर्मांवर अन् मनुष्याच्या मांगल्यावर दोघांनीही अवाजवी श्रद्धा ठेवली होती.

जेव्हा कर्तृत्ववान पुरुषांचा वा ज्येष्ठांचा अंतकाळ जवळ येतो, तेव्हा फायद्या-तोट्याची गणिते गृहीत धरूनच अनेक गोष्टी लपवल्या जातात. कैकांच्या दुर्धर आजाराची बिंगे चोरून ठेवली जातात. एवढेच नव्हे, तर मृत्यूनंतरही मेल्या मुडद्याशी हे दुष्ट व्यवहारी जग खेळ खेळायला मागे-पुढे पाहत नाही. कागदोपत्री सह्या-अंगठे उठवण्यासाठी कृत्रिम श्वासोच्छ्वासाचा (व्हेंटिलेटर)

बॅरिस्टर मोहमद अली जीना

पुरवठाही केला जातो.

श्रेष्ठ पुरुषांच्या महत्त्वाकांक्षेचा चावा हा काळसर्पापेक्षाही जहरी असतो. दादाभाई नवरोजी यांचे खासगी सचिव म्हणून काम केलेले आणि उभ्या देशाने अनेक वर्षे 'हिंदू-मुस्लीम ऐक्याचे दूत' या बिरुदावलीने गौरवलेले बॅरिस्टर जीना यांना महत्त्वाकांक्षेची इंगळी चावली. त्यामुळेच केवळ व्यक्तिगत स्वार्थापोटी हिंदूंचे वर्चस्व असलेल्या हिंदुस्थानात आणि गांधीजींचे श्रेष्ठत्व असलेल्या काँग्रेसमध्ये न राहण्याचे त्यांनी ठरविले. महत्त्वाकांक्षेच्या लालसेपायीच त्यांनी हिंदुस्तानसारखा देश तोडून इतिहासाचा प्रवाह बदलला आणि ते स्वतंत्र पाकिस्तानचे पहिले राष्ट्राध्यक्ष बनले. त्यांचा क्षयाचा रोग जुना होता. मात्र त्यांना फुप्फुसाचा कॅन्सर झाल्याचे तेरा महिने आधी त्यांच्या निकटतम मंडळींच्या निदर्शनास आले होते. या कॅन्सरची गुप्त वार्ता आधीच ठाऊक असती, तर कदाचित देशाची फाळणी टळली असती, असे काही भाबड्या मंडळींना वाटते. मात्र बॅरिस्टर जीना आणि त्यांच्या धर्मांध पाठीराख्यांनी केलेली द्वेषाची पेरणी इतकी जहरी आणि पराकोटीची होती की, एखाद्या दरडीवरून खाली कोसळणारी बलाढ्य शिळा जशी थांबत नाही; तशी देशाची फाळणी अटळ होती, हेच खरे.

आपले पहिले पंतप्रधान पंडित जवाहरलाल नेहरू वयाच्या सत्तावन्नाव्या वर्षी पंतप्रधान बनले. त्यांना सतरा वर्षांची प्रदीर्घ कारकिर्द लाभली. अलिप्त राष्ट्रसंघटनेची स्थापना करून ते 'शांतिदूत' ठरले. ते एक सच्चे, सालस, सुहृदयी आणि विद्वान अभ्यासू नेते होते. 'लोकशाहीदिन' नावाचे फॅड खूप नंतर आले. मात्र, चाचा नेहरू रोज सकाळी आठ ते नऊ या वेळात जनतेच्या तक्रारी स्वत:

पंडित जवाहरलाल नेहरू

ऐकत. देशाच्या कानाकोपऱ्यांतला कोणीही मनुष्य त्यांना भेटू शकत असे. आपणास आलेल्या प्रत्येक पत्राचे उत्तर गेलेच पाहिजे, असा त्यांचा कटाक्ष असे. त्यामुळे अनेकदा पत्रांवर सह्या करण्यासाठी ते पहाटेपर्यंत जागत. स्वर्गीय यशवंतराव चव्हाणसुद्धा आलेल्या सर्व पत्रांना न चुकता उत्तरे देत असत.

पंडितजी १९६०मध्ये भुवनेश्वरच्या दौऱ्यावर असताना त्यांना 'अर्धांग-वायूचा झटका' आला. त्यामुळे त्यांना विमानाने दिल्लीला आणण्यात आले. ज्या दिवशी इंदिरा गांधींची हत्या झाली, त्याच्या आदल्या दिवशी त्या नेमक्या भुवनेश्वरच्याच दौऱ्यावर होत्या. त्यामुळे नेहरू घराण्याचे भुवनेश्वरशी काय विचित्र नाते आहे, याचा बोध होत नाही. स्वातंत्र्यानंतर पंडित नेहरूंनी चीन या शेजारी राष्ट्रावर खूप प्रेम केले. एक सच्चा सांस्कृतिक शेजारी समजून चीनला युनोमध्ये स्थान मिळावे म्हणून स्वतःचे वजन खर्चिले. मात्र त्याच चीनने १९६४मध्ये भारतावर आक्रमण केल्याने त्यांना अतीव दुःख झाले. नेहरूंच्या जाण्यामुळे, नेहरू-युगाच्या अस्तामुळे अनेकांना धक्का बसला. पंडितजींच्या निधनानंतर तो धक्का सहन न झाल्याने काही तासांतच प्रसिद्ध चित्रपट दिग्दर्शक मेहबूबखानसुद्धा पैगंबरवासी झाले.

महापुरुषांचे आयुष्यही अनेक श्रद्धा-अंधश्रद्धा आणि अतर्क्य घटनांनी भरलेले असते. श्रीमती इंदिरा गांधी यांच्या अंतकाळाबद्दल भरभरून लिहिताना अभ्यासक पुपुल जयकर यांच्या पुस्तकाचा आधार घेतात. सुमारे सोळा वर्षांपूर्वी चंद्रशेखर प्रभू यांच्यासमवेत मी पुपुल जयकर यांच्या मलबार हिलवरील बंगल्यामध्ये अनेकदा गेलेलो आहे. त्या वेळी इंदिराजींच्या अंतिम पर्वाबद्दल

त्यांच्या तोंडून खूप गोष्टी ऐकायचा योगही जुळून आला होता. खरे तर २३ जून, १९८०च्या दिवशी संजय गांधी यांच्याबरोबर माधवराव शिंदेही विमानोड्डाण करण्यासाठी सफदरजंग विमानतळावर हजर होते. संजय त्यांना आपल्या सोबत नेणार होते; परंतु शेवटच्या क्षणी त्यांनी अन्य सहकाऱ्याला सोबत घेतले अन् पुढे काही वर्षांनी माधवरावांचाही मृत्यू हवाई अपघातातच व्हावा, या गोष्टीला काय म्हणावे!

संजय गांधी यांच्या अपघाती मृत्यूनंतर इंदिरा गांधी मनाने खूप हळव्या झाल्या होत्या. मानसिक दृष्ट्या खचल्या होत्या. जयकरांच्या भाषेत अंधश्रद्धेच्या पूर्ण आहारी गेल्या होत्या. संजय यांच्या निधनापूर्वी काही भविष्यकारांनी इंदिराजींना पत्रे पाठवली होती. त्यामध्ये संजय यांच्या निधनाची अचूक तारीख दर्शवली होती. अशा पत्रांकडे आपण दुर्लक्ष केल्याचा श्रीमती गांधी शोक व्यक्त करत. त्यांच्याकरवी पुढे अनेक वर्षे झाशीजवळच्या एका काली मंदिरात लक्षचंडीचा पाठ अखंडपणे चालू होता, असे म्हणतात. अनेक श्रद्धा आणि अंधश्रद्धांनी राजकारण आणि राजव्यवहार भरून गेलेला असतो. महाराष्ट्रात काही गावांत कार्यक्रमाला सहसा अधिकारपदावरील व्यक्ती जात नाहीत. महाराष्ट्रातील अनेक गावांतून असे अनेक आबा आणि अण्णा आहेत, ज्यांच्याकडून आपल्या आवडत्या मंत्र्याच्या गळ्यात हार पडला की, काही महिन्यांतच तो अधिकार पदावरून जातो, अशा समजुती असतात. त्यामुळे त्यांच्याकडून गळ्यात हार पडू नये, यासाठी त्या अण्णाला वा आबाला गर्दीत मागे लोटून द्यायची काळजी अनुयायी घेतात.

चीनकडून भारताच्या झालेल्या पराभवाचे शल्य जसे नेहरूंना होते, तसेच भारतीय लष्कराच्या चीनकडून जागोजाग झालेल्या पराभवाचे मोठे दुःख स्वा. सावरकरांनाही झाले होते. त्यामुळे ते असहाय अवस्थेत रडल्याची नोंदही कोलारकर करतात. सन १९५७ मध्ये '१८५७च्या स्वातंत्र्यसमरा'ला १०० वर्षे पार पडली होती. त्या निमित्ताने भारतीय क्रांतिकारकांच्या सन्मानाप्रीत्यर्थ दिल्लीच्या रामलीला मैदानावर एक मोठा सोहळा आयोजित

श्रीमती इंदिरा गांधी

डॉ. बाबासाहेब आंबेडकर

केला गेला होता. *त्या ठिकाणी बॅरिस्टर सावरकर यांच्यासमवेत व्यासपीठावर येऊन बसायला नेहरूंनी नकार दिला. मात्र, दिव्य दृष्टीच्या आणि कवी हृदयाच्या तात्यासाहेब सावरकरांनी एक अपूर्व नियोजन केले. त्यांनी व्यासपीठावर अध्यक्ष म्हणून नेताजी सुभाषचंद्र बोस यांचे एक भव्य तैलचित्र ठेवून दिले. विज्ञानशील दृष्टी असलेल्या सावरकरांनी आपल्या धर्मपत्नीच्या मृत्यूनंतरही कोणतेही धार्मिक विधी केले नाहीत वा श्राद्धही घातले नाही, ही वस्तुस्थिती आहे.*

डॉ. आंबेडकरांनी अस्पृश्योद्धारासाठी जीवनभर दिलेला लढा... माईसाहेबांचे त्यांच्या जीवनातले आगमन... नागपूरचा तो ऐतिहासिक दीक्षा समारंभ... आणि शेवटच्या १०-१२ वर्षांतला त्यांचा तो आजार... त्यामुळे आंबेडकरांचे अखेरचे पर्व कष्टप्रद, करुण असले तरी कमालीचे क्रियाशील होते.

कराल काळाचे नाट्य अनेकदा विस्मयजनक असेच असते. मनुष्याचा अटळ मृत्यू अनेकदा आपल्या अशुभ पावलांचे पूर्वसंकेत त्याच्या स्वप्नावस्थेत देऊन जात असतो. या निमित्ताने मला शेक्सपिअरच्या 'ज्युलिअस सीझर' या नाट्यकृतीची आठवण होते. ज्या दिवशी रोमच्या भर दरबारात त्याच्या सहकाऱ्यांकडून त्याची निर्घृण हत्या झाली, त्याच्या आदल्या रात्री सीझरच्या पत्नीच्या स्वप्नात त्याचा तांबड्या रक्ताने माखून गेलेला पुतळा आला होता. त्यामुळे त्याने त्या दिवशी दरबारात येऊ नये, असा हट्ट तिने धरला होता. गुलामगिरीच्या पद्धतीविरुद्ध कठोर पावले उचलणारा आणि अमेरिकेच्या विविध राज्यांचे एकत्रीकरण घडवून आणणारा महान वक्ता आणि अमेरिकेचा अध्यक्ष

अब्राहम लिंकन याच्या बाबतीत असेच काहीसे घडले होते. इथे नाटकातल्या सीझरच्या पत्नीसारखे अन्य कोणाला स्वप्न पडले नव्हते, तर खुद्द अध्यक्ष लिंकननेच काही दिवस आधी ते भीषण स्वप्न पाहिले होते. अमेरिकेच्या व्हाइट हाउसमध्ये पसरलेली ती स्मशानवत शांतता... प्रत्येक कानाकोपऱ्यांतून दाटून येणारा हुंदक्यांचा ध्वनी... स्वत: स्वप्नावस्थेत चाललेला लिंकन... तो तिथे उभ्या असलेल्या रक्षकाला विचारतो, ''मुडदा कोणाचा?'' रक्षक सांगतो, ''अध्यक्षांचा!'' पुढे अनेक दिवस त्या स्वप्नानेच लिंकनला अस्वस्थ आणि चिंतातूर करून सोडले होते. अन् दुर्दैवाने १४ एप्रिल, १८६५ या दिवशी एका नाट्यगृहात कुटुंबीयांसमवेत नाटक पाहत बसलेल्या लिंकनची दुर्दैवी हत्या घडून आली. या कटामध्ये एका प्रसिद्ध नटाचा प्रत्यक्ष हात होता.

'महानायक' कादंबरीच्या लेखनावेळी मला एक संदर्भ मिळाला. मुंबईमध्ये १९३२च्या दरम्यान स्वर्गीय नाथालाल पारेख यांच्या घरी सुभाषचंद्र बोस मुक्कामाला होते. तेव्हा त्यांना उंच आभाळात झेपावलेले एक विमान, नक्षत्रांच्या मंडपाला लागलेली भीषण आग अन् आगीच्या कल्लोळात सापडलेलो आपण स्वत: – असे एक विचित्र स्वप्न पडले होते. जणू लिंकन आणि नेताजींसारख्या महापुरुषांना काळाने त्यांच्यावर झडप घालण्यापूर्वीच त्याच्या रंगीत तालमी त्यांना आधी करून दाखवल्या होत्या.

कधी-कधी एखाद्या मनुष्याच्या हातून क्षुल्लकशी चूक घडते आणि अंती ती त्याला मृत्यूच्या खिंडीकडे ओढून न्यायला कारणीभूत ठरते. भारताशी एक हजार वर्षे युद्ध करण्याची वल्गना करणारे अन् भारतद्वेषाच्या व अमोघ वक्तृत्वाच्या बळावर पाकिस्तानच्या अध्यक्षपदी पोहोचलेले झुल्फिकार अली भुट्टो! पाकिस्तानी जनतेने आयुबखानला बाजूला करून भुट्टोंना अध्यक्ष बनविले. त्या भुट्टोंनी लेफ्टनंट झिया-उल-हक नावाच्या एका ठेंगू, प्रभावहीन व सामान्य वकुबाच्या मनुष्याला पाकिस्तानचे सेनापती बनवले. झिया-उल-हक हा भुट्टोंचा केवळ प्रशंसक, केवळ मुंडी हलवणारा होयबा. एकूणच सोईचा निरुपद्रवी लष्करी अधिकारी म्हणून त्याला भुट्टोंनी जवळ केले होते. मात्र भुट्टो कधी-कधी त्याची 'माकड' म्हणून टर

अमेरिकेचे
अध्यक्ष अब्राहम लिंकन

पाकिस्तानचे अध्यक्ष झुल्फिकार अली भुट्टो

उडवायचे. पाहुण्यांसोबत खाना घेताना, 'अरे, माझा माकड सेनापती कुठे आहे? बोलवा रे त्याला –' असे अपमानकारक उद्‌गार काढायचे. पुढे अशा व्यक्तिगत अपमानामुळे झियासारखा एक सामान्य माणूस आतून पेटून उठला अन् त्याने आपल्या निर्माणकर्त्या भुट्टोंनाच कैदेत टाकले. त्यांच्यावर सगळे गुन्हे दाखल करून जगापुढे न्यायव्यवस्थेचा देखावा मांडून ४ एप्रिल, १९७९ला त्याने झुल्फिकार अली भुट्टोंसारख्या बुद्धिमान आणि ताकदवान नेत्याला फासावर लटकवले.

हुकूमशहा आणि खलपुरुषांच्या बाबतीत तर मृत्यूचा चेहरा अधिक काळवंडलेला असतो. मोठा मनुष्यसंहार घडवून आणणाऱ्या हिटलरचा मृत्यू एप्रिल, १९४५मध्ये एका बंकरमध्ये झाला. हिटलरची प्रेयसी इव्हा ब्राऊन हिची हिटलरची पत्नी म्हणून मरण्याची इच्छा होती. त्यामुळे त्या दोघांनी मृत्यूच्या दारातच आपले शुभमंगल पार पाडले. हुकूमशहांच्या व सैतानांच्या काळजाच्या कोपऱ्यातसुद्धा हिरव्या जागा असतात, हेच खरे. या निमित्ताने मला औरंगजेबाची आठवण होते. तो अगदी सतरा-अठरा वर्षांचा होता, तेव्हा बुऱ्हाणपूर येथे एका सुंदर तरुणीच्या प्रेमात आकंठ बुडाला होता. दुर्दैवाने कसल्याशा आजाराने तिचे खूप लवकर निधन झाले. या दुःखद प्रसंगामुळे तर त्याच्या निर्दयीपणामध्ये वाढ झाली नसावी ना?

औरंगजेब खुलताबादजवळ वयाच्या नव्वदाव्या वर्षी अतिशय निराश अवस्थेत मृत्यू पावला. अवघ्या पाच-सहा महिन्यांच्या कालावधीत महाराष्ट्राचे धिरडे भाजून काढू, अशा महत्त्वाकांक्षेने तो इकडे चालून आला होता. मात्र, त्याच्या विरोधात सतत आठ वर्षांहून अधिक काळ संभाजीराजांनी १०४ लढाया खेळून त्याच्या नाकात दम आणला. पुढे सोळा-सतरा वर्षं ताराबाई आणि येसूबाई या शिवाजीराजांच्या मर्द सुनांनी त्याच्याविरुद्ध जंग छेडले. हा औरंगजेब स्वतः पाहिलेली एखादी व्यक्ती आणि ऐकलेला शब्द कधीही विसरत नसे. त्याच्या अखेरच्या दिवसांचा लेखाजोखा मांडताना त्याचे मृत्युपत्रच मला महत्त्वाचे

वाटते. स्वत: टोप्या शिवून प्राप्त झालेल्या चार रुपये, दोन आण्यांमधून आपल्या कफनावरचा खर्च पार पाडावा, असे तो लिहितो. त्याच वेळी 'सन्मार्ग सोडून इतरत्र भटकणाऱ्या माझ्यासारख्या (पापी) मनुष्याला बोडक्या डोक्याने दफन करावे', असे तो लिहितो. कारण 'पापी मनुष्याला बोडक्या डोक्याने अल्लासमोर नेल्यास अल्ला त्याला क्षमा करतो', अशी आपण पापी असल्याची स्पष्ट कबुली औरंगजेबाने आपल्या मृत्युपत्रात दिली आहे. आपल्या सेवकांकडून काही गुन्हे घडले असल्यास त्यांना उदार अंत:करणाने क्षमा करावी, असे तो लिहितो. याचाच दुसरा अर्थ असा की, जेव्हा मनुष्याला मृत्यूचा भयप्रद चेहरा दिसतो, तेव्हा औरंजेबासारख्या सैतानांनाही चळाचळा कापरे भरते. ज्या पद्धतीने त्याने दारासारख्या आपल्या अनेक भावांना सत्तेसाठी निष्ठुरपणे मारले, त्यांच्याच करुण किंकाळ्या त्याला ऐकू येत असाव्यात. त्यामुळे 'रेड्याने वेद बोलावा', तशी दुसऱ्यांना क्षमा करण्याची तो भाषा करतो.

आपल्या मृत्युपत्रात राजाने नेहमी जागरूक असावे. राजाकडून झालेली एखादी चूक वा बेसावधपणा त्याने वर्षानुवर्षे केलेल्या कार्याचा नाश घडवून आणतो, असे तो लिहितो. केवळ आपल्या निष्काळजीपणामुळे शिवाजी आपल्या कैदेतून निसटला अन् पुढे आपली उभी जिंदगी मराठ्यांशी लढण्यात हकनाक वाया गेली, अशी रुखरुखही औरंगजेबाने आपल्या मृत्युपत्रात न चुकता नोंदवली आहे.

नोकरीच्या निमित्ताने मला अलीकडे एका सैतानाचा चेहरा जवळून पाहायला मिळाला. अतिरेक्यांनी २६/११च्या वेळी मुंबईवर जो दुर्दैवी हल्ला केला, त्यामध्ये सांताक्रूझजवळ एका टॅक्सीत बॉम्बस्फोट घडवून आणण्यात आले. त्यासाठी जिल्हाधिकारी या नात्याने पाकिस्तानी एजंटाविरोधात मी खटला भरावयास परवानगी दिली होती. त्या निमित्ताने साक्षीदार म्हणून काही महिन्यांपूर्वी मला स्पेशल कोर्टाचे समन्स आले. त्यामुळेच मी ऑर्थररोड तुरुंगातील कोर्टात साक्षीदार म्हणून दाखल झालो होतो. तेव्हा समोर लाकडी पिंजऱ्यात

औरंगजेब

अडॉल्फ हिटलर

अजमल कसाब हा विशी-बाविशीतला पोरगा पाय पसरून कठड्याला टेकून बसला होता. त्याचा चेहरा सात्त्विक अन् चेहऱ्यावरील भाव खूप निर्मळ वाटत होते. एखाद्या चाळीच्या बाल्कनीत एखाद्याचा भाचा बारीला टेकून बसावा; तसा तो सहज बसला होता, तेव्हा सरकारी वकील उज्ज्वल निकम त्याला गमतीने म्हणाले, ''अरे अजमल, ये हमारे पाटीलजी बहुत अच्छे उपन्यास लिखते है। चाहे तो तेरे जीवन पर भी वे अच्छा उपन्यास लिखेंगे।'' तेव्हा अजमल तोंड पसरून निर्मळ हसला.

करकरे, ओंबळे, शिंदे, कामटे, साळसकर अशा मुंबई पोलिसांतील बहाद्दर मोहऱ्यांचे २६/११ला दुर्दैवाने शिरकाण झाले. पैकी विजय साळसकर माझा जवळचा मित्र. २६/११च्या दोनच दिवस आधी दुपारी माझ्याकडे येऊन पिठलं-भाकरी खाऊन गेला होता. त्याला बांद्र्याच्या अमेय हॉटेलातले पिठलं-भाकरी खूप आवडायची. त्या निमित्ताने महिन्यातून दोन-तीन वेळा तरी तो न चुकता दुपारी माझ्या 'ॲन्टिचेंबर'मध्ये यायचा. गप्पा रंगायच्या. विजय अनेकदा सांगायचा, ''समाजासाठी, लोकांच्या भल्यासाठी अनेक गुंडांशी सामना केला. गोळीबारांच्या फैरी खेळलो. कोणी सांगावे, एक दिवस गोळागोळीचा रंग खेळतानाच आयुष्याची यात्रा संपून जायची!'' आज दुःख याचेच वाटते. त्या दिवशी विजयकडे त्याची लाडकी एके-४७ असती, तर मरणापूर्वी हा मर्दमराठा पाच-पन्नासांच्या मुडद्यांचा सडा प्रथम पाडून मगच देवाघरी निघून गेला असता. पण काय करावे? आमच्या इतिहासाचा शिरस्ताच (उसूल) असा आहे की, मराठ्यांनी कधी धोरण ठरविण्यात सहभागी व्हायचे नसते! मरणाच्या दारात मात्र न चुकता आघाडीवर राहून लढून मरायचे असते! विजयचा तो गोबरा चेहरा, दाट काळ्या मिशा, बोलके-टपोरे डोळे माझ्या डोळ्यांपुढून हलता हलत नाहीत.

जीवनाचे कसले हे विचित्र नाट्य! मृत्यूच्या सावलीत गेल्यावर औरंगजेबासारखा क्रूरकर्मा एकीकडे पश्चात्तापाने पोळून जातो; लोकांनी क्षमाशील राहावे, असे धडे देतो अन् इकडे अजमल कसाबचा तो बाळसेदार, फसवा,

पोरकट चेहरा – ज्याला शेकडो निरपराध नागरिकांच्या हत्येचा जराही विधिनिषेश नाही; उलट, तो आमच्या न्यायव्यवस्थेसह सर्वांवर थुंकतो आहे. या कसाबचे नव्हे, तर त्याला घडविणाऱ्या पाकिस्तानातल्या त्या सैतानांच्या शाळेचे कौतुक (?) करावेसे वाटते!

एप्रिल, १६८०मध्ये रायगडावर शिवाजी-महाराजांचे झालेले महानिर्वाण हा एका अभूतपूर्व कर्तृत्वशाली युगाचा अस्त होता. राजांनी आग्र्याहून स्वत:ची करून घेतलेली सुटका, त्या काळात निबिड अरण्यातून प्रथम काशीकडे आणि नंतर हैदराबादकडे दक्षिणेत शत्रूला चुकवत आपल्या राजधानीकडे घेतलेला वळसा, या मोहिमेत त्यांनी वेचलेले कष्ट, उपासमार याचा खोलवर परिणाम त्यांच्या प्रकृतीवर झाला होता. बालपणापासून सातत्याने कैक वर्षे त्यांनी घोडाफेक केली होती. मृत्यूपूर्वी काही वर्षं मात्र ते नेहमी पालखीतून प्रवास करायचे. रायगडावर सात दिवसांच्या ज्वराचे निमित्त होऊन त्यांचे दु:खद निधन झाले. मात्र, त्याआधी काही वर्षे ते अनेकदा आजारी पडायचे. दोन वर्षं आधी तर साताऱ्याला सलग दोन-तीन महिने ते अंथरुणावर पडून होते.

आपल्या महानिर्वाणापूर्वी संभाजी-राजांबाबत शिवाजीराजे पूर्ण समाधानी असल्याचे आज इतिहासात अनेक घसघशीत पुरावे आढळतात. मृत्यूपूर्वी तीन महिने आधी त्यांनी संभाजीराजांना फ्रेंचांशी वाटाघाटी करण्याचा अधिकार दिला होता. प्रभावळीचा म्हणजेच पन्हाळा, विशाळगडसह कोकणपट्टीच्या मोठ्या विभागाचे पूर्ण अधिकार त्यांनी आपल्या युवराजांच्या ताब्यात दिले होते. मात्र, संभाजीराजांच्या सावत्र मातोश्री सोयराबाई आणि मुख्यत: अण्णाजी दत्तोसारख्या हलकट, पाताळयंत्री कारभाऱ्यांनी रायगडावर संभाजीविरुद्ध कुभांडे रचली. परिणामी, पन्हाळ्याच्या मुक्कामी असलेल्या शंभूला त्यांच्या भावाच्या राजारामाच्या लग्नासाठी बोलावणे पाठवले गेले नाही. जेव्हा हनुमान जयंतीच्या दिवशी थोरल्या राजांचे निधन झाले, त्या निधनाची बातमीही रायगडावर कैक दिवस गुप्त ठेवण्यात आली. राजांच्या आकस्मिक

मुसोलिनी

निधनावेळी अण्णाजी दत्तो आणि मोरोपंतांसारखे कारभारीही गडावर मौजूद नव्हते.

अंत्यसंस्कारापूर्वी नाशिक परिसरात असणाऱ्या मोरोपंतांना तातडीने बोलावून घेण्यात आले. त्या काळातील नद्या, अरण्यांचा विचार करता नाशिकहून रायगडावर घोड्यावरून पोहोचायला मोरोपंतांना चार ते पाच दिवस सहज लागले असतील. तेच पन्हाळ्यावरून मलकापूर, आंबाघाट मार्गे संभाजीराजे आपल्या पित्याच्या अंत्यदर्शनासाठी दीड दिवसांत सहज पोहोचू शकले असते. आजही मराठा समाजात एखाद्याचा ज्येष्ठ मुलगा ठार वेडा असला, तरी त्याच्याच हस्ते पित्याचे अग्निसंस्कार पार पाडले जातात. मात्र कारस्थानी कारभाऱ्यांनी रायगडावर इवल्या राजारामासोबत शिंगणापूरच्या साबाजी भोसले नावाच्या दूरच्या सोयऱ्याला अग्निसंस्कारासाठी उभे केले होते आणि संभाजीराजांचा जन्मसिद्ध हक्क नाकारला होता.

माझ्या 'संभाजी' कादंबरीमध्ये अनेक गोष्टी मी तपशीलवार नमूद केल्या आहेत. त्यामुळे या मुद्द्याचा विस्तार इथे अधिक न करता मी एवढेच म्हणेन, राष्ट्रबांधणीसाठी साफल्यपूर्ण जीवन कसे जगावे; हे शिवाजीराजांनी शिकविले, तर आपल्या मातृभूमीसाठी मरणाला कोणत्या बहादुरीने मिठी मारावी याची शिकवण संभाजीराजे देतात, हेच या थोर पिता-पुत्रांचे श्रेष्ठ योगदान आहे.

महापुरुषांचा मृत्युकाळ हा जणू तैलबुद्धीचा एक उत्तम शिक्षक असतो. तो समाजजीवनाला जागृतीचे अनेक धडे देतो, तर मृत्यूच्या आगमनाने खलपुरुष भयभीत होतात. या अटळ उंबरठ्यावर त्यांच्यातील दुष्टावा गळून पडतो अन् तेही क्षमाशील राहण्याची शिकवण देतात. लबाड नातेवाइकांसाठी थोरामोठ्यांचा मृत्यम्हणजे त्यांची संपत्ती हडप करण्याची जणू महापर्वणीच. कर्तृत्ववान, ज्ञानी पुरुषाच्या ग्रंथसंपदेकडे त्याच्या पश्चात लक्ष द्यायची उसंत वाळवी सोडून अन्य कोणाकडे नसते. मात्र, त्याने बांधलेल्या प्रासादतुल्य बंगल्यांचा ताबा घेण्यासाठी त्याचे कलेवर घाटावर जाण्यापूर्वीच नातेवाइकांमध्ये उडालेल्या हातघाईच्या लढायाही अनेकदा पाहायला मिळतात. नातेवाइकांचे सोडाच, पण वयोवृद्ध मंडळींच्या फाजील लाडाकोडात वाढलेल्या, संस्कारांच्या वाऱ्यापासून दूर राहिलेल्या बाळांना बऱ्याचदा म्हातारा गचकतो कधी अन् त्याने उभारलेल्या संस्था ताब्यात घेतो कधी अन् उंची गाड्या उडवतो कधी अन् बाया नाचवतो कधी, याची घाई लागून राहिलेली असते. अशा मंडळींच्या अखेरच्या करुणपर्वाची कल्पनाच केलेली बरी.

।४।

नेताजींच्या शोधात ब्रह्मदेशात

'काय, ब्रह्मदेशच्या दौऱ्यावर जाऊ इच्छिता? त्या फंदात बिलकूल पडू नका.'

'का बुवा?'

'तिथे फक्त चोवीस तासांसाठी पासपोर्ट मिळतो. त्यातून जीव धोक्यात घालाल, तर पस्तवाल. तिथे हुकूमशाही आहे. शिवाय अतिरेक्यांच्या अनेक टोळ्या. ब्रह्मदेशात पाऊल टाकणे म्हणजे मृत्यूच्या जबड्यात वावरणे.'

आजचा 'म्यानमार' तथा ब्रह्मदेश. या नावावर मी तांबडी फुली मारली होती.

ज्या-ज्या देशात नेताजी सुभाषचंद्र गेले, त्या-त्या देशात जाऊन त्यांच्या पाऊलखुणा शोधण्याचा माझा तेव्हा परिपाठ बनला होता. त्यात ब्रह्मदेशला जाणे, दुसऱ्या महायुद्धात तेथे घडलेल्या घटनांचा वेध घेणे, अत्यंत आवश्यक होते. खऱ्या अर्थी, नेताजींच्या इंफाळ मोहिमेची ती कर्मभूमी होती. तरीही नाइलाजास्तव मी ब्रह्मदेशावर काट मारली होती.

दिनांक २३ जानेवारी, १९९७! नेताजींच्या शताब्दीच्या निमित्ताने त्यांचे देशोदेशींचे वृद्ध सहकारी नवी दिल्लीत जमले होते. ऐंशी वर्षे पार केलेले, एके काळच्या 'धिल्लन, सेहगल आणि शाहनवाज' या लाल किल्ल्यातील राजद्रोहाच्या खटल्यात गाजलेले एक हीरो धिल्लनजी शिवपुरीहून मुद्दाम दिल्लीस आले होते. 'जनपथ' हॉटेलात मी त्यांना भेटायला गेलो. वयाची ऐंशी वर्षे पार

करूनही धिल्लन यांची देहयष्टी अजून पोलादाच्या कांबीसारखी आहे. त्यांचा उत्साह डोळ्यांत भरणारा होता. तेथेच आम्हाला मलेशियाहून आलेल्या सत्तरीच्या जानकी दावरही भेटल्या. नेताजींबरोबर ब्रह्मदेश-थायलंडची जंगले तुडवत बँकॉककडील तीन आठवड्यांच्या परतीच्या प्रवासात (रीट्रीट) त्या अग्रभागी होत्या. त्यांची विस्तृत मुलाखतही मला घेता आली.

नेताजी सुभाषचंद्र बोस

नेताजींच्या आठवणी जागवत मंडळी बसलेली. 'आझाद हिंद सेने'च्या जमान्यातले अनेक सुवर्णक्षण त्यांना आठवत होते. तितक्यात तिथे मध्यम वयाचे एक उंचेपुरे सरदारजी तेथे आले. धिल्लनसाहेबांनी त्यांचा परिचय करून दिला. लांब-निमुळता चेहरा, दाट दाढी, ऐटदार पगडी, अंगात अखंड उत्साह आणि बोलके डोळे. त्यांचे नाव – कर्नल एस. एस. सिंग. सिंगसाहेब भारतीय लष्करी सेवेतून नुकतेच निवृत्त झाले होते. 'सीता ट्रॅव्हल्स' या जगप्रसिद्ध यात्रा कंपनीत ते 'सीता ॲडव्हेंचर्स' या विभागाचे 'मॅनजिंग डायरेक्टर' आहेत.

तिथे चाललेल्या चर्चेतून मला एक अतिशय महत्त्वाची गोष्ट समजली. फेब्रुवारी, १९९७मध्ये तीस अमेरिकन निवृत्त लष्करी अधिकारी आसाम आणि ब्रह्मदेशच्या भेटीसाठी येणार होते. दुसऱ्या महायुद्धात ही मंडळी 'बर्मा फ्रंट'वर लढली होती. ते अधिकारी बावन्न वर्षांनंतर आपल्या समरभूमीला भेट देणार होते. 'अ पार्ट ऑफ नॉस्टॅल्जिया' या नात्यानेच ही 'वॉर व्हेटरन्स'मंडळी इकडे येणार होती.

एखाद्या सुवर्ण गुहेची चावी हाती गवसावी, असेच मला वाटले. यातून एक तर माझ्या ब्रह्मदेश प्रवासाचा आणि तेथील सुरक्षित भ्रमणाचा प्रश्न सुटणार होता;

शिवाय या अमेरिकन मंडळींची भेट होणे, हे एक इतिहासप्रेमी आणि कादंबरीकार या नात्याने मला खूप महत्त्वाचे वाटले होते. गत इतिहासाची पाने मनश्चक्षूंसमोर तरळून गेली. नेताजींवरील अभ्यासाच्या दृष्टीने तर ही एक पर्वणीच ठरणार होती. दुसऱ्या महायुद्धात अमेरिका आणि चीनमध्ये खूप साटेलोटे होते. ब्रह्मदेशच्या भूमीत जर जपानी वर्चस्व तसेच चालू राहिले, तर चीनच्या दृष्टीने ते धोक्याचे होते. शिवाय या विभागातून जाणारा 'बर्मा रोड' (ब्रह्मदेश आणि चीनदरम्यानचा) पाश्चात्त्य साम्राज्यवाद्यांना खुला ठेवायचा होता. आपल्या हिंदुस्तानी साम्राज्याला धोका पोहोचू नये म्हणून इंग्लंड आणि चिनी मित्रांच्या हितासाठी अमेरिका हे देश एकत्र आले. त्यामुळेच जपानच्या मदतीने जेव्हा इंफाळची मोहीम आखून ब्रह्मदेशाच्या निबिड अरण्यातून 'चलो दिल्ली'चा युद्धघोष करीत नेताजी सुभाषचंद्र पुढे चालले; तेव्हा त्यांच्या विरोधात इंग्लंडच नव्हे; तर अमेरिकन फौजाही लढल्या, ही वस्तुस्थिती आहे. मार्च-एप्रिल ते जून, १९४४मध्ये अमेरिकेने इंग्लंडला वेळीच मदत केली नसती तर? – तर, नेताजींनी ब्रिटिश साम्राज्याचा सूर्य बंगालच्या उपसागरात जून, १९४४मध्ये नक्कीच बुडवला असता, हे मी सप्रमाण दाखवू शकेन.

ब्रह्मदेशाला निघालेले अमेरिकन बांधव इतिहासाचे सच्चे साक्षीदार होते.

ब्रह्मदेशाकडे निघताना इंफाळ विमानतळावर कर्नल सिंग व लेखक

ते जनरल स्टीलवीलच्या झेंड्याखाली जपान आणि 'आझाद हिंद सेने'च्या विरोधात लढले होते. आजवर नेताजींचा अभ्यास एक रोमहर्षक नायक म्हणूनच झाला आहे. त्या धगधगत्या समरांगणाच्या आणि विशाल भूप्रदेशाच्या पार्श्वभूमीवर त्यांचे विराट चित्र रेखाटायला हवे होते, तसा प्रयत्न झालेला नाही. त्यामुळे ब्रह्मदेश भेटीची संधी लाभण्याची पुसट शक्यता मला दिसली अन् त्यासाठी मी उतावीळ झालो. लाल किल्ल्यातील त्रिमूर्तींपैकी धिल्लन तिथेच हजर होते. त्यांच्यासमोरच मी कर्नल सिंगना गळ घातली.

''कर्नलजी, कृपा करा. मला तुमच्यासोबत ब्रह्मदेशला न्या. माझ्या खर्चाचा भार मी तुम्हावर पडू देणार नाही.''

''इम्पॉसिबल!'' कर्नल सिंग बोलले.

कर्नल धिल्लन यांच्या गेल्या पाच-सहा वर्षांपासून माझा चांगला संपर्क होता. मध्य प्रदेशात त्यांच्या शिवपुरी नॅशनल पार्कजवळील शेतघरात मी काही दिवस राहूनही आलो होतो. 'नेताजी सुभाषचंद्र बोस' या विषयावरील माझा ध्यास, तळमळ आणि कळकळ त्यांच्या परिचयाची होती. त्यांनी मला अधिक बोलू दिले नाही. तेच आपल्या फर्ड्या किंग्ज इंग्रजीमध्ये माझी वकिली करू लागले. दहा मिनिटे त्यांचे बोलणे सिंग यांनी शांतपणे ऐकून घेतले. तरीसुद्धा कर्नल सिंग यांच्यावर त्याचा काही परिणाम झाल्याचे मला दिसले नाही. त्यांनी धिल्लन-साहेबांना स्वच्छ शब्दांत सांगितले, ''मिस्टर पाटील यांना सोबत न्यायला माझी हरकत नाही; परंतु आंतरराष्ट्रीय कायद्यानुसार व संकेतानुसार दुसऱ्या महायुद्धातल्या वॉर व्हेटरन्सना एक दर्जा आहे. आम्हाला अमेरिकेशी संपर्क साधावा लागेल.''

''काहीही करा; पण पाटलांना सोबत न्या.'' आयएनए कमिटीचे कॅप्टन यादव यांनीही आग्रह धरला.

''एखाद्या परकीय नागरिकाला सोबत न्यायला अमेरिकन मंडळी परवानगी देतील, असे वाटत नाही. शिवाय म्यानमारचा व्हिसा मिळविण्यातही अनेक अडचणी आहेत. मीही नेताजीप्रेमी आहे. 'बर्मा फ्रंट'संदर्भातील माझ्या संग्रहातील सर्व साहित्य मी त्यांना द्यायला तयार आहे; परंतु बर्मा भेटीची कृपया गळ घालू नका.'' कर्नल सिंग यांची नकारघंटा थांबत नव्हती.

कर्नल सिंग यांनी माझा हिरमोड केला. निराश मनाने मी मुंबईस परतत होतो. डोक्यात एकच विचार – फक्त 'नेताजी!' या तीन अक्षरांनी इयत्ता पाचवीमध्ये माझ्या हृदयात प्रथम प्रवेश केला. एक-दोन लेख गुरुजींनी वाचायला दिले होते. त्या जोरावर मी 'नेताजी' या विषयावर वर्गामध्ये बावीस मिनिटे बोललो होतो.

पुढे नेताजींचा पोवाडा रचून तो अनेक शाळांतून मी उंच, फर्ड्या आवाजात गात होतो. कोल्हापूरला न्यू कॉलेजात आलो. फर्स्ट इयरला शाहनवाज खान यांचा नेताजींवरील एक सुंदर लेख हाती पडला. त्यात खूप अनोखी माहिती होती. पण माझे इंग्रजी तेव्हा बेताचे होते. आपल्या आवडत्या नेताजींची जीवनगाथा केवळ भाषेच्या अडसरामुळे समजणार नाही, या विचाराने डोळ्यांत अश्रू उभे राहिले! मी प्रा. डी. यू. पवारांच्या साक्षीने प्रतिज्ञाच केली. मराठी अगर इतिहास घेऊन बी.ए., एम.ए. व्हायचे नाही; इंग्रजी वाङ्‌मय हाच विषय घ्यायचा! पुढे तसे घडलेही. दरम्यान, माझ्याकडून नेताजींची भाषणे मराठीत भाषांतरित करून झाली. 'पानिपत', 'झाडाझडती'सारख्या कादंबऱ्या लिहून झाल्या. क्रांतिसिंह नाना पाटलांवरील 'क्रांतिसूर्य' लिहिताना पुन्हा नेताजींनी मन वेधले. गेल्या पंधरा वर्षांमध्ये मी एक काळजी घेतली होती. नेताजींचे वृद्ध सहकारी जेव्हा-जेव्हा भेटतील, तेव्हा त्यांच्याशी प्रदीर्घ चर्चा करायची. त्यांच्या ध्वनिमुद्रित मुलाखती घ्यायचा. आजवर नेताजींच्या मंत्रिमंडळातील किमान निम्म्या सदस्यांच्या मुलाखती घेण्यात मी यशस्वी झालो आहे.

ब्रह्मदेशातील राजकीय परिस्थितीमुळे मला तिथे जायला मिळणार नाही, म्हणूनच तो विषय मी आजपर्यंत बाजूला ठेवला होता. आता तर ब्रह्मदेशची पुण्यभूमी मला साद घालत होती. 'आझाद हिंद सेना' सिंगापूरहून इंफाळकडे २,७७५ मैल आगेकूच करीत गेली होती. त्यातील बहुतांश मार्ग ब्रह्मदेशातून गेला होता. नेताजींच्या – 'अ‍ॅडव्हान्स हेडक्वार्टर'चे ठिकाण 'रंगून', आझाद हिंद सेनेकडे एक साखर कारखाना सुपूर्द केला; ती 'झियावाडी', नेताजींच्या आघाडीवरील लष्कराचा दीर्घकाळ तळ पडला, ते 'मेमिओ' हे पहाडी गाव... 'मौलमीन', 'मैकतिला' आणि 'पेगू'सारखी इतिहासाची जिवंत ठाणी, 'आझाद हिंद सेने'ने जिथे जनरल स्लीमच्या फौजा अडवल्या तो इरावती नदीचा विशाल काठ – आमच्या स्वातंत्र्याच्या इतिहासातील ही जिवंत ठाणी आणि लेणी ब्रह्मदेशातच होती! शिवाय जपानच्या ऋणातून मुक्त होण्यासाठी नेताजी सुभाषचंद्रांनी इंफाळनंतर एका वर्षाने ब्रह्मदेशात दुसरी लढाई छेडली होती, हे इथल्या कोणाला फारसे ठाऊकच नाही! (अपवाद डॉ. य. दि. फडके यांच्या ग्रंथाचा. त्यांनी पोपाच्या लढाईची पुरेशी नोंद घेतली आहे.) तो 'पोपा' पहाड मला पाहायचा होता.

नकाशावरील स्थळे मी मित्रांना दाखवत होतो. माझी अवस्था पाहून त्यांनी धीर दिला. "ते अमेरिकन तुला प्रवासात सहभागी करून घेतील न घेतील, पर्वा नको करूस, शेवटपर्यंत लढ!" मी बॅग भरली. दिनांक ९ मार्च, १९९७ रोजी

मी दिल्लीहून येणाऱ्या विमानाची वाट पाहत; कोलकात्याला 'नेताजी विमानतळा'वर उभा होतो. 'वॉर व्हेटरन्स'ना घेऊन कर्नल सिंग शिडीवरून खाली उतरू लागले. मी समोर उभा असल्याचे त्यांनी पाहिले. ते स्तंभित झाले. ते नेताजींचे चाहते असल्याचा मला खूप फायदा झाला. अमेरिकन मंडळींचा 'पार्क हॉटेला'त दोन दिवस मुक्काम होता. कर्नल सिंग आणि अमेरिकन कर्नल रायडर यांनी दिल्ली-वॉशिंग्टन इथल्या अमेरिकन आणि म्यानमारच्या वकिलातींशी फोन-फॅक्स असा सपाटा लावला. तिसऱ्या दिवशी हॉटेल सोडताना अगदी शेवटच्या क्षणी हिरव्या कंदिलाची प्रसन्न ज्योत उजळल्याचे मला दिसले. खरेच, मी आसाम आणि ब्रह्मदेशच्या दौऱ्यावर अमेरिकन ज्येष्ठांसोबत निघालो होतो!

अमेरिकन पथकातील तिघे जण बर्मा युद्धात पायलट होते. काही जण कम्युनिकेशनमध्ये होते. दुसऱ्या महायुद्धातच अमेरिकन लष्कराने एक भीमपराक्रम केला होता. कोलकात्याहून पूर्वांचलातील पर्वतरांगा पार करीत विजेच्या तारा चीनमधील शांघायपर्यंत नेऊन पोहोचवल्या होत्या, त्या मिलिटरी कोअरर्सचे काही अधिकारी आमच्यासोबत होते. मार्च, १९४४मध्ये जेव्हा जपानी आणि आझाद हिंद वीर आसामात घुसले होते (तेव्हाचा आसाम प्रांत) आणि 'लिडो'च्या पहाडी विभागात माउंटबॅटन अमेरिकन लष्कराकडून लष्करी सलामी स्वीकारत होते; तेव्हा जीप प्रवासात त्यांच्या डोळ्यात बांबूची काडी घुसली होती. ऐन मोक्याच्या क्षणी (जपानी आक्रमणावेळी) काही दिवस ते इस्पितळात माशासारखे तळमळत होते. तेव्हा त्यांची सेवा करणारी उंचीपुरी अमेरिकन नर्स मिसेस केनेडीही आमच्या पथकात होती. ती तेव्हाच्या अनेक गमती सांगत होती. आता ब्रह्मदेश आणि भारताच्या सरहद्दीवरील भीषण खोरी विमानातून दिसू लागली होती. जगातील प्रचंड पाऊस या विभागातच पडतो. पावसात महिनोन्महिने बाहेर पडायला वाघही घाबरतात. चिंदवीन, सालवीन आणि इरावती या तीन महाकाय नद्यांची खोरी ओलांडून जपानी फौजा इंफाळच्या वेशीला येऊन भिडल्या होत्या. या विभागातील जंगले इतकी निबिड, दुर्धर आहेत की, आजही अनेक जण जंगलात नाहीसे होतात.

ही 'बर्मा आघाडी'मुळातच आसाम प्रांत आणि उत्तर बर्मात दूरवर पसरली आहे. एकटे इंफाळचे पठार ३० कि.मी. बाय ६० कि.मी. एवढे विस्तृत आहे. हे पठार दोन ते अडीच-हजार मीटर उंच पर्वतरांगांनी वेढले आहे. आमचे विमान दिब्रुगडच्या दिशेने झेपावले. पुढे चहाचे मळे लागले. एखाद्या सुंदरीच्या दाट केसांतील भांगाप्रमाणेच चहाच्या मळ्यातून पुढे सरकणारा आसामचा लोहमार्ग दिसत होता.

'लिडो' हे आसामचे शेवटचे टोक. येथून पुढे मी 'महानायक'मध्ये लिहिलेला 'वशिंड पर्वत' – 'हंप रूट' लागतो. तिबेट वा अन्य मार्गाने चीनच्या चँग काइ शेकला हवाई मार्गाने मदत करणे, अमेरिकन लष्कराला शक्य नव्हते. कारण हिमालयाच्या अनेक रांगा धुके आणि बर्फाने सहा-सहा महिने आच्छादलेल्या असत. म्हणूनच मे, १९४३मध्ये वॉशिंग्टन परिषदेत 'हंप रूट'चा वापर करायचे ठरले. ज्याचे वर्णन ब्रिटिश इतिहासकार नारकर याने The remaining alternative was an airlift over the dangerous and unmapped 'HUMP' of mountains between India and China. असे केले आहे. त्या वशिंड पहाडाच्या पायथ्याने फिरण्याचे भाग्य मला लाभले.

अर्धशतकापूर्वी आमच्या विरोधात लढलेली ही अमेरिकन मंडळी! ते सर्व जण आज मित्र होते. शत्रूच्या शिबिरात प्रवेश केल्याशिवाय आतल्या बित्तंबातम्या कळत नाहीत, असे म्हणतात. जपानी आणि 'आझाद हिंद सेने'च्या पहिल्या जोरदार हमल्याने ब्रिटिशांची कशी गाळण उडाली होती, याचे रसभरीत वर्णन ही मंडळी मला ऐकवीत होती. या परिसरात आठ दिवस केलेल्या भटकंतीचा मला खूपच फायदा झाला. या पहाडी इलाख्यात दुसऱ्या महायुद्धात मार्गेरिटा, छबुवा, लिडो अशा जंगलीभागांत विमानतळ बांधण्यात आले होते. तेव्हा अक्षरश: शेकडो विमानांचे दळणवळण या भागांतून चालायचे. शेवटी इंफाळ वाचविण्यासाठी आराकानमधून एक डिव्हिजन (वीस हजार सैन्य) हवाई मार्गाने इंफाळच्या समरभूमीत उतरविले गेले होते. इथल्याच धावपट्ट्यांवर ब्रिटिश सेनानी विनगेट याने हजारो खेचरे आणि सैनिक डाकोटा विमानात भरले होते. येथूनच ती विमाने ब्रह्मदेशाच्या मध्य भागात जाऊन पोहोचली होती. उत्तर आसाम आणि उत्तर ब्रह्मदेशातील हे बहुतांश महत्त्वाचे विमानतळ आजही पर्यटकांसाठी खुले नाहीत; पण अमेरिकन पाहुण्यांच्या संगतीने मात्र मला हे सहज शक्य झाले.

आसामातील लोकांचे जीवन खूप कष्टदायक आहे. आजवर हिंदी सिनेमात (विशेषत: शक्ती सामंता वगैरेंच्या) पाठीवर बांबूच्या लांब बुट्ट्या घेऊन चहाच्या मळ्यातून गाणे गात नाचणाऱ्या, फुलपाखरांसारख्या स्वच्छंद बागडणाऱ्या ललना आपण पाहिल्या आहेत. मात्र या कामकरी महिलांचे जीवन प्रत्यक्षात खूपच कष्टप्रद आहे. त्यांचे चेहरे तर ऊन-पावसात कष्ट करून रापून गेले आहेत. इकडचे बहुतांश लोक 'भाशा'त राहतात. 'भाशा' म्हणजे बांबूच्या पातळ कामट्यांपासून तयार केलेल्या झोपड्या. त्या पांढऱ्या मातीने स्वच्छ सारवलेल्या असतात. फुलांचे वेड मात्र सर्वांनाच आहे.

या परिसरातून ब्रह्मपुत्रा नदी वाहते. ती ओलांडून नेताजी सुभाषचंद्र 'चलो

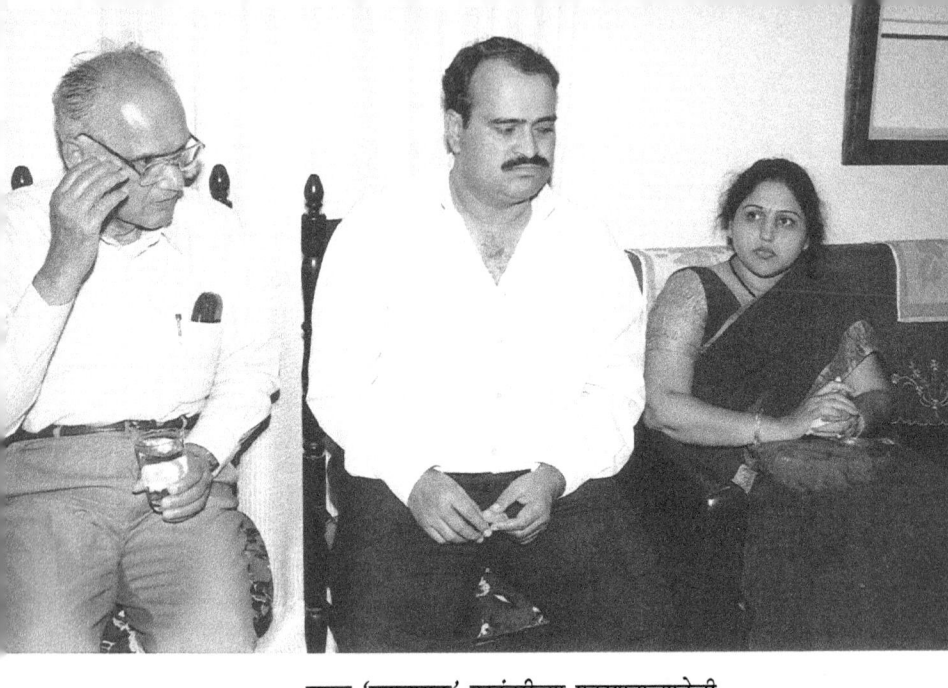

कन्नड 'महानायक' कादंबरीच्या प्रकाशनाच्यावेळी
प्रसिद्ध कादंबरीकार डॉ. एस. एल. भैरप्पा, लेखक व पत्नी चंद्रसेना

दिल्ली'चा नारा देत दिल्लीकडे आगेकूच करणार होते. एके रात्री आम्हाला दिब्रुगडच्या जिल्हाधिकाऱ्यांनी खाना दिला. तेव्हा दत्ता नावाच्या एका वृद्ध स्वातंत्र्यसैनिकाने काही रंगीत पत्रके दाखवली. 'जय हिंद', 'ब्रिटिशांना हिंदुस्थानाबाहेर हाकला', 'नेताजींच्या आझाद हिंद सरकारचे स्वागत करा,' असे ठळक मथळे त्या पत्रकांत होते. त्या काळी दिब्रुगड, छाबुवा ते लेखापानीपर्यंत अनेक जपानी विमाने येऊन गेली होती. त्यांतूनच ही पत्रके फेकली होती. एकदा इंफाळ पडले की, नेताजींच्या सेनेसोबत दिल्लीकडे निघायची तयारी येथील धाडसी तरुणांनी केली होती. अनेक गावांतून त्यासाठी संघटना बांधल्या होत्या. अशा स्वयंसेवकांपैकी एक म्हणजे, कोरियन सिंग. पुढे स्वतंत्र भारतात ते मणिपूरचे मुख्यमंत्रीही झाले.

याच परिसरातून इतिहासप्रसिद्ध 'बर्मा रोड' (ज्याला 'स्टीलवील' रोडही म्हणतात.) जातो. त्या रस्त्याला आम्ही भेट दिली. लिडोच्या धावपट्टीवर अमेरिकन पाहुण्यांचे जंगी स्वागत झाले. मृदंगासारखे; पण त्याहून लांब अशी आडवी वाद्ये, झांजा आणि वाकडी शिंगे यांचा एकच गजर झाला. तरुण आसामी मुली नाचू लागल्या. त्यांचे पाणीदार, लांबट डोळे (आपल्या गावाकडील देवदेवतांच्या चांदीच्या डोळ्यांसारखे.) हर्षभरित दिसू लागले. आपण जसे हारतुरे

देतो, तसा 'घामुसा' नावाचा टॉवेल प्रत्येकाला भेट मिळाला. ही लिडोची धावपट्टी पाहताना अमेरिकन मंडळींना आपल्या तारुण्यातील युद्धाचे दिवस आठवले. एका पायलटाने खरेखुरे सांगून टाकले, ''बावन्न वर्षांपूर्वी मी आमच्या 'उपाशी' अमेरिकन साथीदारांसाठी इथे 'प्लेझंट गर्ल्स' (युद्धकाळात सैनिकांना सुखशय्येसाठी पुरविल्या जाणाऱ्या मुली.) घेऊन उतरलो होतो. त्या पोरी मी रंगूनहून आणल्या होत्या.'' त्याच्या सत्यकथनावर सर्वांनी हसून हुर्यो केले.

टिरप नदीच्या काठी 'बिसागाव' नावाचे एक छोटेसे खेडे आहे, गर्द झाडीत लपलेले. त्या गावाची आमची भेट तर केवळ संस्मरणीय! इवल्याशा नदीकाठी गावचा मुखिया (जो अजूनही स्वत:ला राजाच समजतो.) आपल्या परंपरागत वेषात अब्दागिरीसारखी एक मखमली छत्री घेऊन उभा होता. आम्ही नदीची दरड ओलांडली; तर धष्टपुष्ट पाच हत्ती, आसामी तुताऱ्या, ढोल घेऊन नदीकाठी संपूर्ण गावच जमला होता. आमच्या अमेरिकन बांधवांना जणू स्वर्गसुखाचाच लाभ झाल्यासारखा! हत्तीवरून आमची वरात खेड्याच्या मध्यभागी नेण्यात आली. दिवसभर सिंपहो, ताइकाकीयल आणि नेपाळी नृत्यांचा जल्लोष उडाला होता. खानाही बडा. केळीच्या पानात उकडलेले मासे, भातापासून तयार केलेली; बांबूच्या गेळ्यातून पुरवलेली दारू... सारा शाही प्रकार होता. गावाच्या वेशीजवळ एका गरीब वस्तीमध्ये मी नेताजींचा अर्धपुतळा पाहिला. मात्र गावचा राजा – बिसानो सिंपहो पक्का ब्रिटिशधार्जिणा! आपल्या बापजाद्यांनी ब्रिटिश आणि अमेरिकन सैनिकांना कशी मदत केली, हे तो पुन:पुन्हा अभिमानाने सांगत होता. त्याच्या आसामी बोलीचे दुभाष्याचे काम चक्क भोसले आडनावाचा मराठी तरुण करत होता.

''भोसले, तुम्ही कुठले?''

''मी मूळचा कोल्हापूरचाच. पुढे मुंबई. एकदा कोलकात्याला आलो. एका बंगाली मुलीच्या प्रेमात पडलो. लग्न झाले. आम्ही दोघेही या भागातील आदिवासी मुलांसाठी शाळा चालवतो आहोत.''

मी कानोसा घेतला. विशिष्ट ध्येयाने प्रेरित होऊन आसामच्या गिरिकंदरांत काम करणाऱ्या भोसलेंबाबत इथे सर्वांना खूप आदर आहे. एके दिवशी खासगी मोटार घेऊन दिमापूरचा दौरा केला. आधीच्या एका भेटीत इंफाळ आणि कोहिमामध्ये खूप भटकलो होतो. कोहिमापासून अवघ्या तीस-चाळीस मैल अंतरावर दिमापूर आहे. 'दिमापूर' हे आसाममधील लोहमार्गाचे शेवटचे ठाणे. 'आझाद हिंद सेने'च्या इतिहासात या छोटेखानी गावाला खूप महत्त्व आहे. इंफाळ मोहिमेवेळी बर्मा, चीन आणि आसाममधील आपल्या लष्करासाठी ब्रिटिशांनी

रसदेचा मोठा साठा इथेच करून ठेवला होता. तेव्हा इथली गोडाउन्स १३ कि.मी. अंतरावर पसरलेली होती, असे इतिहास सांगतो.

नेताजींचे जपानी मित्र जनरल रेन्या मुतागुची यांच्या हाती इंफाळ मोहिमेची मुख्य सूत्रे होती. त्यांचा सहायक जनरल सातो, हा कोहिमावर धावून आला होता. कोहिमाचा सत्तर टक्के भाग टाचेखाली आणून त्याने ब्रिटिशांना 'दे माय धरणी ठाय' करून सोडले होते. जपानी वरिष्ठांकडून 'दिमापूरवर हमला कर' असे अनेकदा आदेश आले. पण इंफाळची मोहीम यशस्वी झाली, तर मुतागुची हा जगातला एक श्रेष्ठ सेनापती ठरेल, या केवळ व्यक्तिगत द्वेषापोटी सातोने मोहिमेचे मातेरे केले. जपानच्या शिस्तबद्ध इतिहासात एक सूर्याजी पिसाळ निघाला. जपानचे पन्नास हजार सैनिक इंफाळच्या वाटेवर ठार झाले, पंचवीस हजार जखमी झाले. मोहीम फसली. मुतागुचीसारख्या श्रेष्ठ सेनानायकाला पुढे लष्करी शाळेत शिक्षकाची नोकरी करावी लागली. इंफाळच्या पराभवाची हाय खाऊन ते अकाली मृत्यू पावले. दिल्लीच्या लाल किल्ल्यावर तिरंगा फडकवायचे नेताजींचे स्वप्नही अपूर्ण राहिले.

इंफाळ ते कोहिमादरम्यान थडग्यांचे अनेक पुंजके दिसतात. ब्रिटिश, चिनी, जपानी सैनिकांची ही स्मारके आहेत. यात आझाद हिंद सैनिकांची थडगी दिसणारच नाहीत. 'स्तंभ तिथे ना कुणी बांधला, पेटली न वात...' अशीच त्या बहादुरांची दुरवस्था. खड्या गिरिशिखरांचा हा मुलूख भारतात असून नसल्यासारखा आहे. एक तर सर्व स्त्री-पुरुषांची ठेवण मंगोलियन वळणाची. ठेंगणे, पीतवर्णीय आणि बसक्या नाकांचे. इथल्या लोकजीवनावरही चिनी संस्कृतीची दाट छाया आहे. कोहिमाच्या घाटात 'पवित्र हिंदू हॉटेल' नावाचा एक ढाबा दिसला. पवित्र मनाने मी आत गेलो. पण पुढ्यात आलेल्या भाताच्या ढिगावर शिजवून ठेवलेले मांसाचे तुकडे हे सापाचे आहेत, हे कळताच जीव घेऊन रस्त्यावर पळालो. बाहेर उभा राहूनच मी त्याचे बिल देऊन टाकले.

आमचे अमेरिकन मित्र आर्थिकदृष्ट्या सुस्थितीतले. ते अमेरिकेच्या अनेक राज्यांतून आले होते. ते साहेबांचे साहेब असल्याने खाणे, वागणे, बोलणे – सारे उंची आणि आटोपशीर. ब्रह्मदेशाला निघण्यापूर्वी त्यांना दार्जिलिंगला आठ दिवसांच्या सुट्टीचा आनंद लुटायचा होता. कोलकात्यात दोन दिवस खरेदीची हौस भागवायची होती. मला त्यात रस नव्हता. शिवाय त्यांना ब्रह्मदेशात मर्यादित ठिकाणीच प्रवास करायचा होता; मला नेताजींनी पायाखाली घातलेला बहुतांश मुलूख पाहायची उत्सुकता होती, ती संधी पुन्हा मिळणार नव्हती. एव्हाना कर्नल सिंग यांच्याशी माझी गाढमैत्री झाली होती. त्यांचे रंगूनमधील मित्रही मदतीस

धावले. आमच्या अमेरिकन मित्रांना काझीरंगा नॅशनल पार्कमध्ये निम्म्यात सोडून मी दिब्रुगड, कोलकाता ते रंगून असा विमानप्रवास केला. एकदाचे रंगूनमधील नवारत हॉटेल गाठले.

ब्रह्मदेशात हुकूमशाही राजवटीमुळे परदेशी पर्यटकांवर अनेक बंधने आहेत. देशांतर्गत प्रवास त्यांनी विमानानेच करावा. कदाचित प्रत्येक परदेशी पर्यटक म्हणजे आँग सॅन स्यू कीच्या भेटीस आलेला पत्रकार असल्याची त्यांना भीती वाटत असावी. दुसऱ्या दिवशी सकाळी मी रंगूनच्या विमानतळावर होतो. मंडालेचे तिकीट माझ्या हातामध्ये होते. विमाने छोटी, प्रवाशांची संख्या जास्त. त्यामुळे तालुक्याच्या गावातील एसटी अड्ड्यासारखी विमानतळावर गर्दी होती. ब्रह्मी मुले-मुली ऐटदार लुंग्या नेसून फुलपाखरांच्या लगबगीने वावरत होत्या. ब्रह्मीत लुंगीला 'लोंजी' म्हणतात. आपल्या देशात पगड्या-फेटे अनेक जण बांधतात; पण पीळदार कोल्हापुरी फेट्याचा नखरा काही औरच असतो. तशीच ही ब्रह्मी 'लोंजी'. गोऱ्यापान नितळ कांतीच्या, काळ्याभोर केसांच्या आणि मध्यम उंचीच्या स्त्री-पुरुषांचा लुंगीमधला वावर ऐटदार असतो. पूर्वी आपल्या स्त्रिया केसांच्या भांगात कुंकू भरायच्या, तशाच ब्रह्मी स्त्रिया रोज सकाळी आपल्या सौंदर्यप्रसाधनात तेनखाचा वापर करतात. 'तेनखा' म्हणजे हळदीच्या रंगाची एक वनस्पती पावडर पाण्यात भिजवून त्याचे दोन पट्टे दोन्ही गालांवर आडवे ओढायचे. वाढत्या दिवसाबरोबर हळूहळू तो पिवळा रंग उडून जातो. जपानमध्ये आजकाल परंपरागत 'किमानो' दिसत नाहीत; पण ब्रह्मी तेनखाची जुनी खुलावट तशीच ताजी टवटवीत आहे.

मंडालेच्या विमानतळावर उतरलो. तेथे चो चो नावाचा ब्रह्मी तरुण आपली आधुनिक जपानी मोटार घेऊन माझ्या स्वागतासाठी उभा होता. रंगूनच्या 'इन्स्टिट्यूट ऑफ टेक्नॉलॉजी'मधून त्याने सात वर्षांपूर्वी बी. ई. सिव्हिल ही पदवी प्राप्त केली होती. पण नोकरीच मिळत नसल्याने जपानी सेकंड हँड गाडी घेऊन त्याने तिचे टॅक्सीत रूपांतर केले आहे. मंडालेमधून लगेच मी 'मेमिओ' या पहाडी नगरीकडे जायचे ठरविले. नेताजींच्या जीवनात या गावाला आगळे महत्त्व होते. इंफाळ युद्धाच्या अखेरच्या पर्वात नेताजींचे सरकार या मेमिओमध्ये येऊन दाखल झाले होते.

मंडालेपासून मेमिओ अवघे चाळीस किलोमीटरच्या अंतरावर आहे. वाईपासून पाचगणीचा घाट लागतो, अगदी तशीच पहाडी. घाटातून मोटार वळणे घेत निघाली होती. ब्रह्मदेशाच्या बेकारीबरोबरच त्यांच्या विचित्र अर्थकारणाचेही आगळे दर्शन घडत होते. आज ब्रह्मदेशाच्या रस्त्यांवर अनेक जपानी मोटारी धावतातहेत.

भारतीय ज्ञानपीठाच्या हिंदी 'महानायक' प्रकाशनाच्यावेळी लेखक,
कर्नल लक्ष्मी सहगल आणि प्रसिद्ध हिंदी समीक्षक डॉ. नामवर सिंह

परंतु पुरेसे पेट्रोलपंप दिसत नाहीत. त्यामुळे कोणतेही खेडेगाव जवळ आले की, रस्त्याच्या दुतर्फा वेगवेगळ्या आकाराचे डबे मांडून बसलेली स्त्रिया-मुले दिसतात. करवंद-जांभूळ विकल्यासारखे डिझेल-पेट्रोल उघड्यावरच झाडाखाली बसून विकले जाते. ते दृश्य मोठे गमतीदार होते.

चिनी कैद्यांना ऐन जंगलात कोंडण्यासाठी महाबळेश्वरचे जंगल निवडले. त्या कैदखान्याच्या तपासणीस गेलेल्या ब्रिटिश अंमलदारांना थंड हवेचा शोध लागला. मग माल्कमने महाबळेश्वर वसवले. तसाच मे नावाचा ब्रिटिश साहेब ब्रह्मदेशाच्या ऐन जंगलात आला होता. पहिल्या महायुद्धानंतर तुर्की युद्धकैद्यांना ब्रिटिशांनी तिथे कोंडले होते. कैद्यांपेक्षा स्वतःसाठीच ही हवा चांगली असल्याचा शोध मे साहेबाला लागला अन् मेमिओ वसले. सिमल्यासारखीच ब्रिटिशांची ती ब्रह्मदेशातील उन्हाळी राजधानी बनली.

साठ ते सत्तर हजार लोकवस्तीचे हे डोंगरी गाव. ब्रह्मदेशाचे मोठे लष्करी महाविद्यालय आणि लष्कराचे दलही इथे आहे. येथून सात मैलांवरील एका पहाडात 'पेचीम्याँव'ला एक गुहा आहे. गुहा कसली; आत एक कि.मी. लांबीची घळईच ती. भगवान बुद्धाच्या वेगवेगळ्या शेकडो मूर्ती आत ठेवल्या आहेत. खेळत्या पाण्याच्या अखंड संगतीत बुद्धमूर्ती विसावल्या आहेत. आत परिक्रमा करताना एखाद्या जादूई नगरीतून प्रवास केल्याचा भास होतो. माझे मन आता मेमिओच्या भूतकाळात डोकावत होते. जपानने इंफाळ मोहीम आखल्यावर याच गावात त्यांच्या तीन डिव्हिजन म्हणजे साठ हजारांची चतुरंग सेना उतरली होती.

येथून पुढे 'चलो दिल्ली'च्या नाऱ्यासाठी चिंदवीन नदी ओलांडून इंफाळ, बिशनपूर आणि कोहिमाकडे फौजा रवाना झाल्या होत्या. जपानचा मुख्य लष्करी नेता जनरल मुतागुची आणि नेताजींमध्ये इथेच महत्त्वपूर्ण वाटाघाटी झाल्या होत्या. मार्च, १९४४मध्ये इथे जपानी लष्करी मुख्यालयासमोर फोटोसाठी मुतागुची आणि नेताजी उभे राहिले होते. छायाचित्र काढून होताच आता 'या पुढचे छायाचित्र दिल्लीतच काढू.' अशी दोघांत हर्षभरित बातचित झाली होती. राणी झाशी रेजिमेंटचाही इथे तळ पडला होता.

काळ किती झपाट्याने बदलला आहे! एवढ्या मोठ्या जपानी लष्करी तळाच्या खुणाही आता पुसट झाल्या आहेत. तळाची नेमकी जागा कोणाला सांगता येईना. रस्त्यावर 'ॲन्टिक वस्तू'चे एक दुकान लागले. तिथे काही परदेशी पर्यटक घोटाळताना दिसले. जुन्या उंची समया, बांबूच्या बाहुल्या, चित्रांच्या गर्दीतून मी आत घुसलो. इतिहासाचा धागा शोधू लागलो. तेव्हा दुकानदाराने एक स्थानिक गाइडबरोबर दिला. तेकेओंके नावाच्या गृहस्थाच्या बंगल्याकडे आम्ही चाललो. याच गृहस्थाने मेमिओ गावाचा इतिहास लिहिल्याचे समजले. गावाबाहेर दोन कि.मी. अंतरावर निळ्याशंख पाण्याने भरलेला विस्तीर्ण कंडोजी तलाव लागला. ब्रिटिशांनी पहिल्या महायुद्धात तुर्की कैदी वेठीस धरले होते. त्यांच्या श्रमातूनच हा भव्य तलाव बांधून काढला होता. तिथे तलावाकाठीच एक 'बोटॅनिकल गार्डन'ही आहे.

तेकेओंके हे सत्तरीतले गृहस्थ योगायोगाने घरातच होते. ते बाहेर आले. मी मुतागुचींच्या हेडक्वार्टरबद्दल विचारणा करताच त्यांच्या ओठांवर ओळखीचे हसू फुटले. ज्या जागी त्यांचा बंगला होता, त्याच जागेवर एकेकाळी ब्रिटिश गव्हर्नरची भव्य वास्तू होती. तिचा ताबा पुढे जपानी लष्कराने घेतला आणि तिथेच बेदरकार मुतागुची राहायचे. ऐन विशीतल्या तेकेओंकेनी त्या रांगड्या लष्करी सेनानायकाला जवळून पाहिले होते. रोज सकाळी अंघोळीपूर्वी दोन-तीन कॅडेट त्या जपानी जनरलच्या अंगावर तासभर नाचायचे. त्या रगडीनंतरच मुतागुचींचं अंग थोडं सैल व्हायचं.

'नेताजी सुभाषचंद्र' हे नाव मी उच्चारताच तेकेओंके कौतुकमिश्रित नजरेने माझ्याकडे पाहू लागले. ते सांगू लागले, ''लष्करी गणवेशातील, बळकट शरीरयष्टीचे बोस नेहमी आनंदी दिसायचे. त्यांचा बंगलाही इथे पलीकडेच होता. आताच्या आँग सॅन स्यू कीचे वडील, आमचे राष्ट्रपिता जनरल आँग सॅन तेव्हा ब्रह्मदेशाचे युद्धमंत्री होते. ते तुमच्या नेताजींच्या भेटीसाठी अनेकदा रंगूनहून मेमिओला येत.'' तेकेओंकेच्या घरापलीकडेच सुमारे दोनशे एकरांचा सूर्यफुलांचा

एक मोठा मळा होता. तो ब्रह्मी सरकारच्या शेतकी खात्याच्या मालकीचा आहे. तेकेओंके आमच्यासोबत बाहेर आले. पूर्वस्मृतींचे मळे फुलले होते. तेकेओंके सांगत होते, ''महिलांच्या अंगावर लष्करी वर्दी आणि हाती बंदुका हे दृश्यच तेव्हा मोठे अचंबित करणारे होते. 'राणी झाशी रेजिमेंट'ची परेड सुरू असली की, बघायला आजूबाजूच्या ब्रह्मी खेड्यांतील स्त्री-पुरुषांचे लोंढे लोटायचे. सारे मोठ्या कौतुकाने महिला सेनेच्या कवायती पाहत तासन्‌तास बसायचे.''

''महिला रेजिमेंटचा कॅम्प नेमका कोठे होता?'' मी विचारले.

''हा काय इथेच – चला, दाखवतो.''

त्या सूर्यफुलांच्या मळ्यातच एके काळी नेताजींच्या 'राणी झाशी रेजिमेंट'चे पथक उतरले होते. इथून जंगली नद्या, दरी-खोरी ओलांडीत गेले की, तीनशे मैलांच्या टापूत मणिपूरचे पठार लागते. 'चलो दिल्ली'च्या घोषणेला मूर्त स्वरूप देण्यासाठी तेव्हा नेताजी आणि आझाद हिंद सेना अहोरात्र झटत होती. 'इंफाळच्या तळ्यात मस्त मासा राहतो, त्याला मी फस्त करणारच', ही मुतागुचीची जिद्द होती. त्या सूर्यफुलांतून फेरफटका मारताना सहज आठवले – इथल्याच मुक्कामात एका चंदेरी रात्री ब्रिटिश विमानांनी घाला घातला होता. त्या राक्षसी बॉम्बफेकीने आझाद हिंद सेनेचे मैदानी इस्पितळ उद्‌ध्वस्त केले होते. झाशीच्या राणीच्या तेजाने कॅप्टन लक्ष्मी या परिसरात चमकत होत्या. त्या परिसरावर चौफेर नजर टाकीत तेकेओंके बोलले, ''मला तुमचा अभिमान वाटतो.''

''का हो?''

''मुतागुचींचा आणि बोसांचाही अभ्यास करण्यासाठी अनेक जपानी आणि अमेरिकन विद्यार्थी येऊन गेले आहेत; पण सुभाष बोसांवरील संशोधनासाठी त्यांच्या भूमीतून येणारे आणि मला भेटणारे तुम्ही पहिले गृहस्थ आहात!''

फक्त रंगून आणि मंडालेसारख्या शहरी भागातच नव्हे, तर ब्रह्मदेशाच्या ग्रामीण भागात आजही जुन्या पिढीतील अनेक जण नेताजींना ओळखतात. ते आपल्यापैकीच कोणी होते, अशी त्यांची भावना आहे. खरं तर जनरल ऑंग सॅन पहिले जपानी लष्करातच शिकले. परंतु दुसऱ्या महायुद्धाचे जेव्हा पारडे फिरले, तेव्हा याच ऑंग सॅन यांनी एका रात्रीत टोपी बदलली. ते ब्रिटिशांना जाऊन मिळाले. ब्रह्मदेशाच्या मित्रफौजाही उलटल्या. तेथे ब्रह्मी सैन्याकडून अनेक ठिकाणी जपान्यांचे शिरकाण करण्यात आले. त्या पार्श्वभूमीवर तेकेओंके माझ्याशी किती जिव्हाळ्याने बोलत होते. मी जेव्हा त्यांचा निरोप घेऊ लागलो, तेव्हा त्यांनी तेथील मूठभर लाल माती उचलून देवाच्या प्रसादासारखी माझ्या

हातावर ठेवली. भरल्या कंठाने ते बोलले, ''तुम्ही जेव्हा भारतात जाल तेव्हा सांगा तुमच्या देशवासीयांना – म्हणावे, युद्धाचे पारडे फिरले तेव्हा आम्ही जपान्यांच्या पाठीत सुरा खुपसायला मागे-पुढे पाहिले नाही... मात्र 'आझाद हिंद सेने'तील एकाही सैनिकाच्या केसाला आम्हा ब्रह्मी सैनिकांपैकी कोणीही धक्का लावला नाही. कारण नेताजी सुभाषचंद्र जसे तुमचे आहेत, तसेच आमचेही कोणी होते!''

गावातल्या अन्य काही मंडळींच्या मी मुलाखती घेतल्या. एव्हाना अंधार पडला होता. मला मंडाले गाठायचे होते. भरल्या अंत:करणाने मी मेमिओचा निरोप घेतला. मोटार घाट उतरत होती. वारा वाजत होता. झाडे डोलत होती. याच रानातील अर्धशतकापूर्वीच्या 'चलो दिल्लीऽऽ'च्या घोषणा जणू पुन्हा माझ्या कानांवर लाटांच्या गाजेसारख्या आदळत होत्या. समोरच्या पायथ्याचा मंडालेतील दिव्यांचा झगमगाटही मला खुणावत होता.

'मंडाले'चे आणि महाराष्ट्राचे टिळकयुगापासून भावनिक नाते आहे. अर्थात 'मंडाले' हा अपभ्रंश आहे. त्या शहराचे खरे नाव 'मांडले' असे आहे. रात्री शहरातील एक मध्यम दर्जाच्या हॉटेलात मी उतरलो होतो. अचानक ब्रह्मी पोलिसांनी येऊन हॉटेलाची खोलीन्‌खोली तपासली. रंगूनमध्ये पाऊल टाकल्यापासून सातत्याने एक जाणवत होते – ब्रह्मी जनता स्वच्छंदी, आनंदी आहे; मात्र कसल्याशा दबावाखाली ती सातत्याने वावरते आहे.

दुसऱ्या दिवशी सकाळी मोटार घेऊन चो चो आला, तेव्हा उलगडा झाला. दोन दिवसांमागेच ब्रह्मी जमावाने एक मशीद पेटवली होती. त्यात सत्तर मुस्लिमांना जिवंत जाळले होते. एक मुस्लीम नवयुवक एका ब्रह्मी कन्येच्या प्रेमात पडला. त्या प्रकाराची परिणती भीषण जातीय दंग्यात झाली होती. लगेच हुकूमशहांचे लष्करी गाडे मशिदीसमोर उभे राहिले. दंगा शमला होता. तरी मंडालेच्या नाक्यानाक्यांवर हत्यारबंद लष्कराच्या तुकड्या फिरत होत्या. सर्वांत गमतीचा भाग म्हणजे, या दंगलीची एका ओळीचीही बातमी तिथल्या कोणत्याही वृत्तपत्रांत नंतर प्रसिद्ध झाल्याचे मला आढळले नाही.

'ब्रह्मदेश' म्हणजे पॅगोडांची भूमी. मंडालेतही अनेक जुने पॅगोडा आहेत. सहा लाख लोकवस्ती असलेल्या या शहराच्या बाहेर धूळ खूप आहे. पण 'मंडाले' ही बर्माची सांस्कृतिक राजधानी आहे. 'सुवर्णाचे शहर' असाही त्याचा उल्लेख केला जातो. गावाजवळून प्रचंड इरावती नदी वाहतेच आहे. एके काळी लोकमान्य आणि नेताजीही इथल्या तुरुंगात अनेक वर्षे कारावास भोगत होते. ती बंदिशाळा राजवाड्याच्या आतल्या भागात होती. हा राजवाडाही इतका भव्य की, त्याची लांबी-रुंदी एक किलोमीटरची आहे. त्याच्या चोहोबाजूंना भलामोठा खंदक आहे.

खंदकातले पाणी आजही वाहते आहे; ताजे आहे, अगदी 'निळेशंख!' हीच थिबा राजाची राजधानी. थिबा राजाला १८८५मध्ये जेरबंद करून ब्रिटिशांनी रत्नागिरीला हद्दपार केले. त्याची ही वैभवी राजधानी आणि अवाढव्य राजवाडा पाहिला की, रत्नागिरीच्या सागरतटीचा तथाकथित 'थिबा पॅलेस' इथल्या एका कोपऱ्याएवढाही वाटत नाही. रंगूनमध्ये १८५७चा सेनानी बहादूरशहा जफर याने आपला अंतकाळ कंठला. ब्रह्मदेश आणि हिंदुस्थानातील सांस्कृतिक आणि ऐतिहासिक प्रेमबंधांचे हे धागेदोरे किती विलक्षण आहेत!

ऐतिहासिक 'मंडाले टेकडी' शहराच्या मागे एकाकी कातीव कड्यासारखी उभी आहे. आठशे फूट उंचीची ती टेकडी चढताना १७२९ पायऱ्या लागतात. क्षणभर जेजुरीची आणि 'गडाला नऊ लाख पायरी गाऽ...' या हाळीची आठवण येते. या उंच टेकडीवरच्या माथ्यावर एक प्रसिद्ध पॅगोडा आहे. ब्रह्मदेशाच्या कोणत्याही मुलखात जा – जिथे-जिथे उंच डोंगराचा सुळका, तिथे हटकून एक पॅगोडा दिसणारच. उंच ताडमाड गृहस्थाला फेटा गुंडाळावा तसा एकही सुळका, एकाकी टेकडीचा माथा या मंडळींनी रिकामा ठेवलेला नाही. या देशातल्या कोणत्याही नाक्यावर, गावात मोटार थांबवा. हातांत डबे घेतलेल्या मुला-मुलींचा गराडा सभोवती पडणारच. नवनवे पॅगोडा बांधण्यासाठी ते अखंड वर्गणी गोळा करताहेत. पोटाला चिमटा घेऊन, अविरतपणे काबाडकष्ट करून ते पॅगोडा बांधतच जगत आहेत. तोफा आणि रणगाड्यांच्या दहशतीखाली फुले-पाखरे वावरत आहेत.

'मंडाले हिल'चा ताबा मिळवण्यासाठी दुसऱ्या महायुद्धात घनघोर रणसंग्राम झाला होता. अनेक दिवसांच्या प्रतिकारानंतर जेव्हा ही टेकडी पडली, तेव्हाच जनरल स्लीमच्या फौजा जपान्यांचा आणि 'आझाद हिंद सेने'चा पाठलाग करीत रंगूनकडे निघाल्या होत्या... गावातील पॅगोडा, शस्त्रागार आणि इतर प्रेक्षणीय स्थळे पाहून झाली. आता माझे लक्ष इरावतीकाठच्या 'बगान' या ऐतिहासिक नगरीकडे लागले होते. मंडालेपासून मोटारीने 'बगान' सात-आठ तासांवर आहे.

मोटारचालक चो चो आता माझा दोस्त झाला होता. एवढ्या दूरवर येऊन, जपानी लष्कराच्या साह्याने नेताजींसारखा एक हिंदी नेता लष्करी युद्ध खेळला होता, ही गोष्ट त्याला खूप अप्रूपाची वाटत होती. खरे तर मंडाले ते बगानचे हवाई तिकीट माझ्या खिशात होते. पंधरा-वीस मिनिटांत मी तिथे अलगद जाऊन पोहोचला असतो, पण युद्धकाळातल्या मंतरलेल्या दिवसांच्या अनुभूतीसाठी मला सर्व परिसर जवळून पाहायचा होता. मी मंडाले विमानतळावर जाऊन तिकीट रद्द केले. पण मोटारीने प्रवास करायला परवानगी मिळेना. नाक्यावर अडवले गेले.

लाल किल्ल्यावरील प्रसिद्ध सेनानी कर्नल एस.एस. धिल्लन
यांच्यासमवेत लेखक व मुलगी प्रियदर्शनी

कर्नल सिंग यांनी दिलेले वरिष्ठ अधिकाऱ्यांचे फोन नंबर जवळ होते. चो चो मदतीस धावला. दोन तासांच्या हुज्जतीनंतर ब्रह्मी सरकारने कसाबसा परवाना दिला.

युद्धाचा नकाशा काढून मी वाटेतील नद्या, गावे तपासत होतो. गेल्या अर्धशतकात ब्रह्मदेशाला अशांतीचाच शाप मिळाला आहे. अमिताभ बच्चनच्या 'इन्कलाब' सिनेमासारखे खरेखुरे नाट्य इथे १९४८मध्ये घडले होते. बंडखोर अमिताभ मंत्रिमंडळाच्या बैठकीत घुसतो आणि मंत्रिमंडळातील सदस्यांना गोळ्या घालतो, असे भडक वाटणारे दृश्य त्या सिनेमात आहे. तत्कालीन पंतप्रधान जनरल आँग सॅन आणि त्यांच्या सर्व सहकाऱ्यांची अतिरेक्यांनी अशीच इथे गोळ्या घालून जुलै, १९४८ला हत्या केली होती. काही वर्षांपूर्वी झालेल्या निवडणुकीत आँग सॅन स्यू कीचा पक्ष निवडून आला. पण बर्मी लष्कराने तिच्या हाती सत्ता दिली नाही. रंगूनमध्ये वावरताना माझ्या असे दृष्टीस पडले की, आताचे इथले जनरल, मेजर, कॅप्टन हे सत्तास्थाने वाटून घेतात. लोकशाही वाईट म्हणून हुकूमशाही हवी, अशी बालिश विधाने करणाऱ्यांनी आजचा म्यानमार (ब्रह्मदेश) पाहावा. तिथल्यासारखा अनाचार अन्यत्र आढळणार नाही. बरे, त्याविरुद्ध 'ब्र' काढायचीही कोणाची ताकद नाही. सर्व मंत्री लष्करी गणवेशातच कचेऱ्यांत येतात. बैठका होतात. शेतकऱ्यांची एक सभा मी पाहिली. तिथे छातीवर डझनभर फिती लावलेले शेतीमंत्री शेतकरीबंधूंपुढे भाषण देत होते! (आपल्या देशात असे

भाषण कोणी ऐकून घेईल?)

लवकरच वाटेत, ‘मैकतिला’ हे गाव लागले. ते महत्त्वाचे ‘तिकाटणे’ आहे. तेथे रेल्वेचे मोठे ‘जंक्शन’सुद्धा आहे. जपानी फौजांनी इथे आपला मोठा रसदसाठा आणि शस्त्रसाठा ठेवला होता. हे गाव तीन-चार किलोमीटर वाहणाऱ्या कालव्याच्या काठी आहे. मधूनच अनेक पुलांचा आधार घेत रस्ता जातो. बर्मी मसाल्यांना हिंदुस्थानी मसाल्यांसारखाच वास असतो. त्यामुळे इतर देशांत आपली भोजनाची जी पंचाईत होते, तसा प्रकार इथे नाही. आपल्या देशात हॉटेलात फक्त पाणी फुकट मिळते. इथे मात्र मातीचे एक मोठे ठावके भरून ‘पेहीन’ नावाचे सूप फुकट मिळते. तेही इतके भरपेट की, त्यावर मुंबईतील चार लोकांची बेगमी व्हावी. साधा चहा घेतला तरी चिनी चहा फुकट. जेवणात कोबी, कांदा, काकडी मुबलक. इथली मिरची मात्र कोल्हापुरी मिरचीपेक्षा दहापट तिखट! मैकतिलाच्या उजव्या हाताचा रस्ता इरावती नदीकडे जातो. या भागामध्ये प्रसिद्ध ‘पोपा पर्वत’ आहे. याच परिसरात १९४५मध्ये नेताजी ब्रिटिशांच्या विरोधात दुसरे युद्ध लढले होते. जेव्हा सर्व आघाड्यांवर जपानचा पराभव होत होता, तेव्हाच त्यांचे मोठे लष्कर ब्रह्मदेशाच्या विस्तीर्ण भूमीमध्ये अडकले होते. इंफाळच्या बेअदबीचा सूड घेण्यासाठी चवताळलेला जनरल स्लीम जपानी लष्कराचा पाठलाग करीत ब्रह्मदेशात उतरत होता. तेव्हा जपानी लष्कराला संरक्षण कवच पुरवा, अशी विनंती जपानने नेताजींकडे केली. या लढाईला नेताजींच्या काही सहकाऱ्यांचाही विरोध होता. तेव्हा नेताजींनी उत्तर दिले, “मित्राच्या पंगतीला ज्या उत्साहाने आपण पंचपक्वान्ने झोडली, त्याच जोशाने त्याच्या वाट्याला आलेले दुःखाचे द्रोणही पचवायला शिकले पाहिजे.”

मंडालेच्या या आघाडीच्या प्रवासात आमचे विमान एका विशाल नदीच्या काठी उतरू लागले होते. ते तिरके होत असतानाच खाली एक स्वप्ननगरी दिसली होती. एका वेळी हजारो साधू तपश्चर्येला बसावेत, तशा शेकडो पॅगोडांच्या आणि मंदिरांच्या ओळी दिसत होत्या. त्या नगरीच्या पंचक्रोशीत झाडे कमी असतील, पण मंदिरांची संख्या अधिक होती. हीच ती इरावती काठची दोन हजार वर्षांचा वारसा सांगणारी पुरातन नगरी ‘बगान’ (तिला ‘पॅगन’ही म्हणतात!). चीनची जगप्रसिद्ध भिंत आणि यमुनेकाठचा ताजमहाल जेवढा पाश्चात्त्य पर्यटकांना परिचित आहे, तेवढेच महत्त्व जगाच्या पर्यटन नकाशावर ‘बगान’ला आहे.

बाराव्या शतकामध्ये इथे १३,००० मंदिरे आणि बौद्धस्तूप होते, असे सांगतात. आजही या एका गावाच्या हद्दीमध्ये १,११७ पॅगोडा-मंदिरे उभी आहेत. इरावती नदीने आपला प्रवाह अनेकदा बदलला. त्यामुळे कालौघात अनेक

वास्तू वाहून गेल्या. आज जांभळ्या-नारिंगी रंगाची वस्त्रे परिधान केलेले अनेक भिक्षुक बगानमध्ये आढळून येतात. शेकडो परदेशी पर्यटकांचे तांडे प्रत्यक्ष दिसतात. परंतु 'आझाद हिंद सेने'च्या इतिहासात या इरावतीच्या वाहत्या वळणाला आणि बगानला अनन्यसाधारण महत्त्व आहे. इंफाळची मोहीम १९४४मध्ये फसली. ब्रिटिश सेनाधिकारी जनरल स्लीम तेव्हा ब्रह्मदेशावर १९४५मध्ये चालून आला. तेव्हा येथेच कर्नल गुरुबक्ष धिल्लन यांच्या सेनेने स्लीमला काही दिवस रोखून धरले होते. नदीच्या खळाळत्या पात्रातून नारळ वाहून जावेत, तशी ब्रिटिशांची शिरे वाहिली होती. इरावतीच्या पाण्याला रक्ताचा रंग चढला होता. मी १९९१च्या फेब्रुवारी महिन्यात मध्य प्रदेशात धिल्लन यांच्या शेतघरात राहिलो होतो. तेव्हा त्यांनी Nehru (Brigade) Holds the Irrawati हा विस्तृत लेख मला वाचून दाखवला होता. त्या परिसरात मी पुन्हा कधी जाईन, असे तेव्हा माझ्या ध्यानी-मनीही नव्हते.

धिल्लन यांनी वर्णन केलेली युद्धक्षेत्रातील चाक पडांग, थेथे, पक्‌को, तुंगजीन, चौक आणि साले ही छोटी-छोटी गावे अजूनही या परिसरात आहेत. एके सकाळी मी लाँच भाड्याने घेतली आणि इरावतीच्या पलीकडील तीरावर गेलो. स्लीमचे बलाढ्य चौदावे लष्कर आणि विन्सेंटच्या नेतृत्वाखालील आग ओकणारे विमानदल धिल्लन यांनी कसे रोखून धरले असेल, याची कल्पना मी मनाशी करीत होतो. कारण १९४५च्या लढाईत जपानी वा आझाद हिंद सेनेकडे विमाने अजिबात नव्हती. ब्रिटिश विमाने सैनिकांची पाठ भुंग्यासारखी धरत. ब्रिटिश विमानांचा बॉम्बवर्षाव एवढा वाढला होता की, एका जपानी दस्तऐवजात म्हटल्याप्रमाणे 'या इलाख्यात रानातले उंदीरसुद्धा बिळाबाहेर पडायला घाबरत होते.'

आपल्या सैनिकांच्या भावभावना जपणारे, त्यांची काळजी वाहणारे नेताजी हे केवढे प्रगल्भ नेतृत्व होते. रंगूनच्या आपल्या मुख्यालयातून त्यांनी शाहनवाज आणि धिल्लन यांना आघाडीवर चक्क व्हिस्कीची बाटली भेट म्हणून पाठवली होती. पण देशाला स्वातंत्र्य मिळेपर्यंत मी शराब घेणार नाही, ही धिल्लन यांची प्रतिज्ञा. धिल्लन यांनी ती व्हिस्की आपल्या सैनिकांत वाटली. ही आठवण त्यांनी आपल्या आत्मचरित्रात लिहिली आहे. स्वामी नावाचा एक दाक्षिणात्य शिपाई होता. त्याचे पाय लांबट होते. त्यामुळे नेहमीच्या मापाचे बूट बिचाऱ्याला बसत नसत. त्याची आघाडीवर परवड झाली. तेव्हा त्याच्या पायाचे माप काढून धिल्लन यांनी रंगूनला पाठवले. नेताजींनी स्वत: लक्ष देऊन त्याच्यासाठी बुटाचा जोड शिवून घेतला. आघाडीवर पाठवलाच. शिवाय 'बूट घट्ट होतात की नीट बसतात, ते उलट टपाली कळवा' अशी बोटभर चिठ्ठीही सोबत पाठवून दिली. असा महान, झुंजार आणि

दिलदार नेता आझाद हिंद सैनिकांना भेटला. म्हणूनच तर त्यांनी आपल्या रिकाम्या पोटानी शत्रूच्या चिलखती गाड्या अडवल्या. जिद्दीपुढे पोलाद वितळले. 'फ्रॉम माय बोन्स' हे धिल्लन यांचे अलीकडेच प्रकाशित झालेले सुंदर आत्मचरित्र खूप वाचनीय आहे.

समुद्रसपाटीपासून 'माउंट पोपा'च्या पर्वतरांगेची उंची पाच हजार फूट आहे. पन्नास चौरस मैलांचा हा प्रदेश. बगानपासून ५० कि.मी. अंतरावर 'माउंट पोपा' लागतो. सुंदर लता-तरूंनी नटलेला पोपाचा मुख्य सुळका पाहण्यासारखा आहे. आपल्या विशाळगडासारख्या उंच, खड्या आणि निसरड्या पायऱ्या चढून वर जावे लागते. इथे नेताजींच्या साथीदारांनी आजन्म जंग करायची प्रतिज्ञा केली होती. भव्यकाय बौद्ध मूर्तीसमोर आझादीसाठी आणाभाका घेतल्या होत्या. मैकतिलाजवळच्या युद्धात नेताजी प्रत्यक्ष उतरले. "मला मृत्यूच्या मांडीवर बसायचे आहे. एक्स लष्कर उभारून आझादीच्या राजरस्त्यावर अखेरचा प्रवास करायचा आहे," हे त्यांचे शब्द ऐकून त्यांचे साथी द्रवले. जपानी कागदपत्रांतून आढळणारी ही वर्णने मोठी हृदयद्रावक आहेत. 'लाख मेले तरी लाखाचा पोशिंदा जगला पाहिजे', असा आग्रह त्यांच्या अनुयायांनी धरला. मैकतिलाच्या रानात आपला लष्करी सदरा गवतावर अंथरूण सुभाषचंद्र जानकीनाथ बोस नावाचा देशभक्तांच्या मेळ्यातला राजकुमार (गांधीजींनीच नेताजींवरून उधळलेली ही शब्दफुले!) त्या आटिंग्या रानात पहुडलेला होता. राणा प्रतापासारखे त्याने गवताचे सिंहासन बनवले होते. तेव्हा नेताजींची कशीबशी मनधरणी करून शाहनवाज माउंट पोपाकडे आले होते.

मंडाले, मैकतिला, तांगू, झियावाडी, पेगू ते रंगून असा एक रस्ता जातो; तर बगानहून चाफपडांगमार्गे रंगूनकडे जाणारा दुसरा जुना प्रोम रस्ताही अस्तित्वात आहे. या दोन्ही मार्गांनी जपानी आणि आझाद हिंद सैनिकांचा ब्रिटिश फौजा पाठलाग करीत होत्या. प्रोमचा हा रस्ता धिल्लन, सेहगल आणि शाहनवाज यांनी आपल्या शौर्याने पुनित केला आहे. आपल्या अवघ्या ९८ सहकाऱ्यांसह लेफ्टनंट ग्यानसिंग बिश्त यांनी ब्रिटिशांचे १३ रणगाडे, अकरा चिलखती गाड्या आणि दहा लॉऱ्या रोखल्या होत्या. शेवटी पोटाशी हातबॉम्ब बांधून ब्रिटिशांच्या चिलखती गाडीखाली उडी घेतली होती. याच रस्त्यावर एप्रिल, १९४५मध्ये कॅप्टन बागरी आणि त्यांच्या सहकाऱ्यांनी पेट्रोलच्या बाटल्या अंगासोबत बांधून रणगाड्यांच्या चाकपट्ट्याखाली झेप घेतली होती. रणगाडे उद्ध्वस्त करून दूर ब्रह्मदेशाच्या रानात हिंदमातेचे नाव रोशन केले होते.

प्रोम रस्ता सोडून मौलमीनमार्गे आम्ही पुन्हा रंगूनच्या रस्त्याला लागलो. याच

नेताजींच्या कन्या डॉ. अनिता बोस यांना 'महानायक' कादंबरीची
प्रत देताना विश्वास पाटील या वेळी डॉ. फर्नांडीस

रस्त्यावर अनेक वळणे घेणारे पेगू योमाचे डोंगर भेटले. रात्री आम्ही तांगूच्या आसपास आलो. साडे-सातची वेळ असावी. आडरस्त्याचा गुडूप अंधार. प्रखर प्रकाशझोताने डोळ्यांवर अंधारी आली. रोंरावत मोठ्या लष्करी चिलखती गाड्या धावून येत होत्या. ड्रायव्हरने घाबरून कचकन ब्रेक मारला. गाडी बाजूच्या शेतात नेऊन उभी केली. त्या लष्करी मोटारी मंडालेकडेच चालल्या असाव्यात, असा अंदाज आम्ही बांधला. एकूण, मंडालेचा रस्ता मला शापितच वाटत होता. अनेक जपानी सैनिकांची प्रेते १९४५मध्ये याच रस्त्यावर सांडली होती.

ब्रह्मदेशात कोणत्याही लॉजमध्ये उतरा – सकाळी नाश्त्याच्या वेळी स्वत: लॉजमालक आणि त्याची पाणीदार डोळ्यांची तरुण मुले-मुली सोबत येतात. स्वच्छ प्लेटमध्ये फळे-नाश्ता देतात. वर 'कसा वाटला मुक्काम? सारे क्षेम आहे ना?' अशी आस्थेने विचारपूस करतात.

या मधल्या टापूत पिमिना, तांगूच्या परिसरात कालव्यांचे जाळे आहे. त्यामुळे फळफळावळांनी लहडलेला हा मुलूख. वांगी, कोथिंबीर, लसूण अशा भाज्याही मिळतात. मंडालेपासून रंगूनकडे जाणारा रस्ता आणि लोहमार्ग फाट्याचा खेळ खेळत जातात. त्यामुळे त्यांची अनेकदा 'उठी-उठी भेटाभेटी' होते.

'झियावाडीचा साखर कारखाना आझाद हिंद सरकारच्या मालकीचा होता', असं कर्नल लक्ष्मी सेहगल यांनी १९९२मध्ये मला सांगितले होते. वाटेतल्या एका गावात आमची मोटार शिरली. रस्त्यावर 'आर्य समाज, झियावाडी' हा शुद्ध हिंदीमधील नामफलक वाचला आणि मला कोण आनंद झाला! रंगूनपासून ३० मैलांवर टामू जिल्ह्यात 'झियावाडी' हे गाव लागते. आजही ब्रह्मदेशाचा ग्रामीण परिसर अविकसित आहे, परंतु १९३५च्या दरम्यान बिहारमधील प्रसाद कुटुंबीयांनी इतक्या दूर येऊन साखर कारखाना उभा करण्याचे अचाट धाडस दाखवले होते. उसाच्या कष्टप्रद शेतीमध्ये ब्रह्मी मजूर टिकणार नाहीत, यासाठीच बिहारमधून हजारो हिंदी मजूर त्यांनी सोबत नेले होते. आजही झियावाडीच्या आसपास हिंदी मजुरांची अशी चौसष्ट गावे आहेत. बाजूला चौडगा विभागातही सुमारे पन्नास हजार हिंदी मजूर आहेत. या मंडळींचा नेताजींनी चांगला उपयोग करून घेतला होता. आर्य समाज शाळेचे प्राचार्य श्रीराम वर्मा यांची भेट झाली. शाळेतच आमची एक बैठक जमली. नेताजींसोबत काम केलेले अनेक स्वातंत्र्यसैनिक समोर बसले होते.

''झियावाडीला नेताजी प्रथम कधी आले?'' मी विचारले.

''डिसेंबर, १९४३मध्ये कर्नल जहांगीर आणि गुलाम अहमद यांच्यासोबत त्यांनी या भागाचा एक दिवसाचा दौरा केला होता. 'करो सब निछावर और बनो सब फकीर।' या त्यांच्या घोषणेने तेव्हा आम्हाला वेडे केले होते.'' वर्मा मला सांगत होते.

नेताजींनी जेव्हा आपल्या आझाद हिंद सरकारचे 'ॲडव्हॉन्स हेड क्वार्टर' रंगून येथे आणले होते; तेव्हा पूर्वांचलकडे कलादान नदीचे खोरे, बिशनपूर, मोईरांग, इंफाळ, कोहिमा, हाका, फालम अशा अनेक आघाड्यांवर आझाद हिंद सेना लढत होती. जेव्हा हिंदुस्थानचे स्वातंत्र्य दृष्टिपथात आले होते, तेव्हा झियावाडीतील उत्साहाला उधाण आले होते. झियावाडी शुगर इस्टेटचे मालक, तसेच तेथील जनरल मॅनेजर भाई परमानंद, देवनाथ दास हा अधिकारिवर्ग आणि कर्मचारीसुद्धा आझाद हिंद सरकारात दाखल झाले होते. झियावाडी शुगर इस्टेटचे राष्ट्रीयीकरण झाले होते.

पुढे ब्रिटिश-अमेरिकन फौजांची झियावाडीकडे वक्रदृष्टी वळली. एके दिवशी रात्री आठ वाजता झियावाडी साखर कारखान्याच्या बॉयलरवरच विमानातून बॉम्बफेक झाली. उकळती मळी फुटली. शेकडो कामगार भाजून मेले. तो साखर कारखाना अजून सुरू आहे, परंतु १९६५मध्ये एका ब्रह्मी कायद्याने

रंगून येथील जगप्रसिद्ध शेवेडेगॉन पॅगोडाच्या आवारात;
दुसऱ्या महायुद्धात लढलेल्या अमेरिकन सैनिकांसोबत लेखक

हिंदी लोकांचे अनेक महत्त्वपूर्ण उद्योग तेथील सरकारने जुलमाने ताब्यात घेतले आहेत. कारखान्याकडे आता नवी यंत्रसामग्रीही आली आहे.

''त्या वादळी युद्धकालखंडात आम्ही नेताजींना एखाद्या-दुसऱ्या वेळीच पाहिले असेल; परंतु त्यांची लष्करी गणवेशातील प्रेरणादायी हसरी मूर्ती आमच्या डोळ्यांसमोरून हलता हलत नाही!'' झियावाडीची वृद्ध मंडळी नेताजींच्या आठवणीने मोहरून गेली होती. अनेकांच्या डोळ्यांत आनंदाश्रू दिसत होते. देशाच्या स्वातंत्र्यासाठी सामान्यातल्या सामान्य मनुष्याला सर्वसंग परित्यागास सिद्ध करायची जादूमय ताकद नेताजींच्या व्यक्तिमत्त्वात होती, म्हणूनच त्यांच्या सहवासात आलेल्या वृद्ध मंडळींना ते आपल्या लाडक्या पुत्रासारखे भासले होते. समवयस्करांना त्यांच्यामध्ये मोठा दिशादर्शक नेता भेटला. तरुण स्त्रियांच्या हृदयात त्यांनी बंधुरायाची प्रतिमा निर्माण केली. ते बालकांसाठी स्फूर्तिस्थान बनले. भविष्यासाठीही शक्तिस्थान बनले. 'जसा अवकाशात चंद्र, तसाच भारतमातेचा कीर्तिमान सुभाषचंद्र!' असे त्यांचे वर्णन आचार्य अत्रे उगाच करत नसत.

प्राचार्य श्रीराम वर्मा कागदपत्रांची एक भेंडोळी माझ्या हाती देत म्हणाले, ''पाहाऽ भारताच्या लोकसभेमध्ये आम्ही किती वेळा प्रश्न उपस्थित केला. आमची कोणी दाद-फिर्यादच घेत नाही.''

"कशाबद्दल?"

"नेताजींच्या ब्रह्मी सहकाऱ्यांना अजूनही स्वातंत्र्यसैनिकांचा दर्जा नाही; मान्यता नाही."

"असे कसे?" मी गोंधळलो.

"भारत सरकार उत्तर देते – तुम्ही ब्रह्मी नागरिक आहात. पेन्शनला अपात्र आहात."

"कायदा बरोबरच आहे..." मी बोललो.

"कायदा आत्ता झाला हो; पण आझादीच्या लढाईवेळी कुठे होता कायदा?" प्राचार्य वर्मा कडाडले, "आझाद हिंद सेनेत आम्हाला दाखल करून घेताना काय नेताजींनी आमचे पासपोर्ट तपासून आमची भरती केली होती? इंफाळ-कोहिमच्या लढाईत रक्त सांडून जखमी झालेल्या आम्हा गरीब ब्रह्मी स्वातंत्र्यसैनिकांना फक्त सन्मान हवा आहे. आमच्यापैकी असे आता आहेत तरी किती जिवंत? ब्रह्मदेशात अनेक राजकीय उलथापालथी झाल्या. अनेक वृद्ध झाले. देवाघरी गेले. उरलेसुरले नेताजींचे ब्रह्मी साथी (जन्माने हिंदी) आता पोरके झाले आहेत."

मी सुन्न झालो. माजी पंतप्रधान राजीव गांधी यांच्यासह या स्वातंत्र्यसैनिकांच्या प्रश्नांमध्ये लक्ष घालण्याचे वचन लोकसभेत अनेक वेळा दिले गेले आहे; प्रत्यक्ष काहीच घडलेले नाही. ती मूक कागदपत्रे मला खूप वेदनादायक वाटत होती.

पेगूपासून पुढे मौलमीन मार्गे एक रस्ता गेला आहे. तो थायलंडच्या जंगलातून बँकॉककडे जातो. याच रस्त्याने नेताजी आणि जानकी दावर चिखल तुडवत पायी चालत गेले होते. ब्रिटिशांच्या बॉम्बगोळ्यांनी वाटेतले पूल उद्ध्वस्त केले होते. पेगू परिसरापासून दलदलीची, पांढरी भुसभुशीत जमीन लागते. मोठी भातखाचरे मार्गात आहेत. वाटेत काही तरुण मुलांनी आमच्या मोटारीला हात केला. बोलक्या डोळ्यांच्या, हसऱ्या, लाजऱ्या तरुण मुली म्हणजे प्राथमिक शाळेतल्या शिक्षिका होत्या. ब्रह्मी सिनेमातील आजची आघाडीची नायिका टे म्युंव तिकडे खूप लोकप्रिय आहे. या मुलींनी अनेक हिंदी चित्रपटही पाहिले आहेत. त्यांच्या उच्चारातले 'ताभ बच्चन' आणि 'माधुडी डिचकीत' म्हणजे आपले अमिताभ व माधुरी दीक्षित त्यांना खूप आवडतात.

आँग सॅन स्यू कीने म्यानमारमध्ये लोकशाही मार्गाने निवडणूक जिंकली, परंतु तिथल्या ब्रह्मी लष्कराने तिला संसदेच्या रस्त्याकडे फिरकूही दिले नाही. तिला कारावासाचा मार्ग दाखवला. म्यानमार वरून शांत आहे, परंतु प्रत्यक्षात जनरल आँग सॅनच्या लाडक्या लेकीला सामान्य ब्रह्मी रयतेने आपले मानले आहे. त्या शिक्षकांना मी छेडले, "तुम्हाला कोण आवडते?" आम्ही पोलीस अगर

लष्कराचे प्रतिनिधी तर नाही ना, याची त्यांनी खात्री केली. त्यांच्या चेहऱ्यावरच्या 'तेनाका' उजळून निघाल्या. गोऱ्यामोऱ्या होत त्या म्हणाल्या, "होऽ आम्हाला आँग सॅन स्यू की खूप आवडते!"

मी पेगू येथे प्रसिद्ध निद्रिस्त बुद्धमूर्तीचे दर्शन घेतले. पॅगोडाच्या दारात एक हत्ती खूप वेळ झुलत होता, नाचत होता. थोड्या वेळाने भिंतीतून मांजराची पिले बाहेर यावीत; तसे हत्तीच्या अंगातून दोन ब्रह्मी तरुण बाहेर पडले. तेव्हा कळले, तो हत्ती खोटा होता. दिनांक २४ एप्रिल, १९४५च्या रात्री जेव्हा पेगूहून नेताजी थायलंडकडे चालले होते, तेव्हा ब्रिटिश फौजांनी हे गाव पेटवून दिले होते. झियावाडीचा परिसर आणि तिथले वृद्ध स्वातंत्र्यसैनिक डोळ्यांसमोर उभे राहत होते. रंगूनकडे परतताना माझेही मन उद्वेगाने पेटले होते. तरीही त्यातल्या त्यात समाधानाचा एकच भाग – नेताजींनी आणि आझाद हिंद सेनेने इंफाळकडे जाण्यासाठी ब्रह्मदेशात आणि थायलंडला जो रस्ता वापरला, त्या पुण्यपथाने १८०० कि.मी. प्रवास करण्याचे भाग्य मला लाभले होते.

एव्हाना आमचे अमेरिकन मित्र रंगूनमध्ये येऊन दाखल झाले होते. त्यांच्यासोबत विमानाने मिचिनाला गेलो. दीड तासाच्या विमानप्रवासानंतर जंगली पट्ट्यात 'मिचिना' लागले. चीनच्या सरहद्दीलगतची 'शान' राज्याची ही राजधानी. कचिन वंशाच्या लोकांचा हा मुलूख. इथली लोकसंख्या फार तर १०-१५ हजार असेल. दुसऱ्या महायुद्धात अमेरिकन आणि जपानी सैनिकांत कडवा संघर्ष घडला होता. पोस्ट ऑफिस सोडून सर्व गाव तेव्हा बेचिराख झाले होते. दुपारी आम्ही चीनच्या सरहद्दीवरील 'मागोला' गावाला भेट दिली. दोन मोठ्या पर्वतरांगा ओलांडल्यावर आम्ही तिथे पोहोचलो. या भागातही दुसऱ्या महायुद्धात खूप संघर्ष पेटला होता.

इथला आठवडे बाजार आपल्या कोणत्याही खेड्यात दिसावा असाच होता. लुंगीवाल्या स्त्रिया आणि पुरुष सोडले, तर फारसा फरक नाहीच. बाजारात माशाच्या चिंगळ्या, झिंगे, कोंबड्या, भाज्या, उसाचा रस असे आपल्यासारखेच स्वरूप होते. भोजनाच्या बाबतीत मात्र खुल्ला मामला – रस्त्याच्या बाजूलाच एक छोटे टेबल मांडले जाते. शेजारी एखादी प्रौढब्रह्मी बाई भात आणि भाज्यांची पातेली समोर घेऊन बसते. त्या ठेंगण्या टेबलाभोवती बसून ग्राहक यथेच्छ जेवण करतात. उघड्यावरचा हा स्वच्छ सुंदर खाना. पूर्वी गिरणगावातही एखादी घाटावरची मावशी ज्या आपुलकीने वाढायची ना, तसाच हा प्रकार!

रात्री हॉटेलजवळच 'कचिन' लोकांचे नृत्य आयोजित केले होते. डोक्यावर नानाविध प्राण्यांची शिंगे, अंगभर मणिमाळा आणि चांदीच्या फुलांनी मढवलेले

अंगरखे घालून कचिन ललना झोकात नाचत होत्या. आझाद हिंद सेनेतील काही जुनी मंडळी भेटली. चर्चा रंगल्या. इथल्या बाजारात शिखांची दहा-बारा दुकाने आहेत. मला आणि कर्नल सिंगना घेऊन ते आपल्या गुरुद्वारात गेले. भारतातून आपले कोणी आल्याचे त्यांना खूप अप्रूप वाटत होते. पण त्या शीखमंडळींपैकी कोणीही भारत पाहिलेला नाही. त्यांचे आजोबा-पणजोबा मिचिनात आले होते. मात्र या मंडळींनी आपली पगडी, कृपाण, गुरुद्वार आणि अस्खलित हिंदी भाषा जिवापाड जपली आहे. जगामध्ये कोणत्याही भागात शीख मनुष्य धाडसाने जातो, राहतो. याबाबत कर्नल सिंग यांनी एक विनोद सांगितला – ''नील आर्मस्ट्राँग चंद्रावर गेला. तिथे त्याने अमेरिकेचा झेंडा रोवला. हाशऽऽ हुश्श करीत तो दोन पावले पुढे चालला. तोच त्याच्या कानावर शब्द पडले – क्यूँ भाई, छोले-भटुरे नहीं खाओगे? – आर्मस्ट्राँगने चमकून बाजूला पाहिले. आर्मस्ट्राँग तिथे पोहोचण्यापूर्वीच एका सरदारजीने चंद्रावर ढाबा सुरू केला होता....''

इथल्या हिंदी व्यापाऱ्यांनी मोठ्या प्रेमाने आम्हाला जेवण दिले. टेबलावर हरणाचे तळलेले मांस होते. अमेरिकन बांधव त्यावर ताव मारीत होते. मला त्याला हात लावायचे धाडस झाले नाही. माझ्या डोळ्यांसमोर त्या गरीब मृगाचे टपोरे डोळे उभे राहत होते!

रंगूनच्या रस्त्यावर बांबूच्या आणि झावळीच्या हॅट्स घातलेले अनेक लुंगीधारी स्त्री-पुरुष दिसत होते. डोक्यावर साहेबी नखरा आणि खाली गबाळा ब्रह्मी चेहरा. अनेक ठिकाणी कावडीचे पाणी वाहणारे पाणकेही दिसतात. इथल्या जुनाट गल्ल्या पूर्वीच्या मुंबईसारख्याच आहेत. ब्रिटिश अमलाच्याही अनेक खुणा अजून दिसतात. अलीकडे बरेच रस्ते रुंद झाले आहेत. रंगूनचा व्यापार वाढला आहे. पण माझे मन १९४४-४५च्या वादळी दिवसांकडे धावत होते. फक्त जपानच्या मदतीवर अवलंबून राहायचे नाही; आझाद हिंद सरकार चालवण्यासाठी स्वत: फंड उभे करायचे, हे नेताजींचे धोरण होते. त्यासाठीच त्यांनी 'सर्वंकष तयारी'चे आवाहन केले होते.

रंगूनच्या गवळ्यांनी आझाद हिंद सैनिकांना दूध पुरवले. फंडासाठी गाई-गोठे विकले. शिंप्यांनी आपल्या मशिनी सैनिकांचे गणवेश शिवण्यासाठीच वापरल्या होत्या. बंगाल, महाराष्ट्र आणि पंजाबने सुभाषचंद्रांना 'देशगौरव' ठरवले; परंतु त्यांच्या नेताजी बनण्यामध्ये पूर्व आशियात मलायातील रबराच्या मळ्यांत काम करणाऱ्या तामिळ, केरळी रयतेचा आणि उत्तर प्रांत-बिहारातून आलेल्या गवळ्यांचा, शेतमजुरांचा मोठा वाटा होता. त्यांच्या हाकेसाठी लक्षाधीश भिक्षाधीश झाले. हिराबेन बेटाई नावाच्या बाईने पाच लाखांचे जडजवाहिर

त्यांच्याकडे दिले. रंगूनमधील हबीब नावाच्या श्रीमंत हिंदी व्यापाऱ्याने १ कोटी, ३ लाख रुपयांची संपत्ती अर्पण केली. कफल्लक झालेल्या हबीबने नेताजींना काय सांगितले असेल? ''नेताजी, मला फक्त एका गणवेशाची जोडी द्या; आझाद हिंद सेनेत दाखल करून घ्या.'' आझाद हिंद सेनेबरोबर निघालेले अनेक व्यापारी निबिड गिरिकंदरांत ठार झाले. मूळचे कर्नाटकातील असणारे सिंगापूरचे कायदेतज्ज्ञ बॅरिस्टर यल्लपा ब्रह्मदेशाच्या अरण्यात बॉम्बफेकीत कसे ठार झाले याचे विस्तृत वर्णन मी 'महानायक'मध्ये केलेच आहे. केवळ १९४४मध्ये नेताजींकडे देणग्यांच्या रूपाने १५३,५४,१०४ डॉलर्स जमा झाले होते. इंफाळमध्ये नेताजींच्या सेनेचा पराभव झाला, हे वृत्त समजले तरी रंगूनच्या माता-भगिनी अंगावरील अलंकार अर्पण करीत होत्या. याच शहरात नेताजींची एकूण चार वेळा सुवर्णतुला झाली होती. रंगूनची जनता नेताजींचे ब्रह्मदेशातील सरकार चालवत होती.

'अर्जी-हुकूमत-ए-आझाद हिंद' हे आझाद हिंद सरकारचे मुख्यालय पाहण्यासाठी मी कमालीचा उत्सुक होतो. रंगूनमधील बहान विभागात '११, जमालुद्दीन' हे ठिकाण म्हणजे भव्य टोलेजंग इमारत. सुमारे तीन एकरांमध्ये पसरलेली. चंदुलाल ठक्कर आणि एस. पी. खन्ना या स्थानिक स्वातंत्र्यसैनिकांना सोबत घेऊन मी तिथे गेलो होतो. त्या पवित्र वास्तूला वंदन करण्यासाठी मी खाली उतरलो, तेव्हा काय दिसावे? गेटवरच 'चायनीज हॉटेल'चा मोठा फलक. माझ्यासोबतचे स्वातंत्र्यसैनिकही हळहळत होते. त्यांच्याशी झालेल्या चर्चेतूनच अधिक गोष्टी समजल्या. ज्या झियावाडी शुगर इस्टेटचे वर्णन केले आहे, त्यांच्याच मालकीची ही इमारत होती. नेताजींनी पंतप्रधान या नात्याने अनेक महत्त्वपूर्ण निर्णय याच इमारतीमध्ये बसून घेतले आहेत. या वास्तूची देखभाल करण्यासाठी प्रसाद कुटुंबीयांनी झोरा सिंग, दीक्षित आणि सिना नावाचे एक चिनी गृहस्थ– असे तिघांचे मिळून संचालक मंडळ नेमले होते. पुढे दीक्षित कुठे परदेशी गेले म्हणतात. आता त्या परमपवित्र वास्तूचे धनी गोसावी म्हणून तिसरेच कोणी आहेत. मुख्य इमारत आणि तिच्या आवारात आता कोंबडी-वडे आणि मंचुरियन चिकन विकले जाते आहे.

भगवानदास नागला या व्यापाऱ्याची मोठी कोठी ११, जमालुद्दीनच्या समोरच होती. ती भगवानदासने आझाद हिंद सरकारसाठी बहाल केली होती. या इमारतीत नेताजींनी आझाद हिंद बँकेची स्थापना केली होती. पुढे ब्रह्मी सरकारने ती वास्तू जुलमाने ताब्यात घेतली. तिथे निर्वाचन आयोगाची कचेरी थाटली. ज्या दिवशी मी भेट देत होतो (२१ मार्च, १९९७), त्याच दिवशी ती ऐतिहासिक

वास्तू पाडायचे काम जोरात सुरू होते. एकीकडे मी डोळ्यांतील अश्रू आवरत होतो आणि दुसरीकडे छायाचित्रे घेत होतो. अरेरे! ज्या हंगामी आझाद हिंद सरकारचे पंतप्रधान सुभाषचंद्र बोसांपुढे मोठमोठे जपानी सेनाधिकारी झुकले होते, 'चलो दिल्ली!'ची घोषणा ज्या महन्मंगल इमारतीमध्ये निनादली होती... बलदंड, बलवान आणि निधर्मी समाजरचनेचे स्वप्न ज्या 'महानायका'ने जिथे पाहिले; त्या वास्तूत चायनीज हॉटेल! यालाच म्हणतात, 'कालाय तस्मै नम:!'

माझी ब्रह्मदेश यात्रा संपवून मी रंगूनच्या मिंगलदान विमानतळावर आलो. एके काळी इथे नेताजी उतरायचे, तेव्हा ब्रह्मदेशाचे अख्खे मंत्रिमंडळ पंतप्रधानांसह त्यांच्या स्वागताला विमानतळावर हजर असायचे. अशा स्वागताचा जुना दुर्मीळ फोटो माझ्या हाती होता. ब्रह्मदेश सोडताना मन भरून आले होते. दुसऱ्या महायुद्धात ठार झालेल्या ब्रिटिश सैनिकांसाठी एक आलिशान स्मृतिमंदिर रंगूनजवळ बांधले गेले आहे. तिथे फुले वाहायला दुपारी आमचे अमेरिकन मित्र गेले होते. सोबत मीही गेलो होतो. तिथली विस्तीर्ण बाग, कारंजी, मृतात्म्यांच्या नावांचे दगडी चबुतरे... सारेकाही आठवत होते. त्याच वेळी बगान, माउंट पोपा, प्रोम रस्त्यावर शहीद झालेल्या आझाद हिंद वीरांच्या स्मृतीने मन हेलावून जात होते. ज्या महानायकाने आयुष्य ही समरभूमी मानली, देशाच्या आझादीसाठी निम्म्या जगाला गवसणी घातली... ज्याच्या हंगामी सरकारला जगातल्या जर्मनी, जपान, इटलीसह नऊ राष्ट्रांनी मान्यता दिली होती; त्या नेताजी सुभाषचंद्रांच्या राजवास्तूची आजची दुर्दशा काय आहे? जिल्हा परिषद आणि तालुका पंचायत समितीवर काम करणाऱ्या बुद्रुकांचीही कोट्यवधींची स्मारके आज प्रत्यही उभी राहत आहेत; पण या महान सेनानीकडे इतके दुर्लक्ष! माझ्यापरीने मी या 'महानायका'चे शब्दशिल्प निर्माण करायचा अल्पसा प्रयत्न कादंबरीच्या रूपाने केला आहे. पण आमच्या गौरवी इतिहासाची ती ढासळती मानचिन्हे कोण वाचवणार? कधी वाचवणार?

जय हिंद!

।८।

मायमराठीचा शरच्चंद्र : चारुता सागर

पु. ल. देशपांडे आणि आचार्य अत्रे या दोघा कर्त्या शब्दवीरांनी एक समान धर्म जन्मभर जागवला होता – 'जे आपणासि ठावे, ते दुसऱ्यासि सांगावे, शहाणे करूनि सोडावे सकळ जन!' पु. ल. जेव्हा इचलकरंजी साहित्य संमलेनाचे अध्यक्ष झाले, त्याच दरम्यान चारुता सागर यांच्या 'नागीण' कथेला 'गो. गं. लिमये पुरस्कार' मिळाला होता. 'चारुता सागर' नामक लेखक हा; स्त्री की पुरुष, अशा बाळबोध चर्चा त्या वेळी सुरू होत्या; तेव्हाच चारुता सागर यांच्या अस्सल, पिवळ्याधमक वाणाच्या आणि अजब, अनोख्या वारुळात जन्म घेतलेल्या 'नागिणी'ने पुलंसारख्या रसिकमनाला विळखा घातला. पु. ल. देशपांडे यांनीही तिची टोकरी मोठ्या कौतुकाने उचलली; नाचवली. पुण्या-मुंबईत एका नवख्या लेखकाच्या कथेच्या जाहीर वाचनाचे चांगले चार-पाच प्रयोगही त्यांनी केले! 'नागीण'च्या निमित्ताने एखादा नवागत लेखक असे अनुभवसिद्ध, साधे, सहज-सुंदर, टवटवीत आणि अभिजात लिहितो आहे, हे पाहून अवघे साहित्यशिवार थक्क झाले. त्यामध्ये जी. ए. कुलकर्णी, म. द. हातकणंगलेकर या मराठी जनांबरोबच कमलेश्वर, ताराशंकर बंदोपाध्याय, धर्मवीर भारती यांच्यासारख्या परभाषेतील माहिरांचाही समावेश होता.

अगदी अलीकडेच ८१ वर्षांच्या उंबरठ्यावर असताना 'चारुता सागर' नावाचा मायमराठीचा हा महान कथाकार हे जग सोडून गेला. गेल्या २० वर्षांत

त्यांनी फारसे काही लिहिले नव्हते. मात्र, त्यांच्या मोजक्या अस्सल कथा खऱ्या साहित्य-रसिकांच्या काळजात कायमचे घर करून राहिल्या आहेत. अलीकडच्या वाचकांनाही तसे ते अपरिचित. त्यामुळे की काय, छोट्या-मोठ्या बातम्या, काही मोजके स्मृतिलेख यापलीकडे समाजाने त्यांची स्मृती फारशी जागवली नाही. काय करावे? एके काळची कालिदास, भवभूतीपासून प्रेमचंद आणि रवींद्रनाथांपर्यंतच्या महान शब्दप्रभूंची ही भूमी असल्याचा विसरच आज लोकांना पडला आहे. त्यामुळेच की काय, कोणा ऐश्वर्या रायला दिवस गेलेत, म्हणून आज पत्रकारबांधवांच्या सर्वांगात गुदगुल्यांचे ढग फुटताहेत. ऐश्वर्याचे गरोदरपण या राष्ट्रात अक्षरश: 'ब्रेकिंग न्यूज' ठरली आहे. त्यामुळे की काय, अशा उठवळ वातावरणात साहित्यिक, कलावंतांच्या आठवणी जागवायला उसंत आहेच कोणाला?

अलीकडे बऱ्याच दिवसांत 'चारुता सागर' तथा 'दत्तात्रेय दिनकर भोसले' नामक सेवाभावी प्राथमिक शिक्षकाची आणि माझी भेट झाली नव्हती. खरं तर एप्रिल महिन्यात त्यांच्या भेटीसाठी त्यांच्या मळणगावला जायचे मी आणि हातकणंगलेकर सरांनी नक्की केले होते. मात्र, एका लेखकमित्राच्या आळसामुळेच ऐनवेळी जाणे झाले नाही, या गोष्टीची रुखरुख मात्र माझ्या मनात कायमची राहून गेली आहे.

गेल्या वर्षी ऑगस्ट महिन्यात एका महत्त्वाच्या बैठकीसाठी मी लंडनला चाललो होतो. तेव्हाच्या भेटीत कोणत्याही परिस्थितीत शेक्सपिअरच्या स्ट्रॅफोर्ड-अपॉन-इव्हान या गावाला भेट द्यायची खूणगाठ मी मनाशी बांधली होती. दूरच्या विमानप्रवासात चारुता सागर यांचा 'मामाचा वाडा' हा कथासंग्रह सोबतीला होता. त्याची पाने चाळता-चाळता एका अस्सल, अभिजात शब्दमळ्याच्या सोनेरी बांधात मनाचे पाडस कधी गुंतून गेले, ते समजलेच नाही! विशेषत: स्त्रीजातीच्या सनातन दु:खाच्या त्या दर्दभऱ्या हाका, ते कोंडलेले श्वास मेंदूला झिणझिण्या आणत होते. 'बाबा, मला क्षमा करा' या कथेत भेटलेली एका प्राथमिक शिक्षकाची मुलगी उमा. तिने वयाची पंचविशी ओलांडली आहे. हुंड्याला पैसे नसल्याने चांगले स्थळ गवसेना. आपली गुणाची पोर वाटेच्या कोणाही फडतुसाच्या गळ्यात बांधायला बापाचे काळीजही धजेना. बहिणीमुळे भावाचेही लग्न लांबलेले अन् त्या विचित्र कोंडीत आपण अख्ख्या कुटुंबाची अडगळ झाल्याची जाणीव उमाला होते. ती आपल्या आई-बाबांना चिठ्ठी लिहिते, 'मला आता सनईचे सूर भेसूर वाटतात. नकोत ती मंगलवाद्ये. आई! तुझ्या सुनेची जागा मी अडवून

ठेवली, ते बरं दिसेल का?' ते लिहिता-लिहिता आईला उमा बजावून सांगते, 'आता एक छानशी सून आण. मात्र, तिचा पैसा घेऊ नकोस. फक्त रूपावर भिस्त ठेवू नकोस.' आपल्या आई-बापाच्या काळजावरचा भलामोठा दगड दूर करण्याचा निर्णय उमा घेते आणि एका पेहाट गावाजवळच्या काळ्याशार डोहात उडी घेते. तेव्हा हा समर्थ लेखक लिहितो, 'तो काळाकभिन्न डोह, श्वापद गिळलेल्या अजगरासारखा सुस्तावून पसरला होता. मध्यभागी उमाने केसांत माळलेली फुलांची माळ तरंगत होती. अनादि काळापासून असलेल्या त्या डोहात उमा कितवी?'

अंगावर सर्रकन काटा आला!

'मामाचा वाडा' : बिमल मित्रांच्या 'साहब बिबी'ची आठवण देणारा!

चारुता सागर यांनी बांधलेला मामाचा तो वाडाही असाच अनवट आणि अनोखा. वाड्यातल्या पिवळसर हंड्या-झुंबरांसारखी इथली माणसंही तशीच मुलखावेगळी. मावळतीच्या सोनेरी किरणांत पायधूळ उडवत येणारा मामाचा अबलख घोडा. त्यांची आजीही इतकी गोरी की, पोपटाचा वाण झाडाच्या पानांत मिसळून जावा, तसा अंगावरच्या सोन्याच्या अलंकारांचा पिवळाधमक रंग आजीच्या वाणात मिसळून गेलेला. वाड्यातील ती बैलं, कुत्री, बारदान, वाड्याच्या आवतीभोवतीची जुनाट झाडं, वाड्याच्या भिंतीशी वर्षानुवर्षं लगट करून नांदणारी भुतं, त्या गावाभोवती अवसे-पुनवेला निघणाऱ्या वेताळांच्या पालख्या... वाड्याच्या सांदिकोपऱ्यांतून, चौकांतून वावरणाऱ्या घरंदाज स्त्रिया... तिथल्या बालविधवा – त्यांची कपाळं फुटली, तरी वाड्याचे कपाळ फुटले नव्हते. वाड्यासकट गावावर माया करणाऱ्या आजीने त्यांना जिवापाड जपले होते. निवेदक मुलाची गोड आई तिच्या दुधावर पोर जगत नाही, ही भ्रामक कल्पना. त्यामुळे भुकेल्या पोराला दूर लोटणारी आणि परसात जाऊन आडोशाला

आपला तटतटता पान्हा पिळून काढणारी तिथली मायमाउली. वाड्यातल्या स्त्रिया फक्त दोनदा बाहेर पडतात; एकदा माहेरी जाताना पडदे बांधलेल्या बुरख्याच्या बैलगाडीतून अन् त्यानंतर तिरडीवरून सरळ स्मशानाकडे. त्या वाड्याचं अस्तित्व म्हणजे गावव्यवहाराचे हृदयच. नवरा सोडून कोणा गुरवाची राधी गावात पळून आलेली. आपल्या दोन गाठींच्या चोळीत राधीचं तारुण्य मावत नाही. तिच्या गुबगुबीत मांसल स्तनगोळ्यांच्या आणि बोलक्या डोळ्यांच्या जादूने धाकटा पैलवानमामा चीतपट होतो. गावातल्या ईर्ष्या, खून, मारामाऱ्या या आवर्तात एक दिवस वाड्याचं वैभव लोपतं. आजी देवाघरी जाते. वाड्यातले माहेरपणाचे शेवटचे पातळ नेसलेली आपली आई लेखकाला सजवलेल्या प्रेतासारखी दिसते.

चित्रनगरीच्या त्या दिवसांत मी 'साहिब, बिवी और गुलाम' या गुरू दत्तच्या चित्रपटाचा विषय अब्रार अल्वींकडे काढायचो. त्यांनीच या सिनेमाचे दिग्दर्शन केले होते. माझी खुशी पाहून, ज्या बंगाली कादंबरीवरून तो सिनेमा घेतला, ती मुळातून वाचण्याचा सल्ला अब्रारसाहेबांनी मला दिला. 'मामाचा वाडा' वाचताना मला बिमल मित्र यांच्या मूळ कादंबरीची प्रकर्षाने आठवण होत होती. बंगालमधील रूढी-परंपरांच्या वादळात सापडलेल्या एका जुनाट हवेलीच्या पार्श्वभूमीवर बिमलदांनी ती उत्तम कादंबरी लिहिली आहे. त्यातील स्त्रियांची रेखाटने अव्वल आहेत. त्यासाठी बिमलदांनी १२०० पानं खर्ची घातली आहेत. मात्र, अवघ्या ६०-७० पानांत एका खानदानी चौसोपी मराठमोळ्या वाड्याचे आणि विशेषत: त्याआडच्या स्त्रीजीवनाचे जे अप्रतिम दर्शन चारुता सागर यांनी घडवले आहे, ते 'साहिब बिवी'पेक्षाही काकणभर श्रेष्ठ आहे!

'मामाचा वाडा' वाचताना या चिरंतन साहित्यशिल्पाला कुठे तरी सत्याच्या घसघशीत मुळ्या आहेत; या वृक्षाच्या विस्तीर्ण, बळकट पारंब्या स्वानुभवाच्या अस्सल मातीला कुठे तरी टेकल्या आहेत, असेच मला राहून-राहून वाटायचे. कारण, हा वाडाच मला चंदनाच्या खोडासारखा भासला. त्याचा कोणताही तुकडा वा ढलपी काढा; ती सुगंधितच आहे, असे मनाला वाटायचे. नुकताच मी चारुता सागर तथा दादांच्या गणगोताला भेटून आलो. तेव्हा त्यांची कन्या सुचेता हिने मला सांगितले, ''अहो, हा तर सावर्डेगावचा जुनाट वाडा... आमच्या दादांचं आजोळ.'' या वाड्यात दादांचे बालपण गेले. तिथे अनेक आज्या, आत्या, मावश्या यांच्या मायेच्या कडेवर हा लेखक मोठा झाला. तिथे त्यांच्याबरोबर वाढली ती त्यांची कवलापूरची गोदावरी मावशी. अन् काय योगायोग पाहा – ज्या दिवशी चारुता सागरांचे निधन झाले, ती बातमी ऐकूनच मावशीला धक्का

बसला. अवघ्या दोन तासांतच आपल्या भाचराच्या निधनाचे वृत्त ऐकून गोदावरी मावशीनेही आपले प्राण सोडले!

आज माझ्या डोळ्यांपुढे चारुता सागर यांची ती मूर्ती उभी राहते. अनेक उन्हाळ्यांत, पावसाळ्यांत करपून, भिजून ताठपणे उभ्या राहिलेल्या वृक्षासारखे ते भासत. तो तांबूस उभटसा चेहरा... त्यावरील देवीचे व्रण आणि रुंद नाक. ते एकदा मला म्हणाले होते, ''तुम्ही आजच्या लेखकांनी केवळ चार भिंतींच्या आड स्वत:ला कोंडून घेऊ नये. त्यामुळे शब्दांचाही श्वास कोंडतो. नित्य उघड्या जगात वावरावे, अनुभव वेचावा.'' आपल्या अखंड भटकंतींतून दादांनी हा लेखनधर्म जन्मभर पाळला होता. स्वत:च्या मनाला पटल्याशिवाय, तो लेखनविषय रक्तपेशीत मुरल्याशिवाय त्यांनी सहसा लेखनाला हात घातला नाही. दारावर नंदीबैलवाले, गारुडी, कडकलक्ष्मी असे जे लीन-दीन येतील; बारा बलुतेदार, अठरापगड जातीचे लोक भेटतील, त्यांच्याशी एरवी अबोल वाटणारा हा लेखक तासन्तास बोलत राहायचा. त्यांना मटणपार्ट्या, हुर्डा खाऊ घालायचा. त्यांच्यातीलच एक व्हायचा. कधी ते दंडोबाच्या डोंगरावर जात, स्वत: लुगडे नेसून जोगत्यांच्या काफिल्यात सहभागी होत अन् त्यातूनच पुढे 'दर्शन'सारखी कथा जन्म घेतला.

नदीपार : चारुता सागरांची उत्कृष्ट कलाकृती

चारुता सागर हे लेखक म्हणून कसे घडले, ही गमतीचीच गोष्ट आहे. बाराव्या वर्षी आईच्या दु:खद निधनाचा आघात दादांना सहन झाला नाही अन् ते घराबाहेर पडले. कधी साधू, तर कधी बैरागी, तर कधी शुद्ध लंगोटीवरचा संन्यासी बनून सव्विसाव्या वर्षांपर्यंत रामेश्वरपासून हरिद्वार ते काशी असे अखंड हिंडत राहिले. गावाजवळ परतल्यावर लोणारवाडीत कोंबड्या - बकऱ्यांमागे भटकणारी मुले त्यांनी पाहिली अन् स्वयंप्रेरणेने शाळा काढली. तिथे त्यांना भेटला 'कृष्णा' नावाचा लोणाराचा एक पोर – जो श्री. म. माटे यांच्या 'बन्सीधरा'च्या आणि व्यंकटेश माडगूळकरांच्या 'झेल्या'च्या जातकुळीचा आहे.

मात्र, त्याच्या दारिद्र्याच्या मुळ्या त्या दोघांहून खोल. मस्तकाची कवटी फोडून खूप आत जाणाऱ्या. कृष्णाच्या अंगावर महिनोन्‌महिने एकच सदरा.तो धुतला तर फाटेल, या भितीपोटीकधी धुतलाच जात नाही. लोणारवाडीच्या पडक्या-झडक्या शाळेसारखी मुलंही तशी पडकी-झडकी. त्यांची बुरसटलेली पारोशी तोंडे... डोक्यावर घातलेल्या अनेकांच्या टोप्यांचा मधला चांदवा उडालेला... काहींच्या डोक्यावर केसांचं जंगल – होरपळलेल्या गवतासारखं. तिथला 'कृष्णा' हा गरीब पोर मास्तरांच्या प्रेमात पडतो. त्यांचे उपकार फेडण्यासाठी रानोमाळ भटकून खैराची लाकडे ओढतो. वृक्षांच्या शेंडीवर चढून मधाचे पोळे लुटतो. शासकीय व्यवस्था मास्तरांनाच अचानक अपात्र ठरवते. त्यांनी कष्टाने उभी केलेली शाळा मात्र ताब्यात घेते. तेव्हा ते गाव सोडताना मास्तरांची आणि कृष्णाची झालेली ती ताटातूट...!

लोणाराच्या कृष्णावर लिहिलेली 'न लिहिलेले पत्र' ही दादांची पहिली कथा. त्यांनी ती 'स्वराज्य' साप्ताहिकासाठी पाठवली. त्या पहिल्या कथेनेच नानासाहेब परुळेकरांसारख्या द्रष्ट्या संपादकाने हा लेखक प्रथम हेरला. 'सत्यकथा' मासिकाने त्याला मोठे केले. चारुता सागर यांची कथा वाचायच्या ओढीने जी. ए. कुलकर्णी 'सत्यकथा'चा ताजा अंक घेऊन येणाऱ्या पोस्टमनची वाट बघत. त्यांची 'नागीण' ही कथा हे पुढचे पाऊल. दादांच्या लेकी सांगतात त्याप्रमाणे, अनेक वर्षे ही कथा त्यांच्या मेंदूत सळसळत राहिली होती. ती घटना त्यांच्या घराण्यात अगदी अशीच नसेल; पण बरीच जवळ जाणारी अशी घडून गेली होती. शेताबांधाशी, तिथल्या हिरव्या नात्याशी एकरूप होऊन गेलेले चंद्रा आणि बापू हे शेतकरी जोडपं. चंद्राला सर्पांची विलक्षण भीती; तर बापूला जित्या सर्पाशी खेळायचा, त्यांना पकडायचा अवखळ नाद. तसा तो सर्पदुश्मनच! एकदा हिरव्या कुरणात नाग-नागिणीचा इष्काचा मस्तवाल खेळ रंगला होता. प्रीतीच्या धुंदीत कडाकडा चावे घेत; ती दोघे शृंगाराच्या तापत्या तव्यावर बेहोश होऊन पडले होते. त्या पीळदार शृंगारात गुंतलेल्या नागाला बापू ठेचून काढतो अन्‌ नागीण वेडीपिशी होते. सूडाने बेभान होऊन मळ्यात गरागरा फिरत राहते. 'माणसांचं काय आणि जनावरांचं काय, दुःख मिळून सारखंच. माणसं ओरडून दाखवतात आणि जनावरं गिळून टाकतात.' चवताळलेली ती नागीण बापूच्या पत्नीचा – चंद्राचा – चावा घेते. कथेच्या शेवटी आपली पत्नी हरवलेला पती आणि नर गमावलेली मादी दोघांनाही लेखक आमनेसामने उभे करतो अन्‌ त्या अजब निसर्गनाट्यापुढे व अगाध खेळापुढे वाचक धास्तावून जातो. आपल्या लेकीपासून बारा वर्षांची फारकत झालेली आणि मृत्यूच्या उंबरठ्यावर तिच्या वाटेकडे डोळे

लावणारी 'वाट' कथेतील पारध्यांची जाखरी असेल... डाक्या- दरोड्यात आपले दागिने चोरून आपल्या नांदण्याचे चांदणे करणारा दरोडेखोर जेव्हा भेटतो, तेव्हा त्याला माफ करणारी 'ओटी' कथेतील कन्या असेल... अशी अनेक नानाविध स्त्रीरूपे चारुता सागर यांनी आपल्या कथांमधून मांडली. तेव्हा कादंबरीकार जयवंत दळवी आणि प्रकाशक केशवराव कोठावळे यांचं लक्ष या समर्थ लेखकाने वेधले. 'मॅजेस्टिक'ने त्यांचे 'नागीण' आणि 'मामाचा वाडा' हे कथासंग्रह प्रकाशित केले आहेत. 'नदीपार' या नावाचा त्यांचा तिसरा कथासंग्रहही प्रकाशित झाला आहे.

त्यांच्या कथेचा श्वास खूपच मोठा होता. जीवनाभूती पल्लेदार होती. त्यामुळे बहुतांशी ग्रामीण पार्श्वभूमीवर कथा लिहूनही ते केवळ ग्रामीण कथाकार उरले नाहीत अन् गावकुसाबाहेरचे, माळामुरडाचे अस्सल जिणे टिपूनही दलित लेखक बनले नाहीत. त्यांच्या लेखनात वैश्विकतेचा खळाळता उमाळा आहे. ते अस्सल आहे, अभिजात आहे. आडवळणी गावात राहूनही इंग्लिश वाङ्मयाचा त्यांचा मोठा व्यासंग होता. त्यामुळेच थॉमस हार्डी, दोस्तोव्हस्की, चेकॉव्ह अशा अनेकांची त्यांनी पारायणे केली होती. त्यामुळेच कथारचनेच्या आणि आकृतिबंध-व्यक्तिविश्लेषणाच्या, नेमके आणि नेटकेपणाच्या दृष्टीने चारुता सागर यांचे लेखन आपसूकच उत्तम घडले! अक्षय ठरले! स्त्री-पुरुष संबंधांचे गूढ-गहिरे नाते सांगणारा व स्त्रीजातीबद्दल इतका निकोप, प्रागतिक दृष्टी ठेवणारा हा लेखक. तो आपल्या धर्मपत्नीच्या सहवासात जीवनभर फुलला असेल, अशी माझी समजूत होती. मात्र त्यांच्या कन्या सांगतात, "छे, हो! आमचे दादा इथं, तर आई पलीकडे दहा-पंधरा मीटरवर. कोठे एकत्र येणे नाही, फिरणे, मिरवणे नाही." मात्र असे असले, तरी त्यांच्या जीवनात त्यांच्या पत्नीचे – मीराबाईचे – अव्वल स्थान होते. ते रात्री-बेरात्री लेखनकार्यासाठी भुताने झपाटल्यासारखे उठायचे, तेव्हा त्यांच्यासमोर मीराबाई चटकन उठून गरमागरम चहाचा कप ठेवायच्या. बऱ्याचदा ते रात्री उशिरा नऊ वाजता मुक्कामाच्या गाडीने मळणगावी परतायचे; येताना बरोबर प्रकाश बिरजेसारखे मित्र-सोबती आणि मांस-मटण असणार. घरामध्ये स्वयंपाकही लेखनासारखा उत्तम झाला पाहिजे, असा आग्रह होता. त्यामुळे मीराबाईंचा स्वयंपाक मध्यरात्रीपर्यंत सुरू असे. दादा एकदा घरातून निसटले की, महिना-महिना गायब. कधी निपाणीकडे महादेव मोरेंकडे जातील. मुंबईत केशवराव कोठावळ्यांकडे तर त्यांची बडदास्तच असे. दादांसारख्या तऱ्हेवाईक, छंदी आणि मूडी नवऱ्यासोबत संसाराचे गाठोडे बांधणे सोपे नव्हते.

गमतीची गोष्ट म्हणजे, आपल्या पत्नीशी काहीसे फटकून वागणाऱ्या

दादांचा त्यांच्या सासूबाईंकडे – चंद्राबाईंकडे – मात्र खपू ओढा. धारवाडला सासूकडे जाताना गाडगेभर दही, उसाची काकवी आणि छोट्या गूळढेपांचे ओझे घेऊन ते जायचे. सासूबाईंच्या दारातील आंब्याच्या झाडाबुडी बसायचे. हातात कोरे ताव घेऊन सरसर लेखनकामाठी करायचे. बसल्या बैठकीत एखादी संपूर्ण कथा संपवायचे. आपल्या सासुरवाडीतच चारुता सागर यांचे गोड-गहिरे माहेर होते! बाहेर भणंग, तऱ्हेवाईक दिसणारा हा फिरस्ता जेव्हा घरी यायचा; तेव्हा आपल्या नंदिनी, सुचेता आणि पौर्णिमा या तिन्ही लेकींच्या मायेत कमालीचा गुंतून जायचा. तेवढे सुख संदीप आणि राजेंद्र या त्यांच्या पोरांच्या वाट्याला यायचे नाही. मुले काय घरादाराची, शेताबांधाची मालकी घेऊन जन्माला येतात; पण पोरी म्हणजे एक दिवस परद्वारी उडून जाणारी मुकी पाखरे! त्यामुळे त्यांच्या पंखांत बळ हवे, त्यांनी अभ्यास करावा, करिअर घडवावे, स्वतःच्या पायावर घट्ट उभे राहावे – हा त्यांचा आग्रह. म्हणूनच दादांनी आपल्या तिन्ही लेकींच्या नावे जागरूकपणे शेअर्सचे धन जोडून ठेवले होते.

दादा जितके मितभाषी, कोणाला न दुखावणारे; तितकेच स्पष्ट बोलू लागले की, त्यांच्या शब्दांना चाबकाच्या वादीची धार चढायची. हिजड्यांच्या जीवनावरील 'दर्शन' या कथेचे अधिकार मागण्यासाठी दोन मोठे चित्रपट दिग्दर्शक त्यांच्याकडे येऊन गेले होते. तेव्हा त्यांनी त्यांना स्पष्टपणे सुनावले होते, "तुम्हाला काय ठावे जोगत्यांचे जिणे? हिजड्यांच्या कळा-वेदना? तुमची माती निराळी. माफ करा!''

तेच २३ वर्षांपूर्वी विशीच्या उंबरठ्यावरचा एक इंजिनिअर पोरगा मोटारसायकलीवरून त्यांच्याकडे गेला. आपले धुळीचे कपडे झाडत सिनेमासाठी 'दर्शन' या कथेचे हक्क मागू लागला. ...पुन्हा १० वर्षांनी गेला. तेव्हा दादांनी त्याला गमतीने हटकले, "सिनेमाचे खूळ आहे का अजून तुझ्या डोक्यात?'' पण दादांच्या अनुभवी नजरेला बेताची उंची असणाऱ्या त्या तरुण मुलाच्या डोळ्यांत काही वेगळीच लकाकी आणि बात दिसली! तो मुलगा म्हणजे कवी आणि चित्रपट निर्माता संजय कृष्णाजी पाटील. 'दर्शन' या कथेवर बेतलेल्या 'जोगवा'ला पाच राष्ट्रीय पुरस्कार मिळाले, तेव्हा दादांना खचितच आनंद झाला. जीवनाच्या अखेरच्या पर्वातला तसा तो त्यांचा सन्मानच!

मराठी समीक्षेची पूजेची जुनीपानी मंदिरे आणि तेथे नित्य चाललेल्या काकडआरत्या हा सारा प्रकार ठरलेलाच असतो. या समीक्षेने चारुता सागरांसारख्या श्रेष्ठ लेखकांना अनुल्लेखाने मारले आहे. मी चारुता सागरांची शरच्चंद्रांशी केलेली तुलना कदाचित अनेकांना असंबद्ध व अप्रस्तुत वाटेल.

संजय पाटील यांच्या 'जोगवा'मध्ये सर्वोत्कृष्ट अभिनयाचा
राष्ट्रीय पुरस्कार मिळविणारा उपेंद्र लिमये व मुक्ता बर्वे

शरदबाबूंची 'बडी दीदी' या कथेच्या वाचनानंतर दादांनी अवघा बंगाल प्रांत पालथा घातला होता. सामान्यांचे जिणे, स्त्रिया आणि शोषितांबद्दलचा दोघांना वाटणारा उमाळा सारखाच होता. एकीकडे शरदबाबूंनी प्रचंड लिहिले, त्यामानाने चारुता सागरांचे लेखन खूपच कमी आहे. मात्र दोघांचीही जीवन जगण्याची, भोगण्याची, भटकंतीची रीत एकच होती.

चारुता सागरांनी 'नागीण'मध्ये 'असेही दिवस' या नावाचे आपले छोटेखानी आत्मवृत्त लिहिले आहे. मराठीतील नाना फडणीसांचे अंदाजे वीस पानी आत्मचरित्र हे एक प्रांजळ आत्मवृत्त मानले जाते. 'पानिपता'च्या मोहिमेवर गेलेल्या ऐन विशीतील नानांना प्रवासात गुप्तरोगाची बाधा कशी झाली होती, हे त्यांनी स्वतःच लिहून काढले आहे. शरच्चंद्रांची विष्णू प्रभाकर यांनी लिहिलेली 'आवारा मसीहा' ही अपूर्व जीवनकहाणी (जी कॉन्टिनेन्टल प्रकाशनाने मराठी वाचकांसाठी उपलब्ध केली आहे.). चारुता सागर आणि शरच्चंद्र यांच्या जीवनवृत्ताचे धागेदोरे बरेच वादळी आणि विमनस्कसुद्धा आहेत. मूलतः 'देवदास' म्हणजेच स्वतः शरदबाबूंच्या स्वानुभूतीचे वाङ्मयीन रूप. त्यांच्या खऱ्याखुऱ्या जीवनात त्यांना 'पारो'ही भेटली होती आणि 'चंद्रमुखी'नेही वेडे केले होते.

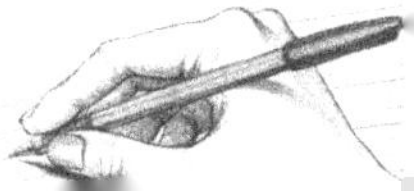

(याबाबत मी माझ्या 'नॉट गॉन विथ द विंड' या मराठी ग्रंथात विस्ताराने लिहिले आहेच.) आपल्या भटकंतीमध्ये चारुता सागरांनी मेलेले मुडदे ओढण्याचे म्हणजेच मुडदेफराशीचेही काम केले. अन् शरच्चंद्रांचे जेव्हा रंगूनमध्ये वास्तव्य होते, तेव्हा तेथे प्लेगची साथ बोकाळली होती. मुडद्यांना खांदे द्यायलाही लोक उरले नव्हते. तेव्हा आपल्या मृत पत्नीचे प्रेत हमालाच्या हातगाडीवर लादून शरच्चंद्र एकटे स्मशानात गेले होते. पत्नीचा मृतदेह जाळताना त्यांच्यावर गुदरलेला प्रसंग अंगावर शहारे आणणारा आहे. चारुता सागर कधी बैरागी, कधी सीमेवरचा लढवय्या खंदा सैनिक, तर कधी ठार फिरस्ता! या दोघांनाही त्यांच्या वादळी जीवनात अनेक स्त्रियांच्या पदराची ऊब मिळाली होती. चारुता सागरांना भटकंतीच्या दिवसात एका शिंप्याची अत्यंत रेखीव, नीटनेटकी, गौरवर्णी पत्नी भेटते; पण तिचा नवरा मात्र बथ्थड. ती बाई अशी लावण्यवती की, आपल्या पहिल्या दृष्टिक्षेपातच कोणाही पुरुषाला खाली बघायला लावणारी. या दोन्हीही श्रेष्ठ साहित्यिकांना भेटलेल्या त्या अजब स्त्रिया. कोणी त्यांना आईच्या वात्सल्याने मिठ्या मारून प्रेमाची ऊब दिली, कोणी प्रेमिकेच्या रूपात त्यांच्या नाकावर नटखट टिचक्या मारल्या, तर कोणी शृंगाराच्या वणव्यात त्यांना स्वत:बरोबर जाळून टाकले आहे. गुरू दत्त काय, शरच्चंद्र काय किंवा चारुता सागर काय – अशा अशांत, बेचैन कलावंतांना सांभाळण्यासाठी जणू एखाद-दुसरीच्या पदराचा पडदा अपुराच पडतो! पण माणुसकीच्या गहिवराने मंतरलेल्या दोघांच्या शब्दांना तोड नाही.

काल-परवापर्यंत घरादारांपासून हिंसाचार दूर होता. आता तो दरवाज्यांना ढुसण्या देतो आहे; घराघरात घुसतो आहे. अशाच दोन घटना वाचून आज माझे मन पोळून निघते आहे. बोरिवलीकडचा एक तरुण बँक अधिकारी – ज्याने उत्तरांचलकडे नोकरी केली होती. आपल्यावर आरिष्ट्य आले वा कदाचित बदनामी वा अपयशाच्या वादळातही तो सापडला असेल; पण त्याने तेरा-चौदा वर्षांच्या आपल्या दोन गोड मुलींच्या हाताच्या नसा कापून त्यांना राहत्या घरी ठार केले. नंतर पत्नीचा गळा घोटून स्वत:ही आत्महत्या केली. अगदी असाच प्रकार काही दिवसांपूर्वी मराठवाड्यातील एका प्राध्यापकाकडून घडला. त्याच्या सानुल्या मुलांची वृत्तपत्रात प्रसिद्ध झालेली छायाचित्रे पाहून कोणाच्याही काळजात कालवाकालव झाल्याशिवाय राहणार नाही. एके काळी घणाघाती निसर्गाशी लढणारे, पुराच्या पाण्यातून वा आगीच्या पोटातून आपली स्त्रिया-पोरे बाहेर काढून सुरक्षित जागी ठेवून समाधानाने मृत्यूला मिठी मारणारे ते बाप कुठे? एकूणच, आज झाडावरची पाखरे सुरक्षित आहेत; मात्र मात्या-पित्यांच्या कुशीतील लेकरे कमालीची असुरक्षित बनली आहेत! एकीकडे वैज्ञानिक प्रगती, कॉम्प्युटरची

गरुडझेप असूनही मात्या-पित्यांच्या अंगांमध्ये हिंसाचाराचा विषारी वणवा भिनतो आहे. यश, अपयश, स्पर्धा, द्वेष, मत्सर हे प्रकार केव्हा नव्हते? रामालाही वनवास भोगावा लागला होता. इतकेच नव्हे, तर प्रभू रामचंद्रांच्या आणि भगवान श्रीकृष्णाच्या 'वॉर्डरोब'मध्येसुद्धा सुखाचा सदरा कधीच नव्हता!

प्रेमचंद, शरच्चंद्र, चारुता सागर, रवींद्रनाथ, काझी नजरुल इस्लाम, थॉमस हार्डी, दोस्तोव्हस्की यांनी समाजजीवनाला उमेदीच्या मधाचे द्रोणच्या द्रोण भरून दिले आहेत. 'जीवन हे अखंड लढण्यासाठी आणि घडविण्यासाठी असते! ते बहादुरासारखे जगावे; पळपुट्यांसारखे नव्हे', असाच संदेश हे सारे शब्दप्रभू देतात! म्हणूनच आजच्या वाढत्या हिंसाचाराच्या आणि धक्कादायक नैराश्येच्या पार्श्वभूमीवर या श्रेष्ठांच्या साहित्यांची पाठांतरं व्हावीत, असे मला वाटते. गेल्या ऑगस्ट महिन्यात मी इंग्लंडमधील इव्हान नदीच्या काठाने भटकत होतो. काळाच्या वारूवर विराजमान झालेला 'शेक्सपिअर' हा जगातील महान शब्दकर्ता! सुदैवाने आम्हाला प्रा. रा. कृ. कणबरकर आणि ज्येष्ठ कन्नड लेखक डॉ. शांतिनाथ देसाईंसारख्या हाडाच्या शिक्षकाने शेक्सपिअर शिकवलेला. त्याला समजून घेण्यासाठी अर्धा गाडी ग्रंथ वाचले असतील; परंतु त्याच्या प्रासादाच्या कोपऱ्या-कोपऱ्यांतून खऱ्या अर्थी यथेच्छ सैर घडवून आणली ती; के. रं. शिरवाडकर यांच्या 'शेक्सपिअर : जीवन आणि साहित्य' या ग्रंथाने. शेक्सपिअरचे ते ग्रंथालय, त्या मंतरलेल्या वास्तू आणि वस्तू बारकाईने न्याहाळत होतो; तेव्हा कानांत लॉरेन्स ऑलिव्हिरसारख्या नटश्रेष्ठाच्या 'पुट ऑन द लाइट ॲन्ड पुट ऑन द लाइट' या ऑथेल्लोच्या हाका गुंजत होत्या. त्याची अमर पात्रे, अवतरणे पुनर्भेटीचा आनंद देत होती. पण पॅरिसचा दीपोत्सव कितीही भव्य-दिव्य असला, तरी आपल्या देवघराच्या समईतील तुपाच्या तवंगावर लवलवणारी ज्योत मनाच्या गाभाऱ्यात ठाण मांडून बसते; तसा तिथे हिंडतानाही नुकताच वाचलेला चारुता सागरांचा 'मामाचा वाडा', त्यांच्या कथेतील भटके, जोगते, पारधी आणि नागिणीच्या झिंगेचा ज्वर मेंदूतून उतरत नव्हता. अगा, मराठीत काही घडलेच नाही, घडत नाही – असे वांझ उसासे देत कालोपव्यय करणे गैर आहे. म्हणूनच आजच्या नैराश्येच्या पार्श्वभूमीवर माणुसकीच्या गहिवराने ओथंबलेल्या चारुता सागरांसारख्या ज्येष्ठांच्या शब्दबनातून पुन:पुन्हा हुंदडायला हवे.

।६।

ज्ञानलालसेचा पॅगोडा आणि शांघायचे न्यूयॉर्कीकरण

इतर कोणत्याही देशाच्या भेटीस निघताना आपण अंतर्बाह्य आनंदीच असतो. पण, चीनच्या भेटीवर जाण्याचे जेव्हा साहित्य अकादमीकडून निमंत्रण आले, तेव्हा मनावर एक प्रकारचा ताण आला. एके काळी आम्ही आमची उत्तर सीमा इंच-इंच लढविण्याची भाषा केली होती, तरीही चीनने आमच्या स्वतंत्र भारताला पराभवाचे पाणी पाजले होते. 'हिंदी-चिनी भाई-भाई' या पंडित नेहरूंच्या घोषणेतला उघडा पडलेला भाबडेपणा, ते बर्फाचे पेटून उठलेले तट आणि वालांगसारख्या लढाईत आमच्या माथी हिंदी मनावर उठलेले ते अपयशाचे ओरखडे... ह्या जुन्या स्मृती अजूनही ताज्याच आहेत. अरुणाचलच्या बाजूला संरक्षणाचा मोठा तट चीन बांधत असल्याच्या वार्ता आजही अधूनमधून कानी येतात. या साऱ्यामुळे चीनच्या भेटीबाबत मनाची संमिश्र अशी अवस्था होती. त्याच वेळी चीनची प्रचंड भिंत, त्यांची आजची वैज्ञानिक प्रगती आणि आमचे सोलापूरकर डॉक्टर द्वारकानाथ कोटणीसांनी घालून दिलेला विश्वमैत्रीचा आदर्श पाठ, या कारणामुळे चीनविषयी एक वेगळी आसही निर्माण झाली होती. अर्थातच चीन आणि भारतामधील कडवटपणा जाऊन नव्या आदान-प्रदानाला केव्हाच आरंभ झाला आहे.

आम्हा सात भारतीय लेखकांना 'चायनीज रायटर्स असोसिएशन'ने चीनभेटीचे आमंत्रण दिले होते. आमच्या शिष्टमंडळाचे कर्णधार होते, ज्येष्ठ

बंगाली कवी आणि कादंबरीकार सुनील गंगोपाध्याय. त्याशिवाय काश्मिरी साहित्यिक रेणू भान, पंजाबी साहित्यिक डॉ. दीपक मनमोहन सिंग, नेपाळी साहित्यिक जीवन नमडंग, प्रसिद्ध कन्नड समीक्षक सिद्धलिंग पट्टणशेट्टी, पश्चिम बंगालचे जादुमणी बसरा आणि स्वाती गंगोपाध्याय असे आम्ही सर्व जण शिष्ट-मंडळात सहभागी होतो.

'बीजिंग' या शब्दाचा अर्थ उत्तरेकडची राजधानी. दिनांक १० मेच्या भल्या सकाळी एअर चायनाच्या विमानाने आम्ही बीजिंगभोवती घिरट्या घालू लागलो. मधल्या वर्तुळाला चोहोबाजूंच्या अनेक रेषांनी छेद द्यावा, तसे सुमारे दीड कोटी लोकवस्तीचे बीजिंग मधे पसरले आहे. बाजूची नदी ओलांडून शहराकडे धावणारे अनेक मार्ग अवकाशातून दिसतात. नदीवरचे अनेक पूल... शहरातील अनेक औरस-चौरस रस्ते... भोवतालचे हिरवेपण... आपण एखाद्या आधुनिक पाश्चात्त्य शहरालाच भेट देत आहोत, अशी आम्हाला प्रथम प्रचिती आली. तिथे उतरल्यावर एक बाब पटकन लक्षात येते. गगनचुंबी इमारतींच्या हव्यासाने बीजिंगलाही झपाटल्याचे प्रथमदर्शनी लक्षात येते. स्कायस्क्रेपचा हा ड्रॅगन चीनच काय, पण पूर्वेतील एकापाठोपाठ एक असे अनेक देश गिळत सुटला आहे. त्याने

चीनभेटीवर गेलेले भारतीय लेखकांचे शिष्टमंडळ

सत्तर टक्के बीजिंग केव्हाच गिळले आहे. मात्र, तरीही शहरात अधेमधे आढळणाऱ्या जुन्या तुरळक गल्ल्या, त्यांच्या दुतर्फा असलेली जुनी बसकी घरे, प्राचीन तोंडवळ्याचे आणि दर्शनी उतरत्या कौलांचे जुने चिनी वाडे, रस्त्याच्या दुतर्फा बांधलेल्या तांबूस-जांभळ्या पताका, तोरणे आणि भोपळ्याच्या आकाराचे लटकते नारिंगी कागदी कंदील – या चीनच्या परंपरागत खुणा आमच्या मनाला मोहून टाकत होत्या.

सम्राट 'प्यू ई'चे
वास्तवातील छायाचित्र

१० जूनच्या दुपारी भारतीय दूतावासात एक स्नेहमेळावा आयोजित करण्यात आला होता. डॉ. सुनील गंगोपाध्याय यांच्यासारखा एक खंदा लेखक आमच्या शिष्टमंडळाचे नेतृत्व करत होता. आजच्या भारतातील श्रेष्ठ साहित्यिकांमध्ये सुनीलदांचा समावेश होतो. सहा फूट उंचीचे, बलंदड हाडापेराचे, गोलाकार चेहऱ्याचे आणि बारीक डोळ्यांचे सुनीलदा एक व्रतस्थ साहित्यिक. त्यांनी आजवर छोटी-मोठी मिळून दोनशेहून अधिक पुस्तके लिहिली आहेत. त्यांतील 'शेय समय', 'अर्जुन', 'प्रथम अको' या त्यांच्या कादंबऱ्या व त्यांच्या कविता खूप प्रसिद्ध आहेत. बंगालबरोबरच बांगलादेशातही सुनीलदांच्या कादंबऱ्या प्रचंड खपतात. असा श्रेष्ठ साहित्यिक वकिलातीमध्ये आला असतानासुद्धा आमच्या राजदूत महोदयांनी दांडी मारून आपल्या प्रशासकीय अरसिकतेचे दर्शन घडवले होते. तरीही या मेळाव्याची पूर्वप्रसिद्धी झाल्याने अनेक भारतीय पत्रकार, भाषांतरकार आणि बंगाली व हिंदी वाङ्मयाचे चिनी अभ्यासक या मेळाव्याला मोठ्या संख्येने हजर होते. चीनमधील 'रायटर असोसिएशन'ने आम्हाला चीनच्या भेटीकरता आमंत्रित केले होते. हू वे हा दुभाषा आमच्या मदतीला होता. एकूणच, दुभाष्याशिवाय चीनसारख्या देशात संचार करणे केवळ अवघड. शंभर वर्षांपूर्वी रवींद्रनाथांनी आपल्या शांतिनिकेतनमध्ये एक चीन विभाग सुरू केला होता. तेथे जाऊन बंगाली शिकलेले अनेक विद्यार्थीही या कार्यक्रमास उपस्थित होते.

मेळाव्यामध्ये एका दाक्षिणात्य पत्रकाराने सुनीलदांना छेडले. "टागोरांनंतर भारताला साहित्याचे एकही नोबेल पारितोषिक का मिळू नये?" त्या गृहस्थाच्या थेट प्रश्नावर सुनीलदा चांगले उखडले. ते म्हणाले, "मी काही नोबेल पारितोषिक

म्हणजे श्रेष्ठत्वाचा मापदंड मानत नाही. त्याला तितकेसे महत्त्वही देत नाही. आजकाल तिथेही खूप राजकारण चालते. शिवाय ज्या काळात रवींद्रनाथांना हे पारितोषिक मिळाले, तेव्हा ती खूप अपूर्वाईची गोष्ट होती. आजच्यासारखा ब्रेकिंग न्यूजचा भडिमार तेव्हा नव्हता. मी हे मुद्दाम स्पष्ट करू इच्छितो की, टागोरांना नोबेल पुरस्कार मिळाला नसता, तरी त्यांची माझ्या नजरेतील उंची आहे, तशीच अभेद्य राहिली असती.''

भारत म्हणजे ताजमहाल, इटली म्हणजे पिसाचा मनोरा, तसेच बीजिंग शहराचे नाव घेतले की, डोळ्यांसमोर 'फॉरबिडन सिटी' हे जुन्या राजवाड्यांचे भव्य-दिव्य संकुल उभे राहते. त्या केवळ पुरातन इमारती नाहीत. आम्ही जेव्हा त्या नगरीच्या दरवाज्यातून आत प्रवेश केला, तेव्हा ते अतिभव्य प्रासाद आम्हाला हॉलिवुडच्या ७० एमएमच्या पडद्यावरच्या भव्य फ्रेमसारखे वाटले. किमान चार फतेहपूर सिक्री एकत्र केल्यावर एका फॉरबिडन सिटीची बरोबरी होईल. बहात्तर हेक्टरमध्ये ऐसपैस पसरलेल्या या प्रासादनगरीला दहा मीटरची संरक्षक भिंत आहे. तिच्या सभोवतीचा खंदकही हत्तीच्या अंगासारखा रुंद आणि तितकाच खोल आहे. एका वेळी सुमारे दहा हजार पर्यटक या नगरीतून सहज संचार करू शकतात. फॉरबिडन सिटीचे मुख्यत: दोन भाग आहेत. एक बाह्य दरबार आणि दुसरा खासगीदालन विभाग. दर्शनी भागामध्ये राजदरबार, राजसोहळे, मंत्री परिषदा आणि परदेशी पाहुण्यांचे स्वागत होत असे. आतल्या प्रत्येक मोठ्या प्रासादी इमारतीला 'हॉल ऑफ सुप्रीम हार्मनी' अशा प्रकारची इंग्रजी वळणाची नावे रूढ झाली आहेत. चित्रे, शिल्पे, कोरीवकामाचे नमुने अशा नऊ लाखांहून अधिक वस्तू या परिसरात आहेत. या संपूर्ण संकुलात जीर्णशीर्णता, धूळ असा प्रकार नाही. प्रासादासाठी प्रचंड मोठ्या शिळा वापरण्यात आल्या आहेत. हत्तीच्या अंगासारखे हे पाषाण येथे आले कसे, हा प्रश्न पडतो. मध्ययुगीन काळात हे पाषाण हिवाळ्यात बर्फावरून लोटत-लोटत शेकडो मैलांवरून येथे आणण्यात आले होते. चिनी माणसाच्या चिकाटीचे हे प्रतीक आहे.

प्रारंभी शैशवामध्ये सुखशय्येत वाढणारा सम्राट 'प्यू ई'

'द लास्ट एम्परर' या हॉलीवुडच्या चित्रपटामध्ये 'सम्राट प्यू ई'च्या भूमिकेत जॉन लोनी

चीनच्या सम्राटाला 'स्वर्गपुत्र (सन ऑफ हेवन) असे मानले जाई. त्यामुळेच त्याचे सिंहासनही सोन्या-रुप्याने बनवलेले आहे. सिंहासनाचे दालन एकशे ब्याऐंशी सुवर्णखांबांचे असून डोक्यावरचे छतही पिवळ्याधमक सुवर्णाने आच्छादलेले आहे. राजाचे सिंहासन इतक्या उंचीवर आहे की, तो दरबारातील इतर मान्यवरांपेक्षा सर्वोच्च वाटला पाहिजे, याची काळजी घेतली आहे. त्यामुळेच इतर मंत्र्यांपेक्षा सम्राटाचे सिंहासन अकरा मीटर उंच आहे.

सुनीलदा सोबत असल्यामुळे साहित्य, शास्त्र आणि विनोदाला बहर येई. त्यांच्या सौभाग्यवती स्वाती मात्र पुस्तकांची दुकाने, प्रदर्शने, विमानतळावरची गर्दी यामध्ये अक्षरशः हरवून जात होत्या. त्यामुळे अनेकदा सुनीलदांना त्यांचा शोध घ्यावा लागे. ओरिएंटल हॉटेलात जेवणावर ताव मारताना मला सुनीलदांनी चीनच्या शेवटच्या सम्राटाची आठवण करून दिली. 'प्यू ई' हे त्याचे नाव. त्याने 'फ्रॉम एम्परर टु सिटिझन' या नावाचे अफलातून आत्मचरित्र लिहिले आहे. ते मुद्दाम वाचायचा सल्ला सुनीलदांनी मला दिला. याच आत्मचरित्रावर १९८७मध्ये प्रसिद्ध इटालियन चित्रपट दिग्दर्शक बर्नडो बरतुलुनी याने 'द लास्ट एम्परर' या नावाचा हॉलिवुडपट बनवला होता. तो जगभर गाजला.

मी तेव्हा नेमका 'द लास्ट एम्परर' पाहिला नव्हता. मात्र, चीनसारख्या एका बलाढ्य राष्ट्राचा ऐश्वर्याच्या राशीत लोळणारा सम्राट आयुष्याच्या शेवटी एक सामान्य माळी बनतो, हा त्याचा प्रवास मला खूप नाट्यमय आणि हृदयद्रावकही वाटला. बीजिंगमध्येच मला ते इंग्रजी आत्मचरित्र मिळाले. त्याचा मी प्रवासातच फडशा पाडला.

'द लास्ट एम्परर' या चित्रपटाची सुरुवात युद्धकालीन धामधुमीच्या

वातावरणात होते. आपल्या कैद्याच्या मळकट पेहरावावर 'कैदी' नंबर ९८१चा बिल्ला मिरवणारा चीनचा दुर्दैवी सम्राट प्यू ई! त्याला रशियाच्या रेड आर्मीने एक राजबंदी आणि युद्ध गुन्हेगार म्हणून पकडले आहे. रेल्वे स्टेशनच्या स्वच्छतागृहात तो आपली नस कापून आत्महत्येचा प्रयत्न करतो. पुढे फ्लॅशबॅक तंत्राने दुबळ्या, दुर्दैवी प्यू ईच्या बालपणातील घटनांची पाने उलगडली जातात.

फॉरबिडन सिटीच्या अजस्र भिंतिआड चीनच्या सिंहासनावर बसणारे दोन-अडीच वर्षांचे कोवळे मूल. राजाने आपल्या आत्मचरित्रात असे लिहिले आहे की, मी रडून-रडून माझ्या राज्यारोहण समारंभाचा पार विध्वंस केला होता. उंटाशी खेळणारा, मुंग्या पाळणारा, डबीमध्ये कृमी-कीटक पाळण्याची हौस असणारा, पिवळ्या रंगाच्या शाही वस्त्रांनी मोहित होणारा, संचलनासाठी उभ्या असलेल्या हजारो सैनिकांच्या रांगांतून दुडुदुडु धावणारा 'सम्राट प्यू ई' दिग्दर्शकाने लाजवाब रीतीने उभा केला आहे. राजवाड्यामध्ये सेवक म्हणून हिजड्यांची फौजच्या फौज असते. अंतर्गृहातील वस्तू चोरून बाहेर विकायचा त्यांचा धंदा. चीनची दुष्ट सम्राज्ञी, व्यांग नावाची प्रेमळ दाई, पुढे चीनच्या नव्या प्रजासत्ताकाकडून राजाला फॉरबिडन सिटीमध्येच झालेली कैद, नव्या प्रजासत्ताकानेच त्याचे लावलेले लग्न,

'फॉरबिडन सिटी'तील सिंहासनावरचे रत्नजडित छत

जपानी वकिलातीच्या मदतीने सम्राटाचे मांचुरियात झालेले पलायन, जपान्यांनी उभे केलेले राजाचे कळसूत्री मांचुरियन सरकार, पत्नीने आणि मैत्रिणीने केलेला द्रोह, पुढे रशियन सैनिकांकडून अटक आणि दहा वर्षं कैद व सदैव अत्याचार... त्यानंतर सुधारलेला एक कैदी म्हणून त्याची झालेली सुटका आणि बीजिंगमध्ये आयुष्याच्या शेवटी एक सामान्य माळी म्हणून काम करणारा भला प्यू ई. चीनच्या या शेवटच्या सम्राटाचा हा प्रवास खूपच जीवघेणा आहे. विशेषत: एके काळची आपली स्वत:ची राजधानी असलेली फॉरबिडन सिटी पाहायला तो चक्क एक पर्यटक म्हणून जातो. गेटवरच्या खिडकीत तिकीट काढून आपले राजगृहातले सुवर्ण सिंहासन डोळे भरून पाहतो, हा प्रसंग चित्रपटात खूप प्रत्ययकारकरीत्या उतरला आहे. पण, तरीही सम्राटाचे आरंभिक जीवन चित्रपटापेक्षा त्याच्या आत्मचरित्रातच अधिक गडदरीत्या उतरले आहे.

चीन सरकारने फॉरबिडन सिटीमध्ये या चित्रपटाच्या चित्रीकरणास आश्चर्यकारकरीत्या परवानगी दिली होती. जेव्हा शूटिंग सुरू झाले होते, तेव्हा इंग्लडची राणी दुसरी एलिझाबेथ चीनच्या भेटीवर होती. चित्रीकरण सुरू असल्यामुळे तिला या स्थळाला भेट देता आली नाही. अस्सल फॉरबिडन सिटीमध्ये निर्माता जेरेमी थॉमस याने एकोणीस हजार एक्स्ट्रॉ नट उभे केले होते. जेव्हा लागेल तेव्हा चीनचे लष्करही तैनात करण्यात आले होते. या प्रकल्पावर कोणीही शहाणा मनुष्य पैसे लावायला तयार नव्हता. आरंभी कोलंबिया ही कंपनी प्रिंट उचलायलाही तयार नव्हती. पण, एका दुर्दैवी राजकुमाराची दर्दभरी, युद्धभरी दास्तान निर्माता आणि दिग्दर्शकाने पुरेशा कष्टाने आणि तन्मयतेने सादर केली; त्यामुळे प्रेक्षकांनी चित्रपट उचलला. तो प्रदर्शित झाला तेव्हाच सर्वोत्कृष्ट चित्रपट, उत्कृष्ट दिग्दर्शक आणि छायालेखनासह नऊ ऑस्कर पुरस्कारांची या चित्रकृतीवर खैरात झाली. त्यामुळेच डिजिटल तंत्राचा अजिबात वापर न केलेला हा महागडा चित्रपट जगभर धो-धो चालला. तसे घडले नसते, तर मात्र या वेड्या निर्मात्यावर आत्महत्येचा प्रयत्न करायची वेळ आली असती.

बीजिंगच्या पाश्चात्त्यीकरणाच्या तडाख्यातून अनेक 'हुटांग' वाचले आहेत. 'हुटांग' म्हणजे जुन्या गावातील अरुंद गल्ल्या वा बोळ. 'हुटांग' हे चिनी संस्कृतीचे उत्तम दर्शक आहेत. ह्या गल्ल्यांतून फिरताना वाई आणि मिरजेतील वीस-बावीस वर्षांपूर्वी पाहिलेल्या अरुंद गल्ल्यांची, बोळांची आणि सुबक ऐटदार वाड्यांची आठवण झाल्याशिवाय राहत नाही. जसे 'भारत' हे आपल्या राष्ट्राचे नाव 'भरत' या राजावरून पडले आहे, तसेच 'चिन शी वाँगदी' या बलवान सम्राटाच्या नावावरूनच 'चीन' हे नाव पडले आहे. आम्हा भारतीय लेखकांना

चीनच्या भूमीशी प्रथम परिचय करून दिला, तो पर्ल बक या अमेरिकन लेखिकेने. तिच्या 'द गुड अर्थ' या कादंबरीने चिनी संस्कृतीची कवाडे प्रथमत: आमच्यासाठीच नव्हे; तर जगातील वाङ्मयप्रेमींसाठी खुली करून दिली. आपल्या पाद्री असलेल्या पित्यासमवेत पर्लचे बालपण यांगत्से नदीकाठी गेले. चीनमधील पिवळीधमक भाताची शेती, गुडघ्यापर्यंत दुमडलेल्या निळ्या विजारी आणि डोक्यावर बांबूची लंबुळकी हॅट घातलेले शेतकरी, डोक्यावरचा त्यांचा दर्शनी गोटा आणि पाठीमागे सोडलेल्या लांब वेण्या... चिनी शेतकऱ्यांनी शेतात वेचलेल्या घामाला पर्लने आपल्या शब्दांद्वारे आगळे मोल दिले. धर्मप्रसारकांना आजच्या ओरिसातच नव्हे, तर तेव्हाच्या चीनमध्येही जिवंत जाळण्याचे प्रयत्न झाले होते. गोऱ्या कातडीच्या त्या बक कुटुंबामुळे आपल्या भागात दुष्काळ पडल्याची चिककियांग परिसरातील लोकांची समजूत झाली होती. घरावर चालून आलेला हिंसक जमाव छोट्या पर्लने पाहिला होता. तिच्या आईने गोड बोलून त्या पेटलेल्या जमावाला थंड केले होते. पर्ल बकने 'द गुड अर्थ'शिवाय 'द हाउस डिव्हायडेड', 'सन्स' अशी कादंबरीत्रयी लिहिली. पर्लने एकूण अडतीस कादंबऱ्या आणि आठ कथासंग्रह लिहिले आहेत. तिच्या लेखनाचा झपाटा इतका प्रचंड होता की, अवघ्या आठ वर्षांत तिला साहित्याचे नोबेल पारितोषिक मिळाले. त्यामुळे पुढे जन्मभर एक सन्मानित विदुषी या नात्याने ती संपन्न जीवन जगली. यांगत्से नदीकाठी चिककियांग या गावातल्या गावकऱ्यांनी तिच्या आठवणी ताज्या ठेवल्या आहेत. तिच्या नावाचे एक वस्तुसंग्रहालय उघडण्यात आले आहे. तिथे तिच्या वापरातल्या अनेक वस्तूंचे, वस्त्रांचे व ग्रंथांचे जतन करून ठेवलेले आहे. मात्र, चीनपेक्षा बाहेरच्या विश्वाला पर्ल बक अधिक परिचित असल्याचे आढळून आले आहे. जॉन फोर्ड या महान दिग्दर्शकाने 'द गुड अर्थ' या नावाचा अमर हॉलिवुडपट निर्माण केला आहे. त्यातील चिनी शेतकऱ्याची भूमिका प्रसिद्ध अभिनेता पॉल म्युनी याने, तर त्याच्या पत्नीची भूमिका लुई रेनर हिने सही-सही वठवली होती. हा चित्रपटही खूप गाजला.

बीजिंगमध्ये आमच्या यजमान संस्थेने म्हणजेच 'चायनीज रायटर असोसिएशन'ने हिंदी-चिनी लेखकांचा वार्तालाप आयोजित केला होता. त्यासाठी बीजिंगमधील या संस्थेच्या भव्य इमारतीजवळ आम्ही दाखल झालो. इमारतीच्या प्रवेशद्वाराजवळ आधुनिक चिनी वाङ्मयाचा पाया घालणाऱ्या लूसन या लेखकाचा अर्धपुतळा आहे. लोकांचा लेखक असणाऱ्या या साहित्यिकाच्या चेहऱ्याची ठेवण हुबेहूब आपल्या मुन्शी प्रेमचंद यांच्यासारखीच आहे. 'चायनीज असोसिएशन'ची अनेक प्रादेशिक कार्यालयेही चीनभर पसरली आहेत. सुमारे दहा हजारांहून

चीनची जगप्रसिद्ध भिंत

अधिक लेखक आणि कवी तिचे सभासद आहेत. अनेक साहित्यिक आपले नित्याचे व्यवसाय व नोकऱ्या सांभाळूनच लेखनाचा छंद जोपासतात. जसा रवींद्रनाथांच्या वाङ्‌मयाचा ठसा चिनी रयतेवर पडला आहे; तसाच लूसन, आयचिंग या चिनी साहित्यिकांचा ठसा भारतीय साहित्यावरही पडल्याचा विषय निघाला. या वार्तालापात भाषण करताना पौर्वात्यराष्ट्राविषयीचा अभिमान सुनीलदांच्या नसानसांत संचारल्यासारखा दिसला. ते मंत्रघोष केल्याच्या थाटात बोलले, ''चीन आणि भारत हे सख्खे शेजारी एकत्र आले तर ते प्रबळ होतील, जगाला चांगला मार्ग दाखवतील आणि अमेरिकेचा प्रभावही कमी होईल.'' दोनच दिवसांमागे अमेरिकेचे राष्ट्राध्यक्ष बराक ओबामा यांनी केलेल्या एका भाषणाची आठवण करून देत सुनीलदा म्हणाले, ''अमेरिकन विद्यार्थ्यांच्या पुढे बोलताना राष्ट्राध्यक्ष ओबामा यांनी अशी गर्जना केली आहे की, संगणकक्षेत्रामध्ये आमच्या विद्यार्थ्यांनी अशी घसघशीत प्रगती करून दाखवावी की, त्यांच्या बुद्धीपुढे चिनी आणि भारतीय विद्यार्थी मागे पडावेत. या एका उदाहरणावरून आपल्या बुद्धिवैभवाला अमेरिका किती वचकून आहे, याची तुम्हाला कल्पना येईल.''

गेल्या चार दशकांत चीनमधील स्त्री साहित्यिकांचे प्रमाण खूप वाढते आहे. देशात एकूण पाचशे सत्तर प्रकाशनसंस्था आहेत. त्यांतील अनेक शासकीय आहेत. मात्र, अलीकडे खासगी प्रकाशकांचा दबदबा वाढतो आहे. चीनमध्येही

नवलेखकांसाठी प्रसिद्धीचा मार्ग तसा दुरपास्तच आहे. पण नियतकालिकांमधून प्रभाव टाकणारा नवा लेखक इथेही वेगाने अग्रस्थानी पोहोचू शकतो. इथेही टीव्ही वाहिन्या आणि त्यातून मिळणारी रोकड नव्या लेखकांना भुरळ घालत आहे. चिनी भाषेत प्रौढवाङ्मयापेक्षा कुमार वाङ्मय अधिक खपते, वाचले जाते. 'टॅन झुडाँग' नावाच्या तरुण लेखकाने 'आपण केवळ कुमार वाङ्मयाच्या बळावर श्रीमंत झालो', असे आम्हाला मोठ्या अभिमानाने सांगितले. चिनी वाङ्मयात ऐतिहासिक कथा-कादंबऱ्यांना व वीरकथांनाही खूप मागणी आहे. विशेषत: मंगोलियाच्या गवताळ प्रदेशात लोककथा, निसर्गकविता, वीरकथा यांचे मोठे पीक येते.

तांबूस कांतीचा, बारीक, गूढ डोळ्यांचा आणि काळ्या गच्च दाढीचे खुंट असणारा, एखाद्या चिनी गूढचित्रपटात शोभणारा एक लेखक भेटला. त्याचे नाव 'शांगियाँग.' त्याच्या लेखणीतून निसर्गरम्य मंगोलियाचे संचित शब्दबद्ध झाले आहे.

चीनला जाऊन तेथील जगप्रसिद्ध भिंत न पाहणे म्हणजे वाराणसीला जाऊन गंगाजलाची कुपी न घेता माघारी येण्यासारखे ठरले असते. जागतिक आश्चर्य

चीनची जगप्रसिद्ध भिंत; तिथे पायरीवर विसावलेले भारतीय साहित्यिक

ठरलेली ही चीनची भिंत बीजिंगपासून अवघ्या सव्वा तासाच्या अंतरावर आहे. या भिंतीची एकूण लांबी सात हजार तीनशे पन्नास कि.मी. आहे. तिचे बांधकाम इ.स.पूर्वी सातव्या शतकात सुरू झाले, ते इ.स.नंतर दुसऱ्या शतकापर्यंत अखंड चालू होते. या भिंतीचे बांधकाम चुना आणि भाताच्या लेपापासून केले गेले आहे. ही अजस्र भिंत म्हणजे चीनचा मानबिंदूच. प्राचीन काळी रानटी मंगोलियन टोळ्या चीनवर आक्रमण करत. त्यांच्या घोड्यांच्या टापांना रोखण्यासाठीच चिनी लोकांनी केलेला हा प्रचंड खटाटोप आहे. या भिंतीची सरासरी उंची सव्वीस फूट असून तिची रुंदीही तशीच अघळ-पघळ आहे. एका वेळी लगाम सैल सोडून पाच घोडेस्वार त्यावरून सहज दौड करू शकतात. 'चिन शी वाँगदी' या सम्राटाच्या काळात या भिंतीचे बरेच काम मार्गी लागले. या अजस्र वास्तूच्या आवतीभोवती अनेक कथा, दंतकथा, गूढकथा गुंफल्या गेल्या आहेत. तिचे बांधकाम करताना मजूर कमी पडू लागले, तेव्हा इथल्या सम्राटांनी शेतात काम करणाऱ्या गरीब शेतकऱ्यांना पकडले व त्यांना जनावरांसोबत कामाला जुंपले. भिंतीच्या कामावर गेलेले आपले घरधनी परतले नाहीत म्हणून अनेक शेतकरणी वेड्यापिशा झाल्या. अनेक जणींनी पतीच्या वियोगाने व्याकूळ होऊन त्या जुलमी भिंतीवर डोकी आपटली. त्या भिंतीच्या अनेक चिऱ्यांतून पूर्वी हुंकार, वेदनादायक उसासे आणि चित्रविचित्र आवाज येत असत, असे म्हणतात. प्राचीन आणि मध्ययुगीन काळात अशा काही गैरसमजुती आणि दुष्ट चालीरीतीही होत्या. मोठ्या बांधकामाच्या पायात नरबळी दिल्याशिवाय ते बांधकाम टिकत नाही, अशीही एक गैरसमजूत होती. त्यामुळेच राजाच्या महत्त्वाकांक्षेसाठी श्रमिकांच्या शिरांचा नैवेद्य देण्याची पूर्वापार रीत चीनसह जगभर चालत आली आहे.

अगदी अलीकडचा भारतातला एक प्रसंग. एका पंचतारांकित हॉटेलात बसलो होतो, तेव्हा पलीकडच्या मेजावर रेल्वे ट्रॅकचे काम करणारे दोन मोठे कंत्राटदार मद्याचा आस्वाद घेत होते. अलीकडेच आपल्याकडे एका मोठ्या लोहमार्गाचे काम पूर्ण झाले आहे. त्या संदर्भातच बोलणे चालले होते. एक जण दुसऱ्याला सांगत होता, "आम्ही रेल्वे ट्रॅक बांधताना अनेकदा दरडी कोसळत. धुरांच्या, स्फोटांच्या गर्दीत मजूर मरत. सुदैवाने आमचे मजूर बंगाल-ओरिसाकडून आलेले. एखादा अपघाताने मध्येच गचकला, तर उगाच पंचनाम्याचे झेंगट नको; त्यांच्या घराचा शोध घेण्याचे लफडे नको, त्यासाठीच आमचे हुशार मुकादम अधिक वाच्यता न करता मुडद्यावर परस्पर माती ओढून रिकामे झाले होते." तो अनुभव ऐकताना मी भीतीने थिजलो. एकूण काय, देश वा माती बदलली तरी मानवी प्रवृत्ती त्याच. जिथे-तिथे अन्याय आणि

अत्याचारांच्या चुन्यावर प्रगतीचे चिरे बांधले जात आहेत.

त्या परिसरातील मोठ्या डोंगररांगा पार करत एकदाची आमची बस पोहोचली, तेव्हा चीनच्या त्या बलाढ्य भिंतीचे दर्शन झाले. डोंगररांगांच्या माथ्यावरून ती भिंत एखाद्या अजगरासारखी लोळत, आकार बदलत, कधी वाकडीतिकडी होत, तर कधी पठारावरून सुसाट धावल्यासारखी दिसत होती. भिंतीवर एकूण पंचवीस हजार बुरूज आहेत. तिच्यावर अनेक छोटे किल्ले, खिंडी, टेहळणीची टोके आणि निरीक्षणाच्या चौकीची ठाणी आहेत. पूर्वी शत्रूच्या आगमनाचा इशारा देण्यासाठी टेहळणीच्या चौकीवरून आगी पेटवल्या जात. आपल्याकडेही जेव्हा घाटावरून आलेले सैनिक कोकणात कावल्याच्या खिंडीतून उतरत, तेव्हा जवळच्या 'कोकणदिवा' नावाच्या किल्ल्यावर आगी पेटवल्या जात. त्यामुळे समोरच्या दरीपल्याड रायगडच्या सिंहासनावर बसलेल्या शिवरायांना दरबारात बसल्या जागेवरच संकटाचा इशारा प्राप्त होई.

अर्थात, स्थापत्यशास्त्राच्या बळावर असे संरक्षणाचे अजस्र कोट उभे केले तरी ते कसे भेदावेत, हे पट्टीच्या मुत्सद्द्यांना आणि मानवजातीच्या जिवावर उठलेल्या नादानांना चांगले समजते. त्यामुळेच मुंबईभोवती संरक्षणाचे तथाकथित कवच असतानाही कसाबसारखा नरपशू इथे पोहोचतोच ना? त्याचप्रमाणे चंगेजखानने जेव्हा चीनवर आक्रमण केले होते, तेव्हा हिऱ्या-पाचूंचे नजराणे देऊन त्याने पहारेकऱ्यांचे हात ओले केले. चीनची अजस्र भिंत सहज ओलांडून तो बीजिंगच्या बोकांडी येऊन बसला.

आमची बस एकदाची भिंतीच्या तळाशी येऊन पोहोचली. माझ्यासोबतच्या साहित्यिक मित्रांना तिच्या पायऱ्या चढून वर जाणे आवाक्याबाहेरचे वाटले. त्यामुळे पाच-पन्नास पायऱ्या चढल्यावर मंडळी विश्रांतीसाठी तिथेच स्थानापन्न झाली. विविध कोनांतून छायाचित्रे काढून मागे फिरायचे ठरले. मात्र, एरवी शिवाजी आणि संभाजीराजांच्या शेकडो किल्ल्यांवरून हुंदडलेली माझी पावले माघार घ्यायला तयार होईनात. अलीकडे माझ्या शरीरावर बऱ्यापैकी वजन साठलेले आहे; पण त्याची पर्वा न करता मी झपाझप वर चालत राहिलो. 'माघारा फिरणे नाही; मराठी ब्रीद'! मी उंचावर गेल्याचे पाहताच दार्जिलिंगच्या पहाडात राहणारे न्यूमडंग आणि त्यांच्या पाठोपाठ काश्मिरी रेणू भानही भिंत चढू लागल्या. एकदाचे तीन-सव्वातीन किलोमीटरवरचे डोंगराचे टोक आणि भिंतीचा माथा मी गाठला, तेव्हा कुठे मनाला हायसे वाटले. मात्र, त्या टोकावर उभे राहिल्यावर मला आमच्या रायगडाची आणि विशेषत: राजगडाची आठवण दाटून आली. या दोन्ही किल्ल्यांचे कडे अजस्र उंचीच्या दृष्टीने भव्य आणि रोमांचक आहेत.

चीनच्या भिंतीमध्ये आणि आमच्या रायगड-राजगडमध्ये फरक इतकाच की, चिनी जनतेने त्या भिंतीला जगाच्या पर्यटन नकाशावर केव्हाच विराजमान केले आहे. आमच्या देशात होऊन गेलेल्या वीर तपस्व्यांचे महत्त्व आम्हाला जिथे नीट कळले नाही, तिथे वास्तूंकडे आणि दऱ्या-डोंगरांकडे लक्ष कोण देणार?

चीनच्या भेटीवर जाणाऱ्या भारतीयाला आणि विशेषत: मराठी माणसाला डॉ. द्वारकानाथ कोटणीस यांचे विस्मरण होणे, केवळ अशक्य आहे. भारतीय दूतावास, चिनी लेखकांशी शांघाय-शियॉन येथे झालेले वार्तालाप... जिथे-तिथे मी मुद्दाम डॉ. कोटणीसांची आठवण काढत असे. चीन आणि जपानमध्ये युद्धाचा भडका १९३८मध्ये उडाला होता. तेव्हा जखमी सैनिकांच्या शुश्रूषेसाठी डॉक्टरांची नितांत गरज होती. त्या वेळी काँग्रेसचे अध्यक्ष नेताजी सुभाषचंद्र बोस यांनी चीनमध्ये वैद्यकीय पथक पाठवायचा निर्णय घेतला. त्यासाठी बावीस हजारांचा फंड उभा केला. नेताजींच्या आवाहनानुसार डॉ. कोटणीसांसह एकूण पाच डॉक्टर चीनच्या दौऱ्यावर रवाना झाले. मेडिकल कॉलेजमधून नुकत्याच बाहेर पडलेल्या सोलापूरच्या डॉक्टर द्वारकानाथांनी चीन-जपान युद्धात शुश्रूषेची परिसीमा गाठली. स्वत: आठशेहून अधिक सैनिकांची ऑपरेशन्स युद्धभूमीवरचा गोळीबार चुकवत त्यांनी पार पाडली. त्यांनी सतत बहात्तर-बहात्तर तास काम केले. त्यांचा एका चिनी नर्सशी विवाह झाला होता. सैनिकांची शुश्रूषा करता-करता त्या बेहोशीतच डॉक्टर कोटणीसांचा बत्तिसाव्या वर्षी मृत्यू झाला. दूर चीनच्या गिरिकंदरांत मानवतेची सेवा करणाऱ्या डॉक्टर कोटणीसांना चीनचे अध्यक्ष माओ यांनी मोठ्या भावभऱ्या शब्दांत श्रद्धांजली वाहिलेली आहे : "डॉक्टर कोटणीसांच्या निधनामुळे चीनच्या लष्कराने आपली शुश्रूषा करणारा स्निग्ध हात गमावला आहे. चीनचा दोस्त दिवंगत झालाय. डॉक्टरसाहेबांनी विश्वमैत्रीचे घालून दिलेले धडे आमच्या मनावर कायम कोरले जातील."

पुढे डॉक्टर कोटणीसांच्या मुलाचे अवघ्या सोळा-सतराव्या वर्षी निधन झाले – तेसुद्धा वैद्यकीय मदत वेळेत न मिळाल्यामुळे, केवळ हलगर्जीपणामुळेच. डॉक्टर ख्वाजा अहमद अब्बास यांनी 'ॲन्ड वन डिड नॉट कम बॅक' नावाचे पुस्तक लिहिले. त्याच्यावरूनच आपल्या शांतारामबापूंनी 'डॉ. कोटणीस की अमर कहानी' पेश केली आहे. आज उत्तर चीनमध्ये हेबई प्रांतात स्वाईझंग येथे डॉक्टरांचे स्मारक आहे. चीनच्या महत्त्वाच्या अकरा हुतात्म्यांच्या नामावलीमध्ये डॉक्टर कोटणीस यांना सन्मानाचे स्थान मिळाले आहे. त्यांचे स्मारक बीजिंगपासून चार-पाच तासांच्या अंतरावर आहे. काही तांत्रिक आणि राजकीय

अडचणींमुळे मला त्या स्मारकापर्यंत जाता आले नाही, याचे खूप वाईट वाटत आहे.

'शियॉन' हे प्राचीन शहर चीनची सांस्कृतिक राजधानी आहे. जेव्हा आमचे विमान शियॉनच्या दिशेने झेप घेऊ लागले, तेव्हा काही वेळातच उंच पर्वतरांगा आणि त्यामधल्या खूप खोल अशा घळ्या दिसू लागल्या. या अति उंच पर्वतरांगांतून वाहणाऱ्या नद्या आणि पाण्याचे प्रवाह खूप खोलगट आणि कातीव दिसत होते. डोंगरउतारावराची हिरवी वृक्षराजी, डाळिंबाच्या बागा आणि हिरवे गवत हा नजारा पाहताना क्षणभर हिमालयीन प्रदेशातून प्रवास केल्यासारखे वाटते. आजच्या शियॉनची लोकसंख्या ब्याऐंशी लाख आहे. चीनच्या सांची नावाच्या प्रांतामध्ये ते येते. कोळसा आणि तेलाच्या खाणीने हा परिसर संपन्न बनवला आहे. सुमारे बावीसशे वर्षांपूर्वी चीनच्या पहिल्या सम्राटाने या राजधानीची स्थापना केली होती. मिंग सम्राटाच्या काळात १३७०मध्ये या शहराभोवती सुमारे बारा किलोमीटर लांबीची नगरभिंत बांधली गेली. तिची उंची एकोणचाळीस फूट असून रुंदी साधारण पन्नास ते पंचावन्न फूट आहे. सहाशे-सातशे वर्षांपूर्वीची ही नगरभिंत शियॉनवासीयांनी जशीच्या तशी, अगदी 'इनटॅक्ट' ठेवली आहे. सभोवती महाखंदक आहे. काळाच्या ओघात आता शहर या भिंतीपल्याडही विस्तारले आहे. या नगरातील अनेक रस्ते सहा-सहा पदरीसुद्धा आहेत. त्यावरूनच या शहराच्या भविष्याचा विचार करून केलेल्या पूर्वीच्या नियोजनाचे कौतुक वाटते. शियॉनमधला 'ग्रेट वाइल्ड पॅगोडा', तसेच प्रसिद्ध चिनी प्रवासी ह्यु एन त्संग यांचा एक्केचाळीस मीटर उंच भव्य पॅगोडाही विदेशी पर्यटकांचे लक्ष वेधून घेतो. ह्यु एन त्संग याने भारतातून मोठ्या कष्टाने आणलेले सहाशे सत्तावन्न ग्रंथ बाजूच्या भाषांतर केंद्रामध्ये जपून ठेवलेले आहेत.

डॉ. द्वारकानाथ कोटणीस : ज्यांचा आता चीनच्या सर्वोच्च दहा हुतात्म्यांच्या नामावलीत समावेश झाला आहे

शियॉन नगरात आमचे स्वागत करणारी लेखकमंडळी जात्याच मोठी

रसिक दिसली. तेथील पहिल्याच रात्री त्यांनी आमच्या पथकासाठी 'रॉयल स्टेशन' नावाच्या एका जुन्या परंपरागत हॉटेलात खास 'चिनी खाना' आयोजित केला होता. ती तशी शाही मेजवानीच होती. चीनमधील हॉटेलांतून पाहुण्यांची मोठी बडदास्त ठेवली जाते. मेजवानीच्या वेळी मध्ये एक भव्य गोलाकार फिरते टेबल ठेवण्यात येते. त्यावर शिगोशिग भरलेल्या मोठाल्या प्लेट्स ठेवल्या जातात. रॉयल स्टेशनमध्ये पंधरा गायक-वादकांचा एक चिनी ऑर्केस्ट्राच बोलावण्यात आला होता. त्यावर चिनी लेखकराव अक्षरश: फेर धरून नाचले. चिनी हेल काढून त्यांनी वेड्यावाकड्या शब्दांत; पण नेमक्या सुरात आपल्या शंकर-जयकिशनचे 'अब रात उजडनेवाली है...' हे गाणे गाऊन व नाचून दाखवले. शंकर-जयकिशन यांच्या सुरावटी ह्या मुळात रशिया आणि चीनच्या सरहद्दीवर भटकणाऱ्या लमाणांच्या लोकसंगीतातून उचलल्या आहेत. त्यामुळेच राज कपूरसाठी या संगीतद्वयाने बांधलेल्या गीतांच्या चालींची लोकप्रियता रशियाप्रमाणेच आज चीनमध्येही टिकून आहे.

जपान आणि इंडोनेशियामध्ये जे तेल वापरले जाते, त्याचा विशिष्ट उग्र दर्प भारतीय मनाला अजिबात सहन होत नाही. पण, चीन किंवा ब्रह्मदेशातील भोजन हिंदी लोकांना आपलेच वाटते. चीनमध्ये प्रत्येक प्रांताला अलग-अलग चवीचे भोजन मिळते. ते विशिष्ट प्रांताच्या नावावरून ओळखले जाते. जसे – 'शेजवान', 'कँटोनीज.' 'भात' हा चिनी लोकांच्या भोजनाचाही मूलाधार आहे. त्यामुळे भाताची कांजी, सूप, शेवया (नूडल्स) असे अनेक प्रकार चाखायला मिळतात. इथे 'स्वीट पोटॅटो' या इंग्लिश नावाने रताळ्याचे भारी कौतुक होत असते. अनेक रेस्टॉरंटच्या प्रवेशद्वारावरच जळत्या शेगड्या ठेवलेल्या असतात. लाकडाच्या मोठ्या ढलप्यांसारखी रताळी त्यामध्ये भाजत ठेवलेली असतात. नदीतील एक विशिष्ट मासा शिजवून तो तयार करणे, ही सुमारे आठ ते नऊ तासांची प्रक्रिया असते. मात्र त्याची चवही तितकीच अवर्णनीय आहे. मनगटभर लांब असा गोड्या पाण्यातला शिजवलेला एक मासा समोर ठेवला जातो. केसांतून सहज कंगवा फिरवल्यासारखे काटे-चमचे वापरून चिनी मुली त्यातून मांस बाहेर काढतात, तेव्हा माशाचा सांगाडा बघण्यासारखा असतो.

'बीजिंगला येऊन जर तुम्ही पेकिंग डक खाल्ला नाहीत, तर तुमची सफर व्यर्थ ठरेल', असे प्रवासात अनेक जणांकडून ऐकले होते. जेव्हा बीजिंगमधील रेस्टॉरंटमध्ये आम्ही सारे बसलो होतो, तेव्हा एक वेटर तीन किलो कोंबडीच्या आकाराचे एक भले मोठे धड मोठ्या परातीत ठेवून अचानक पुढे आला. वाफेमध्ये तो मांसाचा गरमागरम गोळा अक्षरश: उफाळून निघाला होता. विचित्र

उफाळता खाद्यपदार्थ पाहून मी उठलो आणि पळतच भोजन कक्षाच्या दरवाज्यात जाऊन घाबरून उभा राहिलो. क्षणभर मला ते अमेरिकन डुक्कर आहे, असे वाटले. मात्र, दोन वेटरनी काही मिनिटांतच त्या पेकिंग डकचे छोटे-छोटे तुकडे करून सर्वांच्या प्लेटमध्ये ठेवले.त्याची चव ओल्या खोबऱ्यासारखी कुरकुरीत होती.

शियॉनमध्ये भोजनावेळी तिथल्या एका साहित्यिकाने पाण्यावर कासव कसे तरंगते याची छान नक्कल करून दाखवली आणि थोड्याच वेळात आमच्या मेजावर 'टर्टल डिश' आणून ठेवण्यात आली. कासव खायची कल्पनाच मला भयंकर राक्षसी वाटली. पोटात अक्षरश: ढवळून आले. याआधी चीनमध्ये साप खाणे हे श्रीमंतीचे लक्षण मानले जायचे. कसबी वेटर टेबलावर जिवंत साप घेऊन यायचा अन् त्याच्या पोटामध्ये विशिष्ट ठिकाणी चाकू घुसवून त्याच्या पित्ताशयातला रस काढायचा. तो रस दारूबाज मंडळी आपल्या दारूमध्ये तिथेच मिसळून मोठ्या चवीने त्याचे घोट घ्यायची. सुदैवाने अलीकडे चिनी सरकारने सर्प, अस्वले अशा पशुपाखरांच्या हत्येवर बंदी आणली आहे. आम्ही

शियॉन नगरातील 'रॉयल स्टेशन' नावाच्या
एका जुन्या परंपरागत हॉटेलातील खास चिनी खाना

शांघायमध्ये पोहोचल्यावर जिवंत सर्पविक्रीच्या ओट्याला भेट द्यायची इच्छा सुनीलदांनी बोलून दाखवली होती; पण या नव्या बंदीमुळे त्यांचा हिरमोड झाल्यासारखे वाटले. सुनीलदा आणि इतरांना तामसी आहाराचे अजिबात वावडे नव्हते. मात्र, लसूण-कांद्याचेही वावडे असणाऱ्या पट्टणशेट्टींची मात्र खूप पंचाईत व्हायची.

टेराकोटामध्ये घडवलेली एका सैनिकाची भावमुद्रा

शियॉन शहरापासून फक्त चाळीस किलोमीटरच्या अंतरावर एका सपाट डोंगराच्या पायथ्याला टेराकोटा (एक मातीचा प्रकार) लष्कराचा शोध १९७८मध्ये लागला अन् सर्व जगाने त्या स्थळाला जगातील आठवे आश्चर्य अशी मान्यताही देऊन टाकली. एका भल्या सकाळी आम्ही टेराकोटाचे लष्कर पाहायला मोठ्या उत्सुकतेने निघालो होतो. तिथे दोन हजार वर्षांपूर्वीच्या पूर्ण पुरुष उंचीच्या सैनिकांच्या सहा हजार मूर्ती सापडलेल्या आहेत. ही कल्पनाही कोणाला कविकल्पनेचा भाग वाटावी, अशीच आहे. पण, यांग झिंपा नावाचा शेतकरी दुष्काळात स्वत:साठी एक विहीर खोदत होता, तेव्हा त्याला जमिनीत भाल्याची काही टोके आढळून आली. पाठोपाठ सैनिकांच्या मूर्तीही सापडल्या. तेथे काही तरी अचाट आणि अफाट गाडले असल्याची त्याला कल्पना आली. त्याने सरकारात वर्दी देताच चीन सरकार जागे झाले. त्यांनी या संपूर्ण परिसराचे वेगाने उत्खनन केलेच, पण अवघ्या पाच वर्षांच्या आत या ऐतिहासिक स्थळाचे संपूर्ण उत्खनन आणि वर्गीकरण करून ते जगभरातील पर्यटकांसाठी खुले केले.

आम्ही जेव्हा या स्थळाला भेट दिली, तेव्हा आमच्या आश्चर्याला पारावार उरला नाही. या जागेवर चिनी सरकारने मोठ्या तळ्याच्या आकाराचे तीन मोठे खंदक खोदले आहेत. लष्करी कवायतीसाठी उब्या ठाकलेल्या एकापाठो-पाठ एक अशा

शिस्तबद्ध सैनिकांच्या अनेक रांगा उत्खननात आढळून आल्या आहेत. भाजलेल्या मातीपासून तयार केलेल्या सैनिकांच्या मूर्ती, तसेच घोडे वास्तवातल्यासारखे जिवंत वाटतात. सैनिक आणि त्यांचे वरिष्ठ अधिकारी, त्यांचे रोखून पुढे पाहणारे डोळे, हातांच्या वळलेल्या मुठी, घोड्यांचे धावते पाय – सारे काही विलक्षण आहे. या सर्व मूर्ती रंगीत आहेत, पण त्या उघड्या पडल्याने त्यावरचा रंग उडू लागला आहे. त्यामुळे सुरक्षेपोटी सैनिकांच्या काही तुकड्या मातीआड झाकून ठेवल्या आहेत. सैन्याच्या हातातील शस्त्रे पोलादाची असून दोनहजार वर्षांच्या दीर्घ कालखंडात त्यावर गंज चढलेला नाही. त्यावरून जर्मनीच्याही खूपच आधी म्हणजे दोन हजार वर्षांपूर्वीच चीनमध्ये क्रोमियमचा शोध लागल्याचे आज जगमान्य झाले आहे. अर्थातच चिनी लोकांना त्याचा खूप अभिमान आहे.

आजच्या जगातील एक 'कॉस्मोपॉलिटन शहर' या नात्याने शांघायच्या भेटीची आम्हा सर्वांनाच मोठी उत्सुकता होती. 'शांघाय' म्हणजे जगातील धनाढ्य लक्ष्मीपुत्रांचे ठाणे. शांघाय म्हणजे आंतरराष्ट्रीय चाच्यांचे आणि चोरांचेही मोठे मोहोळ. रगेल आणि रंगेल प्रवाश्यांच्या हौसे-मौजेचे लाडके ठिकाण. आज मुंबईपेक्षाही मोठी अशी एक कोटी सदुसष्ट लाख लोकांच्या वास्तव्याची ही महानगरी. गेली दोन-अडीच शतके जगभरातील साहित्यिक-कलावंतांचे हे आवडते ठिकाण आहे. नोएल कॉवर्ड, सॉमरसेट मॉम ते कोनरॅडपर्यंतच्या अनेक साहित्यिकांच्या वास्तव्यानेही हे शहर पुनित झाले आहे. मुंबईसारखाच एके काळी कोळ्यांचा आणि नंतर कापडगिरण्यांचा हा गाव. एकोणिसाव्या शतकाच्या मध्यावर नानकिंगच्या करारानंतरच जगभराच्या व्यापारासाठी शांघाय खुले

टेराकोटापासून बनवलेल्या आर्मीतील हजारो सैनिक

साहित्यचर्चा : ज्येष्ठ साहित्यिकांची बागेतील शिल्पाकृती

झाले. मात्र, १९४९मध्ये कम्युनिस्टांनी जसे पाय रोवले, तशी शांघायमधल्या आंतरराष्ट्रीय दर्जाला उतरती कळा प्राप्त झाली. मधल्या माओच्या सांस्कृतिक क्रांतीच्या झटक्यानंतर पुन्हा एकदा १९९०पासून या शहराने कात टाकली आहे. राखेतून उठणाऱ्या फिनिक्स पक्ष्यासारखे शांघाय झेप घेत आहे. पूर्वेतील आर्थिक उलाढालीची ही बलाढ्य राजधानी. शांघायचे भव्य 'स्टॉक एक्स्चेंज' न्यूयॉर्कमधील वॉल स्ट्रीटलाही मागे टाकणारे आहे. यांगत्से नदीच्या सामुद्रधुनीवर वसलेले हे शहर आज 'ग्लोबल फायनान्शियल सेंटरच्या इंडेक्स'वर पाचव्या क्रमांकावर विराजमान झाले आहे.

आज पूर्वीचे शांघाय पार इतिहासजमा झाले आहे. पूर्वी शहराभोवती पाच किलोमीटरची एक संरक्षक भिंत होती. मुख्यत: जपानी चाच्यांच्या घुसखोरीपासून संरक्षण मिळणे, हा तिचा मुख्य उद्देश होता. मात्र ती नगरभिंत आज अस्तित्वात नाही. मुंबईसारखेच फक्त अनेक प्रांतांतून नव्हे, तर अनेक देशांतून येऊन लोक इथे स्थायिक झाले आहेत. त्यातल्या त्यात सोव्हिएत संघातून तर खूप लोंढे

आले – ज्यांचा उल्लेख 'व्हाइट रशियन' असा केला जातो. ब्रिटिश आमदानीतील कॅथे सिनेमासारखे थिएटर, एवढेच नव्हे; तर शांघायचा जगप्रसिद्ध असा रेसकोर्सही काढून टाकण्यात आला आहे. त्या जागेची बचत करून अनेक नव्या योजनांसाठी ती वापरण्यात येत आहे. मुंबई, टोकियोसारखाच इथे फुटाफुटाला सोन्याचा भाव आहे.

इथले पर्यटकांचे आवडते ठिकाण म्हणजे 'बंड' – जो शब्द 'बांध' या मराठी शब्दाशी संलग्न आहे – जसे मुंबईमध्ये एका किनारपट्टीला 'गजधर बांध' असे म्हणतात. समुद्राच्या लाटांच्या तडाख्यापासून संरक्षण करण्यासाठी जो बांध बांधला गेला, त्यावरून हे नाव पडले असावे. त्याच्या शेजारीच हांगपू नदी वाहते आहे.

जेव्हा आम्ही 'बंड' विभागास भेट देण्यासाठी गेलो, तेव्हा आम्हाला तेथील प्रसिद्ध ओरिएंटल पर्ल टॉवरजवळ नेण्यात आले. संपूर्ण आशियातील सर्वांत उंच अशा हा 'टीव्ही टॉवर' आहे. त्याची उंची चारशे अडुसष्ट मीटर आहे. दोनशे एकोणसाठ मीटरवरून शांघायदर्शनाची चांगली सोय करण्यात आली आहे. या टॉवरच्या त्या चक्राकार भागावरून शांघायच्या सौंदर्याची विविध रूपे दिसतात. एका बाजूला उंचच उंच स्कायस्केपर्स, तर दुसरीकडे त्या उंचीमुळे धास्तावल्यासारखी दूर पळणारी हांगपू नदी. दोनशे एकोणसाठ मीटरवर जवळपास दोन मीटरचा एक काचेचा प्लॅटफॉर्म बनवला गेला आहे. तो गोलाकार असून त्यावरून सरळ खाली म्हणजे पायतळीचे दृश्य पाहता येते. तेथून बंड हा विभाग, हांगपू नदी, रस्ते – सारे काही उघड्या डोळ्यांना लखख दिसते. मात्र, ज्यांना भोवळ वा घेरी येते, असे पर्यटक या काचेच्या प्लॅटफॉर्मवर पाऊल ठेवण्याचे धाडस करीत नाहीत.

चिनी रेस्टॉरंटसमोर
सुनील गंगोपाध्याय

शांघायमधील 'चायनीज रायटर्स असोसिएशन'ची इमारत एका ब्रिटिशकालीन भव्य पाषाणी

वास्तूमध्ये आहे. ती एके काळची बलाढ्य खाणमालकाची हवेली. तेथे अध्यक्ष वँग ॲनी यांनी आमचे स्वागत केले. त्यांची 'द साँग ऑफ इटर्नल सॉरी' नावाची कादंबरी खूप प्रसिद्ध आहे. शांघायमधील आजची स्त्री, तिचे जगणे, तिची कुतर ओढ हाच या कादंबरीचा विषय आहे. इथे 'चायनीज रायटर्स असोसिएशन'ने अनेक साहित्यिकांना दरमहा शिष्यवृत्ती सुरू केली आहे. उत्तम लेखकाला निसर्गदत्त देणगीचे वरदान असावे लागते; त्याबरोबरच तो प्रयत्नशील असावा, त्याचा हात लिहिता राहावा, असे विचार वँग ॲनी यांनी बोलून दाखवले. तेव्हा, काही देशांत 'क्रिएटिव्ह रायटिंग'चा अभ्यास करणाऱ्या विद्यार्थ्यांना विद्यापीठे पदवी देतात, तशी पद्धत अजून भारतात नसल्याची खंत सुनील गंगोपाध्याय यांनी बोलून दाखवली. संपूर्ण चीनमध्ये भारताचा उल्लेख 'भारत' अगर 'हिंदुस्तान' असा अजिबात केला जात नाही, तर सारे चिनी लोक भारताचा उल्लेख 'इंडो' अशा शब्दांत करतात, याची आम्हाला त्या वार्तालापाच्या वेळीही खूप गंमत वाटली. आपल्या देशात आणि इतरत्रही एक प्रगत शहर, उत्तम दळणवळणाचे केंद्र असे शांघायचे गोडवे गायले जातात. या नगरात आज मेट्रोच्या बारा लाइन असून त्यावर छोटी-मोठी अशी दोनशे त्र्याहत्तर स्टेशने आहेत. शहरामध्ये बसचे एक हजारांवर निरनिराळे मार्ग आहेत. मुळात चीनची ही आर्थिक राजधानी अनेक एक्स्प्रेस-वेनी जोडलेली आहे. अनेक इलेव्हेटेड एक्स्प्रेस-वे आहेत. इथे दर महिन्याला साधारण आठ हजार खासगी मोटारींच्या लायसेन्सचा लिलाव होतो. त्या मार्गानेच कोणालाही नवी मोटार खरेदी करता येते. शिवाय या शहराच्या आर्थिक तैनातीसाठी दोन अत्याधुनिक असे भव्य आंतरराष्ट्रीय विमानतळही आहेतच. अर्थातच, एवढ्या साऱ्या सोई-सुविधा असूनही ऑफिसच्या वेळेत टोकियोप्रमाणेच शांघायमध्येही ट्रॅफिक जाम होऊन श्वास कोंडतो. त्यातून सुटका नाही!

आमच्यासोबतच्या काही जणांनी हांगपू नदीवरचा नौकानयनाचा-क्रूसिंगचा आनंद लुटला. मात्र माझ्या डोळ्यांसमोरून ओरिएंटल पर्ल टॉवरच्या तळमजल्यावरील 'शांघाय अर्बन हिस्ट्री डेव्हलपमेंट म्युझियम' बाजूला जाता जात नव्हते. एकूण सहा दालनांचे हे अतिशय भव्य म्युझियम मी आजवर पाहिलेल्या म्युझियम्समध्ये अनोखे, विस्तृत आणि एखाद्या सच्च्या ग्रंथासारखे गूढ, हवेहवेसे वाटत होते. त्या म्युझियममध्ये उभी केलेली शांघायची जुनी महानगरपालिका, शहरातून वाहणारे जुने कालवे, जुने हातमाग, आपापल्या छोट्या कारखान्यांतून काम करणारे लोहार-सुतार, जुनी टुमदार हॉटेल्स, खानावळी, नटवी सिनेमाघरे, कोळ्यांचे ओटे, बाजारातून फिरणारी इवली-इवली चिनी पोरे... हे सारेच दृश्य

म्हणजे शांघायचा ओझरता इतिहास होता; स्थित्यंतराचा दाखला होता.

आता शांघायमधले जुने कारागीर, गिरणी कामगार, कोळी, अनेक जाती-उपजातींचे भूमिपुत्र या सर्वांनी शांघाय सोडले आहे. शांघायच्या बाहेर त्यांच्या वस्त्या वाढल्या आहेत. या भूमिपुत्रांना शहरात दिवसा आणून राबवण्यासाठी 'सो-कॉल्ड' इन्फ्रास्ट्रक्चरचे आजचे जाळे उपयोगी पडत आहे. आज मुंबईतील गिरणी कामगार आणि मराठी माणसे शहराबाहेर वेगाने फेकली जात आहेत. ती एकीकडे दूर बदलापूर, तर दुसरीकडे वसई-विरारपर्यंत राहून आगगाडीच्या दांडीला झोंबकळत रोज आत मुंबईत येतात; दिवसभर राबून मुक्कामासाठी पुन्हा शहराबाहेर जिवापाड पळत जातात. तसेच शांघायही आहे. शांघायचे न्यू यॉर्क करण्याची प्रक्रिया जवळजवळ पूर्ण झाली आहे. आमच्या पथकासमवेत दुभाष्याचे काम करणाऱ्या दोन तरुणी अशाच पहाटे उठून मेट्रो, बसेस असे मार्ग बदलत दोन-अडीच तासांच्या प्रवासानंतर येथे येऊन पोहोचत होत्या.

जेव्हा आम्ही मायदेशी परतण्याची तयारी करत होतो, तेव्हा वर्तमानपत्रात एवमोठी बातमी प्रसिद्ध झाली होती. चिनी पोलिसांची कडेकोट सुरक्षाव्यवस्था भेदून फॉरबिडन सिटीमध्ये चोर घुसले होते. त्यांनी कोट्यवधी रुपयांच्या हिऱ्यांची चोरी केल्याचे उघड झाले होते. शहरे पाडून नव्याने वसवणारे, अब्जावधींचा खेळ खेळणारे कोणी मोठे चोर... जुन्या दुर्मीळ वस्तू चोरणारे कोणी छोटे चोर... चौर्यकर्माला येथे उधाण आले आहे.

मुंबईचे शांघाय करण्याचे गाजर चार्ल्स कोरिया या आर्किटेक्टने दहा-बारा वर्षांपूर्वी दाखवले होते. त्याच्या आराखड्यानुसार मुंबईतील गिरण्यांच्या जमिनी विकसित झाल्या की, लाखो गिरणी कामगारांना नवा रोजगार आपोआपच उपलब्ध होणार आहे. कायद्याच्या वाटा, आडवाटा, पळवाटा शोधत गिरण्यांच्या जमिनीचा चांगलाच विकास झाला आहे. मात्र, किती गिरणी कामगारांना रोजगार उपलब्ध झाला, हा आकडा अलीकडे बाहेर आला आहे. तो उच्चारणाऱ्याला आणि ऐकणाऱ्यालाही लाज वाटेल, इतका अत्यल्प आहे. आज 'इन्फ्रास्ट्रक्चर'च्या नावाखाली चार बऱ्या सोई होत असतील; पण बेगडी, आकर्षक आणि फसव्या घोषणांची मात्र जगभरच चलती आहे. आज मलेशियातील क्वालालंपूरसारख्या शहरालाही मॅनहटनच्या गगनचुंबी स्वप्नाने विळखा घातला आहे. जिथे-तिथे न्यूयॉर्कीकरणाची स्पर्धाच सुरू आहे. आमच्या दुभाषा बनलेल्या मुलींसह चीनमधील अनेक तरुण-तरुणी भेटल्या. चिनी वळणाची नावे उच्चारणे पाश्चात्त्य आणि अमेरिकन जिभेला अवघड जाते. त्यामुळे बीजिंग, शांघायमधील परदेशी

कंपन्यांत काम करणारी चिनी तरुण-तरुणींच नव्हे, तर इतरत्रही प्रत्येक जण स्वत:च्या नावाचे बारसे करू लागला आहे. म्हणजेच स्वत:साठी वेगळे इंग्लिश नाव घेऊ लागला आहे. 'माय इंग्लिश नेम इज मारिया' असे चिनी तरुणी अभिमानाने सांगतात. काल सोय म्हणून आम्ही आमची परंपरागत वस्त्रे सोडून पाश्चात्त्य वस्त्रे परिधान केली; आता नावेही बदलायची. उद्या काय-काय सोडावे आणि फेडावे लागणार आहे, कोणास ठाऊक! जिथे-तिथे न्यूयॉर्कीकरणाची स्पर्धा सुरू आहे. या चक्रीवादळात पौर्वात्य देशांच्या संस्कृतीचे उच्चाटन होत आहे. भाषा मरताहेत. बर्गरच्या नावाखाली गरमागरम पिठांचे रोट खपवले जाताहेत, तिथे चविष्ट खर्डा-भाकरी बुट्टीसह गडप होत आहे.

फॉरबिडन सिटीमधील धाडसी चोरीचा विचार करता-करता माझ्या डोळ्यांसमोर शियॉननगरीतील ह्यु एन त्संगचा एकेचाळीस मीटर उंचीचा पॅगोडा उभा राहत होता. ह्यु एन त्संग हा बौद्ध भिक्षू केवळ ज्ञानाच्या ओढीने सातव्या शतकात हिंदुस्थानात आला होता. गोबीचे विराट वाळवंट, हिमालयाची गिरिशिखरे ओलांडून मोठ्या कष्टाने तो तीन वर्षांचा खडतर प्रवास पार पाडून इथे पोहोचला होता. तेव्हा देशाटन हे चीनमध्येही पाप मानले जायचे. त्यामुळे शियॉनच्या राजाचे सैनिक ह्यु एन त्संगचा पाठलाग करत होते. त्या साऱ्या अडचणी पार पाडून तो नालंदा विद्यापीठात येऊन पोहोचला. तेव्हा एसएमएसची सोय नसतानाही त्याच्या बुद्धिमत्तेची कीर्ती या मातीपर्यंत केव्हाच येऊन पोहोचली होती. त्यामुळेच नालंदा विद्यापीठातील सर्व संस्कृत आचार्यांनी आणि विद्यार्थ्यांनी त्याचे मिरवणुकीने स्वागत केले होते.

हिंदुस्थानातील काही वर्षांच्या वास्तव्यात ह्यु एन त्संग अनेक नगरे फिरला. त्याने विविध विषयांवरील संस्कृत भाषेतील सहाशे सत्तावन्न उत्तम ग्रंथांचे संचित गोळा केले. वीस घोड्यांवर ती सारी सामग्री बांधून पुन्हा अत्यंत धोक्याचा प्रवास पार पाडत, तो इ. स. ६४५मध्ये शियॉनला पोहोचला. भारतातून मोठ्या कष्टाने आणलेले हे ग्रंथ या पॅगोडाच्या बाजूच्या भाषांतर केंद्रात जपून ठेवले आहेत. शियॉननगरीतून फिरताना एक सुंदर दंतकथा ऐकली. जेव्हा ह्यु एन त्संग माघारी आला तेव्हा शियॉनच्या राजाला त्याच्या असामान्य बुद्धिमत्तेची,तीव्र ज्ञानलालसेची आणि कष्टप्रद धडपडीची पूर्ण कल्पना आली होती. त्यामुळे राजाने ह्यु एन त्संगच्या सन्मानासाठी खास दरबार भरवला. त्या दरबारात त्याचा कसा यथोचित सन्मान करावा, असे त्याने आपल्या सरदारांना विचारले. तेव्हा कोणी त्याला अत्यंत महागड्या जडजवाहिऱ्यांच्या राशी द्याव्यात, तर कोणी त्याचा महाल बांधून निवासाची उत्तम व्यवस्था लावावी, असे सुचवले. तेव्हा राजा उठून

उभा राहिला. आपण आता शियॉनच्या पंतप्रधानकीची वस्त्रे ह्यु एन त्संगला देत असल्याचे त्याने जाहीर केले, तेव्हा सारा दरबार स्तंभित झाला. मात्र ह्यु एन त्संग उठला आणि राजापुढे नम्रपणे हात जोडून बोलला, "महाराज, पंतप्रधानकीची वस्त्रे स्वीकारण्याच्या पात्रतेचे या दरबारात आपणाला किमान चार-पाच जण भेटतील. परंतु, हिंदुस्थानात वणवण भटकून मी माझ्यासोबत जे ज्ञानाचे भांडार घेऊन आलो आहे, ते सारे धन संस्कृत भाषेत आहे. ते चिनी भाषेत भाषांतरित करून रयतेच्या कल्याणासाठी वापरावे म्हणतो. या कार्यासाठी माझ्याशिवाय आपणास अन्य कोणी भेटणार नाही. आपण आपला राजधर्म पाळावा; मला माझ्या शब्दधर्माची पूजा बांधू दे." त्यानंतरच्या एकोणीस वर्षांत ह्यु एन त्संगने स्वत: पंचाहत्तर संस्कृत ग्रंथांचे चिनी भाषेत भाषांतर केले. शिवाय आपल्याभोवती शिष्यांचा मेळा तयार करून उर्वरित सर्व ग्रंथ चिनी भाषेत भाषांतरित करवून घेतले. त्यांपैकी अनेक संस्कृत ग्रंथ आज भारतात उपलब्ध नाहीत. त्यामुळे अनेकदा इथल्या विद्वानांना शियॉनकडे धाव घ्यावी लागते.

प्रसिद्ध चिनी प्रवासी ह्यु एन त्संग

दिनांक १७ मे रोजी सायंकाळी आम्ही शांघायच्या आंतरराष्ट्रीय विमानतळावर येऊन पोहोचलो. सोबतचे चिनी पाहुणे काही दिवसांच्या सहवासाने आप्त झाले होते. परस्परांत आपलेपण आलेले, त्यामुळे निरोप घेताना चिनी आणि भारतीय साहित्यिक कमालीचे हळवे झाले होते. एकमेकाला लवकरच भेटू, असे सांगत जड मनाने आम्ही निरोप घेतला. निरोपावेळी मी जपानच्या सर्वांत वेगवान अशा सिनकानशेन आगगाडीचे कौतुक केले. त्यावर आक्षेप घेत चिनी पाहुण्यांनी त्याहीपेक्षा वेगवान 'मॅग्लेब' नावाची तासाला चारशे एकतीस कि.मी. वेगाने धावणारी गाडी चीनकडे असल्याचे माझ्या निदर्शनास आणले. त्या प्रगतीची कहाणी सांगताना त्यांच्या चेहऱ्यावर अभिमान ओसंडून वाहत होता.

दिनांक १८ मेच्या पहाटे आम्ही चीन एअरवेजच्या विमानाने दिल्ली

विमानतळावर येऊन पोहोचलो. शांघाय विमानतळावर आमच्या डोळ्यांसमोरच आमच्या बॅगा 'कन्व्हेअर बेल्ट'वर टाकण्यात आल्या होत्या, त्या दिल्लीत उतरताच आम्ही आमच्या ताब्यात घेतल्या. वृद्ध कन्नड साहित्यिक पट्टणशेट्टी यांना लागलीच बेंगळुरूकडे निघायचे होते. त्यांनी भारतीय चलन घेण्यासाठी आपली बॅग उघडली, तेव्हा आतले वीस हजार रुपये लंपास झाल्याचे त्यांना आढळून आले. मलाही पंचवीस हजारांची चाट बसली होती. वृद्ध पट्टणशेट्टी कमालीचे हळवे झाले होते. त्यांच्या पुढच्या प्रवासासाठी साहित्य अकादमीच्या अधिकाऱ्यांनी पैसे देऊ केले. आम्ही सारे स्तंभित झालो होतो. वरून कुलपे जशीच्या तशी होती, तरी बॅगातील रकमा चीन एअरवेजच्या विमानप्रवासात गडप झाल्या होत्या. आम्ही आपसांत बोललो, ''खरंच, चीनच्या थोरांबरोबर चोरांनीही चांगली प्रगती केली आहे!''

आता माझ्या मनातील शांघाय मागे पडत चालले होते. एकविसाव्या शतकाच्या तुताऱ्या, ग्लोबलायझेशनचे नगारे, मुंबईचे शांघाय करायच्या बड्या योजना, आंतरराष्ट्रीय दर्जाचे विमानतळ... बाहेर मोठाच धांगडधिंगा सुरू आहे. मात्र, या वेगवान प्रगतीच्या झपाट्याखाली शहरे कोसळत आहेत. संस्कृती आणि भाषांची अधोगती सुरू आहे. वरून कितीही लाली-पावडर (आय मीन, फेस-लिफ्टिंग) चालू असले, तरी ह्या प्रगतीचा चेहरा कमालीचा सुजलेला आहे. तो राजकीय प्रबळांना आणि धनदांडग्यांना फितूर आहे. जगातल्या अनेक गरीब राष्ट्रांना न्यूयॉर्कीकरणाच्या वाढत्या हव्यासाने उल्लू बनवलेले आहे.

त्या साऱ्या पार्श्वभूमीवर शियॉन शहरातील ह्यु एन त्संग या ज्ञानयोग्याचा तो भव्य पॅगोडा माझ्या डोळ्यांसमोर उभा राहतो. 'शांघाय' म्हणजे स्वर्ग – ही कल्पना जितकी फसवी; तितकीच ह्यु एन त्संग यांची ज्ञानलालसा श्रेष्ठ आणि सच्ची. डॉ. कोटणीसांच्या रूपाने केला जाणारा विश्वमैत्रीचा जागरही वेदमंत्रासारखा पवित्र आणि सच्चा!

।७।

लावण्यफडातील तीन चंद्रज्योती!

२०१०च्या मे महिन्यातले दिवस. संगीतकार ए. आर. रेहमान यांचे महागुरू, दक्षिणेतील प्रसिद्ध संगीतकार इलिया राजा यांच्यासोबत मी महाराष्ट्रभर फिरत होतो. (राजासाहेबांनी दक्षिणेतल्या चार भाषांत एकूण ९९६ चित्रपटांना संगीत दिले असून, त्यांपैकी ३६२ चित्रपट सुपर-डुपर हिट झालेले आहेत.) पुणे-सातारा रोडवरील खंबाटकी घाट उतरल्यावर उजवीकडे एका धोक्याच्या गुलाबी वळणावर 'पिंजरा' नावाचे तमाशा थिएटर उभे आहे. त्या थिएटरात इलिया राजा आणि ज्येष्ठ संगीतकार उत्तमसिंग यांना मी घेऊन गेलो. तिथे आम्ही सातारा-कोल्हापूर भागातील अनेक जुन्या गायिका आणि कलावंतांना मुद्दाम पाचारण केले होते. त्या वेळी 'दिवस उगवुनी किती वर आला, बाजार सारा पुढे सर-सर गेला...' ही पठ्ठे बापूरावांची 'हाळीची गवळण' एका वृद्ध गायिकेने आपल्या गोड किनऱ्या आवाजात गायली, तेव्हा राजासाहेबांचे डोळे डबडबून आले. पिंपरीहून शकुंतला नगरकर यांना मुद्दामहून बोलावून घ्यायला मी थिएटरमालक बापू यादव यांना सांगितले होते.

थिएटरमधील बैठकीच्या मोठ्या खोलीत आम्ही सिद्ध होऊन बसलो होतो. रंगमहालात स्थानापन्न झालेला फाकडा बाजीराव पेशवा आणि त्याच्यासमोर गिरक्या घेत ढंगदार नृत्य करणारी मदमस्त मस्तानी यांचे भिंतभर रेखाटलेले तैलचित्र वातावरणात खुमारी आणत होते. पलीकडून येणारे घुंगरांचे आवाज...

हलगी आणि ढोलकीच्या दणक्यात 'गण' रंग भरू लागतो

तशातच नऊवारी शालू नेसलेल्या शकुंतलाबाईंचे तिथे झोकात आगमन झाले होते. ढगांआडून बाहेर डोकावणाऱ्या चंद्रासारखा त्यांनी आपल्या पदराचा बुरखा बाजूला केला आणि ढोलकीच्या ठेक्यावर त्यांचे दमदार, दिलखेचक लावणीनृत्य सुरू झाले होते.

दुल्हडी गळा पंचलडी गंऽऽ
चोळीवर खडी चमके ऐना,
गंऽऽ कोण्या सावकाराची मैनाऽऽ

त्या ढंगदार लावणीच्या ठेक्यावर शकुंतलाबाईंचा असा जबरदस्त मुद्राभिनय, असे ठुमके, असा लडिवाळपणा, बोचरा नखरा आणि हळवा रुसवा... बाईंची त्या दिवशीची पेशकश म्हणजे चैतन्याने डवरून आलेली लावण्यवेलच जणू! 'लावणीतला मुद्राभिनय, चपळपणा आणि अदा यामध्ये शकुंतलाबाईंचं मनगट आज महाराष्ट्रदेशी कोणीही पकडू शकणार नाही', हे विधान मी खूप जबाबदारीने करतो आहे. अशी नजाकत अन् असा जलवा एकेकाळी यमुनाबाई वाईकर आणि विठाबाई नारायणगावकरच निर्माण करत असत.

गवळणी शृंगार करून मथुरेच्या बाजारी निघतात

आम्ही काशीचे ब्राह्मण गंऽऽ
गंऽऽ तुला पावेल श्रीभगवान!

गंगेकाठचे काशीचे बिलंदर ब्राह्मण, लोंबते गलेलठ्ठ पोट घेऊन चालण्याची त्यांची विशिष्ट ढब, त्यांचे नाकात बोलणे, पाठीवरची शेंडीची हलती गाठ, पूजाविधीपेक्षा त्यांचे नैवेद्याकडे असणारे बकध्यान मध्येच तारांबळीत त्यांच्या कुल्ल्यावरून खाली घसरणारे त्यांचे पीतांबर... आपल्या अवीट नृत्याने आणि नजाकतीने शकुंतलाबाई तो सारा नजारा डोळ्यांपुढे साक्षात उभा करत होत्या. तेव्हा बैठकीत सर्वांच्याच हसून-हसून मुरकुंड्या वळत होत्या. आमच्या मैफलीमध्ये 'चाणक्य-फेम' डॉ. चंद्रप्रकाश द्विवेदी आणि प्रसिद्ध हिंदी चित्रपट कथालेखक अतुल तिवारी ही खास काशीकडचीच मंडळी हजर होती. बाईंनी उभा केलेला तो काशीकर पंडित पाहताना त्या दोघांच्या तर हसून-हसून बरगड्याच ढिल्या व्हायच्या बाकी होत्या.

तिथून जवळच असणाऱ्या विजय यादवांच्या 'आराम' हॉटेलात आम्ही सुग्रास जेवणाचा लाभ घेत होतो, तेव्हा त्या लावण्यगीताने धुंद झालेले इलिया राजा आपल्या चेन्नईच्या सर्व जगप्रसिद्ध चेल्यांना मोठ्या उत्साहाने फोन करत सुटले होते. "लुक रजनी, ओह कमल, जस्ट आय हॅव सीन अ बोनान्झा

ऑफ मराठी फोक आर्ट – अशी सुंदर, स्वर्गीय महफिल – तीही एका आडवळणाच्या गावातील थिएटरात मी माझ्या आयुष्यात अनुभवलेली नाही – सिंपली अनपॅरलेल् –''

सन २००९मध्ये भारत सरकारच्या संगीत नाटक अकादमीने शकुंतलाबाईंना उगाच गौरवले नाही! चार-पाच वर्षांमागे कैरोच्या फिल्म फेस्टिव्हलला हजेरी लावणाऱ्या माझ्या एका इंग्रजी लेखकमित्राचा मला फोन आला होता, ''युवर मराठी लावणी डान्सर पुट कैरो ऑन फायर! (कैरोला आग लावली की रे, तुमच्या एका लावणी नर्तिकेने!)'' मुख्य चित्रपट सुरू होण्याआधी तिथे शकूताईंचे रोज पंधरा दिवस सायंकाळी लावणीनृत्य होई. 'आता गं पोरी हळू जा, जोडवं टचकंलऽऽऽ' या लावणीवर बाईंच्या सादरीकरणाला केशवराव बडग्यांचे संबळ आणि मगन खंडागळेंची पेटीची साथ असे; तेव्हा शकुंतलाबाईंच्या पदराच्या उडत्या पतंगाबरोबर नजरेतल्या मदनबाणांनी तिथे जमलेले देशोदेशींचे चित्रपट-प्रेक्षक अक्षरश: घायाळ होऊन जात होते.

एके काळच्या गाजलेल्या ज्येष्ठ तमासगीर छबूताई नगरकर यांच्या शकुंतला, जयश्री आणि विजया या लाडक्या लेकी. वैजनाथ परळीच्या थिएटरात शकूताईंनी १९७०-७१च्या दरम्यान पायांत प्रथम घुंगरू बांधले. गोविंद निकम आणि वसंतराव घाडगे अशा नामी शिक्षकांकडे त्या कथ्थक शिकल्या. पुढे परळचं हनुमान थिएटर, पुण्याचं आर्यभूषण अशी अनेक थिएटरं त्यांनी गाजवून सोडली. 'आजमितीस पारंपरिक लावणीचा बाज टिकून राहिला आहे, तो केवळ मोहिते-पाटलांनी अकलूजला सुरू केलेल्या लावणी स्पर्धांमुळे – ही गोष्ट शकूताई मान्य करतात.' जेव्हा १९९२च्या दरम्यान 'अकलूजची लावणी स्पर्धा' सुरू झाली, त्या पहिल्या वर्षीचा पहिल्या क्रमांकाचा मानाचा तुरा शकूताईंनी पटकावला होता!

आपली कला हेच आपले जीवन मानणाऱ्या शकूताई, ''माझा नवरा, माझा मालक, माझं सर्वकाही म्हणजे माझ्या पायीचे घुंगरू आहेत!'' असं सांगतात. ''जीवनाच्या जत्रेत अनेक नातीगोती, लागेबांधे असतात. जोवर नवतीचा बहर असतो, तोवर स्तुतिपाठकांची वानवा नसते; पण शेवटी कलावंतांच्या श्वासाबरोबर टिकते ती त्याची कलाच!'' असं शकूताईंचं म्हणणं आहे. कलावंतिणीच्या रंगबाजीच्या दोन बैठकांना हजेरी लावली की, तिसऱ्या बैठकीसाठी मनात दुसरा हेतू ठेवून येणारा, पैशांचे मोहजाल फेकणारा रसिक हा खरा रसिक नव्हेच. पुणे, नगरसारख्या मोठमोठ्या शहरांच्या शेजारी असणारी सधन शेतकऱ्यांची पोरं – जी आपल्या जमिनी गुंठ्यावर विकतात आणि कलेकडे व्यसन म्हणून पाहतात – त्यांचा उल्लेख शकूताई 'गुंठामंत्री'

अशा शेलक्या शब्दांत करतात.

पूर्वी नर्तकीचं अर्धं आयुष्य भावा-बहिणींचा प्रपंच चालवण्यात निघून जाई. मग स्वत:कडे पाहायला सवड मिळे. जवानीत थोडेफार गाठोडे, मुलं-बाळं सांभाळली तरच नाव पैलतीराला लागणार; नाहीतर अनेक थोर नृत्यांगना म्हातारपणी औषधाच्या रकमेसाठी महाग झाल्याची उदाहरणं त्यांच्या डोळ्यांसमोर आहेत. पण, आज कोल्हाटी समाज सुधारतोय, तरुणवर्ग शिक्षणाकडे ओढला जातोय, पोरं स्वत:चे पोट स्वत: भरू लागली आहेत, याचा बाईंना अभिमान आहे.

शकुंतलाबाईंच्या नसानसांत लावणी नुसती भिनली आहे. त्यांच्या बेहोश करणाऱ्या अदाकारीने एका मैफलीमध्ये प्रसिद्ध अभिनेता मनोजकुमार तर सर्द झाला होता. एवढी मोठी ख्यातकीर्त सोनल मानसिंह – तिने दिल्लीच्या मुक्कामी एकदा शकुंतलाबाईंच्या पारंपरिक लावणीचा जलवा बघितला आणि त्यांना कडकडून मिठ्या मारत सोनल मानसिंह म्हणाल्या, ''शकूऽऽ, तुझ्यामुळे लावणीबद्दलचे माझे सारे गैरसमज दूर झाले. पण तुझी लावणी तू मला शिकवायला हवीस. ढोलकीच्या तालावर मलाही पंख लावून फुलपाखरासारखे हवेत तरंगायचे आहे!'' आज शकूताई म्हणजे लावणीची अव्वल शिक्षिका. काही दिवस पुण्याच्या आजूबाजूच्या थिएटरमध्ये नव्या पोरींना त्या लावणी शिकवायला जात; पण आता त्यांना ते नको वाटते. आजकाल मोबाइल नावाच्या यंत्राने शाळा-कॉलेजांचे तंत्र बिघडवले आहेच; पण तमाशा थिएटरातल्या पोरीसुद्धा पायातल्या घुंगरांच्या निनादाऐवजी मोबाइलच्या रिंगकडे अधिक कान देतात. मन लावतात. त्यामुळे ''मोबाइलची रिंग ऐकली की, माझा माथा भडकतो!'' असे तपस्याभंगाचे दु:ख बाईंना न झाले, तर नवलच!

दोन वर्षांपूर्वी संगीत-नाटक अकादमीसारख्या सर्वोच्च सन्मानाने शकूताईंच्या कलेला मानाचा मुजरा केला. पण, एवढ्या मोठ्या राष्ट्रीय सन्मानाची पुरेशी नोंद पिंपरी-चिंचवड वा पुणे महापालिकेने घेतली नसल्याची खंत शकुंतलाबाईंना जरूर वाटते. मधे मधू कांबीकरांच्या 'सखी माझी लावणी' या सुंदर कार्यक्रमात त्या चांगल्या चमकून गेल्या. पण त्याच दरम्यान 'गाढवाचं लग्न'मध्ये मोहन जोशींबरोबर गंगी कुंभारीण सादर करण्याची चालून आलेली संधी हुकल्याचे दु:ख त्यांना जरूर आहे. आज त्या चित्रपट व दूरचित्रवाहिनीवरील चांगल्या भूमिकेच्या प्रतीक्षेत आहेत.

'तमाशा' ही गोष्ट त्याज्य अगर अगदी वाईट आहे का? असा प्रश्न अनेकदा विचारला जातो. पण खरी गमतीची गोष्ट अशी की, 'कीर्तनाने हा देश सुधारला नाही आणि तमाशाने बिघडलेलाही नाही ! शृंगार हा जीवनाचा अविभाज्य

भाग आहे.' पुण्यातील एका महिला मंडळाने 'तमाशा कलावंतिणी आमच्या नवऱ्यांना बिघडवतात,' असा कांगावा सुरू केला होता, तेव्हा सुषमा देशपांड्यांनी शकुंतलाबाईंना सांगितले, "शकू, एका शंकेखोर महिला मंडळासाठी आम्हाला एक बैठक करायची आहे!" तेव्हा आर्यभूषण थिएटरमध्ये मोहना, चंद्रा अशा निवडक पोरी गोळा करून खास उच्चभ्रू महिलांच्या मनोरंजनासाठी खासगी बैठक आयोजली गेली. तेव्हा पोरी भिंगरभिवरीसारख्या नाचल्या –

सोडा सोडा की नाद सवतीचा,
लुटा राया बहार नवतीचा
तुम्ही लेखणी वर वर फिरवा,
कित्ता गिरवा नेसुनी शालू हिरवा!

पोरींची ती अदा पाहून ते महिला मंडळ बेहद्द खूश झाले. त्यांतील अनेक जणींनी खुली कबुली दिली, "आम्ही बाया असूनही तुम्हाला भुललो; पुरुषांची काय अवस्था होत असेल!" इथे कळीचा सवाल हा उभा राहतो की, आगीमुळे लाकूड पेट घेते की लाकडामुळे आग लागते? विलासराव देशमुख मुख्यमंत्री असताना एकदा मी 'वर्षा' ते सांताक्रूझ एअरपोर्टदरम्यानच्या प्रवासात त्यांची मुलाखत घेतली होती. विषय होता मराठवाड्यातील लावणी-तमाशे! तेव्हा विलासरावांनी सांगितले की, अगदी अलीकडेपर्यंत मराठवाड्यात देशमुख-पाटलांच्या लग्नात कलावंतिणी दिवसभर नाचायच्या. लावण्यगीतांची बहार उडायची. अनेकदा लग्नासाठी सासुरवाडीस गेलेला नवरदेव लावण्यवतींवर एवढी दौलतजादा करायचा की, रेल्वेच्या परतीच्या प्रवासासाठी त्याला दुसऱ्याकडून पैसे उसने घ्यावे लागत. आज मी मुंबईत अनेक श्रीमंतांचे पंचतारांकित हॉटेलात पाच-पाच दिवस रंगणारे विवाहसोहळे पाहतो. पैकी पत्रिकेत एक खास कार्ड असते, ते 'बॉलिवुड नाइट' नावाचे. त्यासाठी हिंदी चित्रपटातील सर्व बडे कलाकार हजेरी लावतात. त्या सोहळ्यात ते दोन-अडीच तासांच्या उपस्थितीसाठी दीड-दीड दोन-दोन कोटींची बिदागी घेतात! देणारे लक्ष्मीपुत्रही खुशीने अशी दौलतजादा करतात.

आज एखादी प्रसिद्ध अभिनेत्री एखाद्या अतिप्रसिद्ध चित्रकाराच्या कुंचल्यासाठी नग्न पोझ देणार आहे, ही बातमीच आधी कौतुकाचा विषय ठरते. एकीकडे टीआरपीच्या नावाखाली एसएमएसद्वारा देशभर रोज उघड दरोडे पडत

कांताबाई सातारकर
शकुंतला नगरकर
पेट्रा शेमाखा
लावण्य फडातील तीन चंद्रज्योती!

असतातच. अशा वेळी नऊवारीच्या पदराच्या सावलीत अजूनही लाज-अब्रूचे रक्षण करणाऱ्या तमाशातल्या नरम शृंगाराला आणि पारंपरिक लावण्यगीतांच्या अभिजात खजिन्याला नावे तरी कोणत्या तोंडांनी ठेवायची?

'लवण' या शब्दाचा अर्थ मीठ. मिठाशिवाय जशी जेवणाला चव नाही, तशी लावणीशिवाय जीवनाला रंगत नाही, असाही लावणीच्या कुळकथेचा अर्थ लावला जातो. 'शृंगार' हा तर रसांचा राजा. तंतकवींनी आपल्या लावण्यगीतांतून, तर पुढे शाहिरांनी आपल्या वगनाट्यातून शृंगाराचे पूजन केले. लावणी-तमाशाने फक्त मराठी माणसालाच नव्हे, तर परदेशी अभ्यासकांनाही भुरळ घातली नसेल, तरच नवल! काही वर्षांपूर्वी अमेरिकेची ख्रिस्तिना राव नावाची विदुषी इथं राहून, नृत्य-लावणीचा अभ्यास करून आणि पारंपरिक लावण्यांचा मोठा संग्रह करून अमेरिकेला गेली. नुकताच मी पालीच्या खंडोबाच्या यात्रेला जाऊन आलो. तिथे मला एक जर्मनकन्या भेटली. तिचे नाव 'पेट्रा शेमाखा.' तिशीच्या उंबरठ्यावरची लिंबाच्या झाडाच्या फोकासारखी सडपातळ, पित्तवर्णीय जर्मनकन्यका पेट्रा झोकदार नऊवारी नेसून पालीच्या जत्रेत मंदाराणीबरोबर ठुमकत चालत होती.

तमाशाचा शास्त्रोक्त आणि वास्तव अभ्यास करण्यासाठी ती कांताबाई सातारकरांच्या ढोलकी फडाच्या तमाशाबरोबर गेले काही महिने महाराष्ट्रात गावोगाव फिरते आहे. "शहरातल्या मंचावर सादर होणाऱ्या उडत्या चालीच्या

लावण्यफडातील तीन चंद्रज्योती! । १२१ ।

जर्मनीची पेट्रा शेमाखा आणि मंदाराणी

त्याच त्या चार लावण्या, टीव्ही मालिकांवरील स्पर्धांमधून होणारे लावणी-तमाशाचे रटाळ सादरीकरण म्हणजे महाराष्ट्राचा अस्सल तमाशा नव्हे,'' असे पेट्रा सांगते. मोठ्या कनातीच्या तंबूत सादर होणारा, थंडी-वाऱ्याच्या फटकाऱ्यातही रंगणारा अस्सल तमाशा पेट्राला अनुभवायचा होता. त्यामुळेच ही दूरदेशीची तरुणी 'रघुवीर खेडकरसह कांताबाई सातारकर' या तमाशा पार्टीबरोबर गावोगाव फिरते आहे. पहाटे खेळ संपल्यावर गुंडाळली जाणारी कनात, तंबू, सामान बांधून उजाडायच्या आधी नव्या गावाकडे कूच, वाटेत नदी आणि मोठ्या ओढ्यावर उघड्यावरचे अंघोळ-पाणी असा खूप जटिल प्रवास असतो हा. बऱ्याचदा पंचतारांकित नव्हे, तर साध्यासुध्या सोईसुद्धा उपलब्ध होत नाहीत. अशा वेळी युरोपियन संस्कारांत वाढलेल्या पेट्राने चालवलेला एका मराठी लोककलेचा शोध केवळ अपूर्व असाच प्रकार आहे.

अस्सल तमाशाचा वेध घेण्याआधी पेट्राने उत्तम मराठी आत्मसात केले आहे. ती चांगले मराठी बोलते आणि लिहितेसुद्धा. त्यासाठी सन २००५ ते २००७च्या दरम्यान तिने पुण्यामध्ये वास्तव्य केले. 'जागर' या पुण्याच्या प्रायोगिक नाट्यसंस्थेच्या मंडळींबरोबर ती वावरली. अंगात तमाशाचा कैफ चढावा म्हणून की काय, ती झकास निरगाठीची नऊवारी साडी नेसते; अन्यथा आजकाल बाजारात 'नाडीच्या रेडिमेड नऊवारी साड्या' मिळतात. बऱ्याचदा त्या अशा विचित्र दिसतात की, नाडीची साडी आणि उसवलेली बाई असेच तिला बेंगरूळ स्वरूप येते. आपल्या पायांमध्ये दोन-दोन किलोची घुंगरे बांधून ठेक्यात पदन्यासही करायला पेट्रा शिकली आहे.

'लापशीस' नावाच्या जर्मन विद्यापीठामध्ये पेट्रा शेमाखा 'तमाशा' या विषयावर पीएच.डी. करते आहे. त्यासाठी तिला अजून दीड वर्षं लागणार आहे. "तुमची तमाशाकला ही जगातल्या लोककलांपैकी एक अस्सल कलाप्रकार आहे. त्याचा आस्वाद फक्त पुरुषांनीच नव्हे, तर स्त्रियांनाही घ्यायला हवा; तुमची कला तुम्ही जिवापाड जपायला हवी." असे पेट्रा सांगते.

कांताबाईंच्या फडात पेट्रा आज त्यांच्या लेकीसारखीच वावरत असते. कांताबाईंचा फड म्हणजे तमाशाक्षेत्रातील एक भक्कम मानदंड. दहा वर्षांमागे संगमनेर गावाच्या मागच्या टेकडीवरील रेस्ट हाउसवर अख्ख्या सातारकर कुटुंबीयांसमवेत सलग दोन दिवसांचा गप्पांचा फड आम्ही रंगवला होता. माझे रसिकाग्रणी मित्र आणि आजचे कॅबिनेट मंत्री बाळासाहेब थोरात यांनी हा मेळ जुळवून आणला होता. जीवनातील अनेक उन्हाळ्या-पावसाळ्यांनी विनटलेली कांताबाईंची कहाणी ऐकताना काळीज तुटून जाते. कांताबाई म्हणजे मराठी मातीची अस्सल लेक! लहानपणी चित्रपटांतील गीते पाहून त्यांची नाचायची भावना व्हायची. गरिबीमुळे घुंगरे खरेदी करायला पैसे नव्हते, तर छोट्या कांताने बाभूळझाडाच्या वाळलेल्या शेंगा दोऱ्यात ओवून त्यांची घुंगरे बनवली आणि त्याच खुळखुळत्या नादावर आपली नृत्याची आराधना सुरू केली. त्यांना मराठी लोकसंगीताची उत्तम जाण. त्यांची वाणी इतकी शुद्ध की, वगनाट्यात काम करताना ती कोणा ब्राह्मणाची पोर आहे आणि तमासगिरांनी तिला पळवून आणली आहे, अशी समजूत करून त्याकाळी काही महाभागांनी त्यांच्या फडावर हल्लेसुद्धा चढवले होते. त्यांनी आरंभी दादू इंदुरीकर, अहिरवाडीकर अशा अनेक तमाशांमध्ये कामे केली. मुंबईच्या गिरणगावात त्या वेळी

ज्येष्ठ कलावती कांताबाई सातारकर

कैरो फिल्म फेस्टिव्हल गाजवणाऱ्या शकुंतला नगरकर

एकूण तमाशाची लहान-मोठी अशी तेरा थिएटरे होती.

परळच्या हनुमान थिएटरमध्ये तुकाराम खेडकर या देखण्या तसेच बाजिंद्या तमासगिराची आणि कांताबाईंची प्रथम दृष्टभेट झाली. त्यानंतर पुढे एकाच लोकनाट्यात नायक आणि नायिकेची भूमिका रंगवताना जी जोडी बटाऊ-मोहनासारखी एकमेकांकडे तीव्रतेने आकर्षित झाली. त्या काळात 'पाच तोफांची सलामी' नावाचा खेडकरांचा ऐतिहासिक वग खूप रंगायचा – 'औरंगजेबाच्या कैदेत असताना आग्र्याला शिवाजीराजांच्या पश्चात त्यांच्या बिछायतीवर राजांचेच सोंग घेऊन झोपणारा हिरोजी फर्जंद जेव्हा तुकाराम खेडेकर वठवायचे; तेव्हा शिवरायांचा राजमुकुट, त्यांचा सदरा, त्यांचा कमरदाब अशा एकेक वस्तू हातामध्ये घेताना हिरोजी किती भावव्याकूळ व्हायचा; महाराजांची धर्मपत्नी बनलेली कांताही किती थरारून जायची!'

त्या ऐतिहासिक वगातील काव्यात्म असे संवाद पालीच्या जत्रेत कांताबाई आणि त्यांचे चिरंजीव रघुवीर खेडकर यांनी ऐकवले; तेव्हा गावकुसाबाहेरच्या लोककलावंतांनी एके काळी 'तमाशा' ही कला केवढ्या उंचीला नेऊन ठेवली होती, याची कल्पना आल्याशिवाय राहत नाही!

'चंद्रमुखी' नावाची कादंबरी लिहिताना मी अनेक कलावतींना भेटलो आहे; पण कांताबाईंचा पीळच काही वेगळा आहे. रणावर उभ्या असलेल्या मर्दासारख्या कांताबाई जेव्हा तानाजीचा पोवाडा गायला तमाशाच्या बोर्डावर उभ्या राहत, तेव्हा मेल्या-मुड्द्यांच्या अंगातही वीरश्री संचारत असे. एकदा संगमनेर-नाशिक भागात खेडकरांचा 'रायगडची राणी' नावाचा ऐतिहासिक वग सुरू होता. शिवाजीच्या भूमिकेत तुकाराम खेडकर आणि सोयराबाईच्या भूमिकेत कांताबाई होत्या. प्रयोगाच्या वेळी खेडकरांना कॉलऱ्याची लागण झाली होती. जुलाब आणि उलट्यांनी हैराण झालेले असतानाही ते शिवाजी सादर करत होते.

कांताबाईंच्या जीवनातील ती कराल आणि करुण काळरात्र! तशाच आजारी, दयनीय आणि उलट्यांनी व्याकूळ झालेल्या अवस्थेत खेडकरांनी शिवाजीनंतर संभाजीही रंगवला. त्यातच पहाटे प्रवासात तोल जाऊन ते मोटारीवर आपटले. अर्धवट बेशुद्ध झाले. संगमनेरात मिळालेली सलाइनची बाटलीही जुनी निघाली. तशा भयाण परिस्थितीत दुर्धर प्रवास करत आपल्या नवऱ्याचे प्राण वाचवण्यासाठी कांताबाई हिमतीने पुण्याकडे चालल्या; पण इंद्रायणी काठ जवळ येत असतानाच या लोककलावंताने कायमची समाधी घेतली.

पंचविशीतच वैधव्य आलेल्या कांताने पुन्हा तमाशा उभा करायचा निर्धार केला. तेव्हा एक विधवा तमाशात काम करतेय, पोवाडा गातेय, हे तिचे यश तिच्या सहकलाकारांनाही साहवले नाही. ज्या आपल्या नवऱ्याच्या नावाचे, तुकाराम खेडकरांच्या नावाचे कुंकू तमाशा फडाला लावले गेले होते; तो तमाशा आणि नवऱ्याचे जुने साथीदार कांताबाईंना पारखे झाले. पांढऱ्या कपाळाने, बापाचे छत्र हरपलेल्या पोरांना सोबत घेऊन ढोलकी-तमाशाचा नवा फड, नवा संसार मांडायला कांताबाई बाहेर पडल्या. चंद्रकांत ढवळपुरीकर यांनी आपले तमाशाचे जुने सामान त्यांच्या हवाली केले. सर्कशीचे गाव असणाऱ्या वडगावात त्यांनी तंबू शिवून घेतला आणि तमाशाची नवी सर्कस सुरू केली. शंभर-दीडशे माणसांचा गोतावळा घेऊन, 'आज इतं, तर उद्या तितं' असा जीवनभराचा खेळ सुरू केला. आपल्या पडझडीच्या काळात शरद पवार, श्रीनिवास पाटील आणि नंतरच्या काळात शिवसेनेच्या लोकांनीही मदत केल्याची जाणीव बाईंना आहे.

ज्येष्ठ लावणी गायिका
श्रीमती रोशन सातारकर

वगामध्ये उत्तम अभिनय करणाऱ्या मंदा व अनिता, उपजत गुणी सोंगाड्या रघुवीर आणि गायिका असलेल्या कन्या अलका अशा

अकलूज येथे 'रा. म. शंकरराव मोहिते-पाटील जयंती समारंभ समिती'च्यावतीने आयोजित केलेल्या 'पहिल्या राज्यस्तरीय तमाशा स्पर्धेत' आपली कला सादर करताना मंगला बनसोडे तमाशा मंडळाचे कलाकार

आपल्या चार लेकरांच्या मजबूत चारखांबी तंबूवर कांताबाईंनी आपल्या तमाशाचा संसार रेटला आहे. रघुवीरच्या सोबतीला शफी नावाचा व्यवस्थापक मित्रही आहे. जीवनात अनेकदा घातपाताचे, अपघाताचे प्रसंग ओढवले. कांताबाईंना १९९३मध्ये कर्जापायी स्वत:चा फड विकावा लागला. पुढे दोन वर्षे स्वत:च्याच तमाशात प्रत्येकी शंभर रुपये नाइटवर तिच्या मुलांना रात्री जाळाव्या लागल्या. सोलापूर भागात रंगबाजीत काम करणारी त्यांच्या फडातली एक देखणी पोर एका गावच्या नामवंत पुढाऱ्याच्या टारगट पोराला आवडली. तेव्हा खेळ संपल्यावर 'ती पोर माझ्या ताब्यात देऊन तुम्ही पुढे जा', असे फर्मानच त्या दिवट्या चिरंजीवाने काढले; तेव्हा बाईंनी फौजदाराकडे दाद मागितली. त्या वेळी फौजदाराने, 'तुम्ही काळजी करू नका, ती पोरगी रात्रभर माझ्या बंगल्यावर राहू दे,' असा सल्ला बाईंना दिला; तेव्हा त्या पोरीला गोणपाटात दडवून आणि आपल्या कर्मचाऱ्यांच्या व कलाकारांच्या हाती काठ्या देऊन कांताबाईंनी आपले ट्रक गावाबाहेर काढले. त्या गावच्या टग्यांशी अंधारात अक्षरश: लढाई केली. उसात घुसलेल्या कोल्ह्यांना बदडून काढावे, तसे त्या गावटग्यांना कणखरपणे पळवून लावले.

कांताबाईंसारख्या कलावंतिणीने विषाच्या पुडीसारखे आपल्या पदराच्या गाठीमध्ये दुःख बांधले आहे अन् तमाशाच्या बोर्डावरून जीवनभर नृत्यसंगीत आणि विनोदाची लयलूट जनांसाठी केली आहे. काही वर्षांमागे त्र्यंबकेश्वरच्या यात्रेत सोंगाड्या झालेला त्यांचा मुलगा रघुवीर लोकांना अखंड हसवत होता. तेव्हा कांताबाईंची सून 'ब्रेन ट्यूमर'च्या व्याधीने पुण्याला इस्पितळात तळमळत पडली होती. तिच्या निधनानंतर बाईंनी पाचव्या दिवशीच सर्व धार्मिक विधी आटोपले. रघुवीर जेव्हा कष्टी मनाने तमाशाच्या बोर्डावर निघाला, तेव्हा या माउलीने त्याची समजूत काढली, "बेटा, आपण कलावंतमंडळी! कला हीच आमची मायमाउली. प्रेक्षक हे आमचे मायबाप. ते तमाशाला येतात आपले दुःख विसरण्यासाठी – त्या कष्टकऱ्यांच्या पदरात आपण करमणुकीचं चढतं माप टाकायचं असतं!" तेव्हा आपल्या छातीतला दुःखाचा उमाळा आतल्या आत दाबत रघुवीरने मंचावरून आभाळाकडे हात उंचावला आणि जोरकस लावणीची हाळी दिली, "गंऽऽ साजणीऽऽ कोणच्या गावाची, कोण्या राजाची तू गं राणीऽ"

मराठी मातीतून अंकुरलेल्या 'तमाशा' या लोककलेवर प्रेम करणाऱ्या शकुंतला, कांता आणि पेट्रा या तीन लखलखत्या चंद्रज्योती! माती वेगळी; पण तिघींची नाती आणि नाळ एकच. कालौघात आता जुन्या गवळणी, बतावण्या नष्ट होत चालल्या आहेत. सुंदर बतावणी म्हणजे काय चीज असते, हे वसंत सबनीसांनी आपल्या 'विच्छा माझी पुरी करा' या वगनाट्याद्वारे दाखवून दिले आहेच. काळू-बाळू तमाशा मंडळाचा 'राजा हरिश्चंद्र' हा वग, विठाबाई नारायणगावकरांचा 'मुंबईची केळेवाली', पठ्ठे बापूरावांचा 'मिठाराणी' आणि कांताबाईंची 'पाच तोफांची सलामी' अशी लेणी कालौघात नष्ट होऊ पाहताहेत. अकलूजच्या रानात मोहिते-पाटलांनी पारंपरिक लावणीचा आग्रह धरून तुळशीचा पेरा सुरू केला आहे; अन्यथा तमाशा आणि लावणीच्या नावावर आजकाल जिकडे-तिकडे भांगेचीच शेतीवाढीला लागली आहे. दूरचित्रवाहिन्यांवर त्याच त्या लावण्या, तोच तो 'फाटला गं कोना माझ्या चोळीचा' किती वेळा तो कोना फाटायचा? पन्नास वर्षांपूर्वी उसात शिरलेला कोल्हा वावरातून बाहेर पडायला तयार नाही.

आता महाराष्ट्रभर चैती जत्रांचा मोसम सुरू होत आहे. जसे कांद्याचे व्यापारी लोणंद आणि लासलगावच्या तिठ्यावर गोळा होतात; तसेच छोट्या-मोठ्या तमाशांच्या सुपाऱ्या द्यायला 'नारायणगाव', सांगलीमध्ये 'विटा' अशा काही ठिकाणी जुन्या-नव्या तमासगिरांच्या त्या यक्ष-किन्नरांच्या पेठा उघडल्या जातात.

अशा तिठ्यावर जाऊन अभ्यासकांनी जुन्या लावण्या, त्या अनवट चाली, विनोदाचे फुलबाजे यांचा संचय करायला हवा.

आज बदलत्या जमान्यात जीवनाच्या धकाधकीमध्ये कांताबाई आणि शकुंतलाबाईंसारख्या मायमराठीच्या कुलवंत लेकी तमाशाच्या जुन्या बाजाचे संगोपन करताहेत. दूरदेशीची कोणी पेट्रा शेमाखा मराठी तमाशाची पारंपरिक खासियत शोधायला इतक्या दूर येते, भ्रमरासारखी गावोगाव भटकून मधू गोळा करते, ही गोष्ट निश्चितच स्वागतार्ह मानावी लागेल. अन्यथा, त्याच त्या उडत्या चालींच्या गोलाभोवती फिरणारा दूरचित्रवाहिन्यांवरचा बटबटीतपणा, बक्षिसांच्या रकमा यांची सूज वाढतच जाईल. त्याला बाळसे कोण म्हणणार? त्यामुळेच अस्सल आणि नकलेतला फरक वेळेत जाणण्याची घडी समीप आली आहे! म्हणूनच म्हणावेसे वाटते –

जंजिरी पान, केतकी चुना रे
घे ओळखुनी खाणाखुणा!

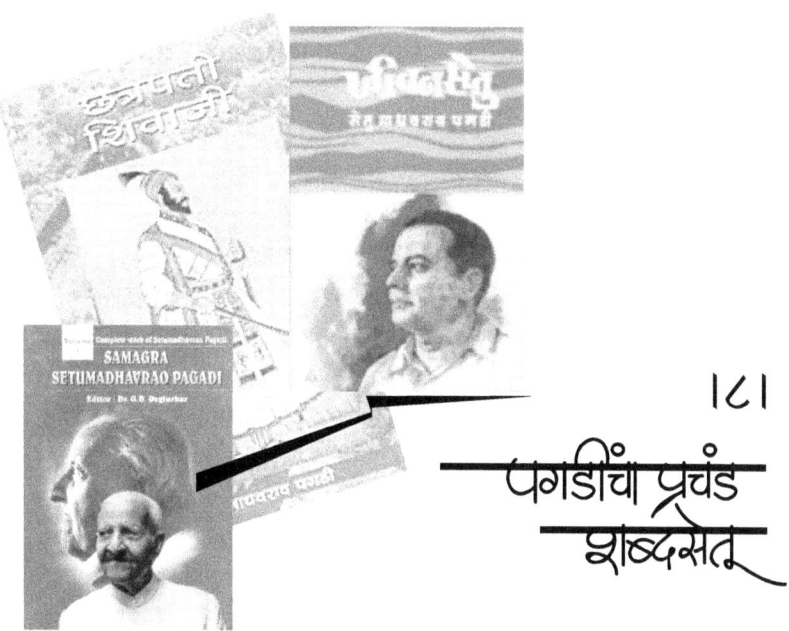

।८।

पगडींचा प्रचंड शब्दसेतू

संभाजीराजांच्या निर्घृण हत्येनंतर काही वर्षांनी औरंगजेबाने पुणे शहरात प्रवेश केला; तेव्हा त्याने पुण्याचे नाव बदलून ते 'मुहियाबाद' असे ठेवले, तर खेडचे नामांतर 'मसुदाबाद', अकलूजचे 'असदनगर' आणि नाशिकचे नामकरण 'गुलशनाबाद' असे केले होते. औरंगजेबाच्या महाआक्रमणा विरोधात संभाजी व महाराणी ताराबाईंच्या झेंड्याखाली मराठे एक होऊन झुंजले नसते अन् औरंगजेबाची कपटी दक्षिणनीती आणि त्याचे असहिष्णू धोरण दुर्दैवाने यशस्वी झाले असते, तर आज दक्षिण भारताचे रूपांतर इराण अन् इराकसारख्या राष्ट्रांत निश्चितच झाले असते. मराठी संस्कृती तर लोप पावली असतीच, पण मराठी भाषाही गोंडवनातल्या एखाद्या पहाडी भाषेसारखी विस्मृतीच्या वळचणीला जाऊन बसली असती.

मराठी अस्मितेचे उच्चाटन करण्यासाठी बाराव्या शतकापासून एकोणिसाव्या शतकापर्यंत दिल्लीपतींनी जंग-जंग पछाडले. त्या दिल्लीश्वरांशी मराठ्यांनी सातत्याने सात शतके केलेला निकराचा मुकाबला आणि परचक्रविरोधी पेटवलेला संघर्षाचा भडाग्नी म्हणजेच या मातीचा गौरवी इतिहास आहे! मराठवाड्याच्या मातीत जन्मलेले सेतू माधवराव पगडी यांनी आपली तेजस्वी लेखणी एखाद्या पट्टीच्या तलवारबाजासारखी सलग साठ वर्षे गाजवली. आपली लेखणी, वाणी, उक्ती आणि कृतीतून शिवरायांच्या आदर्श तत्त्वांचा सातत्याने शोध घेतला.

छत्रपती शिवराय

एकूण सहासष्ट मराठी-इंग्रजी ग्रंथांची निर्मिती केली. 'क्राऊन साइज'मध्ये हिशेब मांडायचा, तर पगडींनी सुमारे बावीस ते पंचवीस हजार पृष्ठांचे अक्षरधन निर्माण केले आहे.

महाराष्ट्राचा संशोधनात्मक इतिहास, उर्दू काव्य आणि फारसी महाकाव्यांची भाषांतरे, अव्वल इंग्रजीत लिहिलेले शिवचरित्र, मराठवाड्याचा इतिहास अशा अनेक विषयांनी आणि समृद्ध आशयाने भरलेले सेतू माधवराव पगडींच्या वाङ्मयाचे अष्टखंडात्मक साहित्य गेल्या वर्षी प्रकाशित करण्यात आले. अशा कष्टप्रद, जिकिरीच्या आणि तरीही अभिमानी कार्याच्या उभारणीसाठी महाराष्ट्रातील मंडळी पुढे सरसावली नाहीत. मात्र, हैदराबादच्या मराठी साहित्य परिषदेच्या जागरूक मंडळींनी पुढाकार घेऊन;

जिंजीचा किल्ला, तामिळनाडूतील राजाराम महाराजांची राजधानी

ही अत्यंत मोलाची कामगिरी बिनचूक पार पाडली आहे. या अमूल्य ग्रंथनिर्मितीकडे महाराष्ट्रशासनासह इथली विद्यापीठे, महाविद्यालये, वृत्तपत्रे आणि सामान्य वाचकांनीही दुर्दैवाने दुर्लक्ष केले आहे. ऊठसूट आपल्या इतिहासातील महापुरुषांच्या नावे पताका नाचवणाऱ्या उत्साही वीरांनी, तसेच पुरोगामी समाजसुधारकांच्या तसबिरींना हार घालणाऱ्या समाजधुरीणांनीही या प्रकल्पाकडे अक्षम्य दुर्लक्ष केले आहे. ही बाब अत्यंत नामुष्कीची असून, ती महाराष्ट्रधर्माला शोभा देणारी नव्हे.

सेतू माधवरावांना पंचाऐंशी वर्षांचे आयुष्य लाभले. पैकी आपल्या आयुष्याची सलग साठ-सत्तर वर्षे त्यांनी सातत्याने वाचन, लेखन आणि संशोधनाच्या दीर्घोद्योगासाठी सार्थकी लावली. विसाव्या शतकाच्या पहिल्या अर्धशतकात वि. का. राजवाडे व रियासतकार सरदेसाई यांनी असा प्रचंड उद्योग करून ठेवला होता, तर १९५०नंतर सेतू माधवरावांसारखा असा प्रचंड संशोधन आणि ग्रंथलेखनाचा 'शब्दसेतू' क्वचितच कोणी उभारला असावा. हे अविरत लेखन सेवाभावी वृत्तीने, स्वयंभाषेच्या अभिमानातून आणि स्वयंप्रेरणेतून घडले आहे; ते साहित्य संमेलनाच्या अध्यक्षपदावर डोळा ठेवून किंवा राज्यसभेवर

सेतू माधवराव पगडी

वर्णी लागावी, अशा काही नियोजनबद्ध , अंतःस्थ हेतूतून घडलेले नाही. त्यामुळेच ते धवल आहे.

आजकाल एखाद-दुसऱ्या पुस्तकाच्या यशाने 'अर्ध्या हळकुंडाने पिवळे व्हायचे'च दिवस अधिक आले आहेत. अशा पार्श्वभूमीवर आठ-दहा भाषा आत्मसात करणे, महाराष्ट्रातील अनेक जिल्ह्यांचे 'गॅझेटिअर्स' संपादित करणे, संपूर्ण 'गालिब', 'दाग', 'मीर' आणि 'इकबाल' अशा उत्तमोत्तम उर्दू कवींच्या काव्यांचा मराठीत सुबोध अनुवाद करणे, गोंडी-कोलामसारख्या बोलीभाषांचे व्याकरण व शब्दकोश तयार करणे आणि सुमारे सत्तर ग्रंथांची निर्मिती – ही कामे एकांड्या शिलेदाराची असूच शकत नाहीत. त्यासाठी सेतू माधवरावांसारख्या शब्दसरदाराच्याच ऐतिहासिक कामगिरीची जरुरी भासते.

'आमच्यापुढे आदर्श नाहीत', अशी खोटी कोल्हेकुई करणाऱ्या तरुणांसाठी पगडींचे जीवन म्हणजे कर्तृत्वाचा प्रेरणादायी शिलालेख ठरावा. पहिल्या खंडात त्यांचे 'जीवनसेतू' नावाचे आत्मचित्र आहे. दिनांक २७ ऑगस्ट, १९१९ला निलंगा, जिल्हा उस्मानाबाद (आजचा लातूर) येथे त्यांचा जन्म झाला. पगडींचे मूळचे घराणे विजापूरचे. प्राथमिक शिक्षण गुलबर्ग्यात झाले. हैदराबादेत निजाम कॉलेजातील आपले शिक्षण त्यांना घरच्या गरिबीमुळे अर्धवट सोडावे लागले; पण अंतरीची उच्च शिक्षणाची तळमळ त्यांना स्वस्थ बसू देत नव्हती. त्यांनी त्या काळी गुपचूप बनारसला पलायन केले. तेथे अन्नछत्रात भोजन करत १९३०मध्ये ते बी.ए.च्या परीक्षेत पहिले आले. पुढे हैदराबाद राज्यात तहसीलदार, औरंगाबादचे जिल्हाधिकारी आणि राज्यपुनर्रचनेनंतर मुंबईत मंत्रालयात उपसचिव, साहित्य संस्कृती मंडळाचे सलग आठ वर्षे सचिव अशी भरघोस कामगिरी या कर्मयोग्याने पार पाडली आहे. त्यांनी १९६९मध्ये निवृत्त झाल्यावर चार

वर्षांच्या मेहनतीने इंग्रजी शिवचरित्र लेखनाचीही कामगिरी पार पाडली आहे.

पगडींच्या मते, अठरावे शतक हे मराठी माणसाच्या यशाचे आणि अस्मितेचे होते. तेव्हा भारताचे नेतृत्व मराठ्यांनी केले होते. ते भाग्य भारतातील कोणत्याही अन्य राजाला वा तिथल्या लोकांना लाभले नव्हते. पगडींच्या वाङ्मयाचा गलेलठ्ठ दुसरा आणि तिसरा खंड याच अठराव्या शतकावर आधारलेला आहे. तो काळ मराठ्यांच्या धामधुमीचा, अतुल पराक्रमाचा आणि यशस्वी गिरिशिखरांचा होता. कृष्णाजी सावंताने १७०० मध्ये आपली घोडी प्रथम नर्मदापार दामटली. धनाजी जाधवाने १७०६ मध्ये गुजरातमधील रतनपूरची लढाई जिंकली आणि दिल्लीकर मोगलांना दूर पिटाळून लावले. मराठ्यांनी १७३१ मध्ये बुंदेलखंड पादाक्रांत केले, तर १७५१ मध्ये ओरिसामध्ये जाऊन जरीपटका नाचवला. बघता-बघता दूर, गंगा-यमुनेपार नैनिताल आणि अल्मोड्याच्या रानात मराठ्यांची बेदरकार घोडी घुसली.

इतिहासातील अनेक रहस्यमय घटनांचा साक्षेपी मागोवा घेणारे पगडी

दिनांक ११ एप्रिल, १७५८ हा मराठ्यांच्या इतिहासातील एक महन्मंगल शुभ दिन आहे. आजची पाकिस्तानची राजधानी असलेल्या लाहोर शहरात मराठ्यांची एक लाख फौज घुसली. ऐन चैत्रमासात पेशवे आणि होळकरांच्या फौजांनी लाहोरात विजयाची दसरा-दिवाळी साजरी केली. त्याच दरम्यान मराठ्यांनी अफगाण अहमदशहा अब्दालीला ठणकावून सांगितले, "इकडे पंजाबात कुठे घुसू पाहता? तुमची सीमा सिंधू नदीच्या पल्याड आहे." याच प्राणतत्त्वासाठी पानिपताच्या महासंग्रामात एक लाख मराठा पावन झाला. महादजी शिंद्यांनी १७८४मध्ये दिल्ली काबीज केली. सन १७८४पासून ते १८०३पर्यंत म्हणजे सलग एकोणीस वर्षे दिल्लीच्या लाल किल्ल्यावर मराठ्यांचा भगवा झेंडा मोठ्या डौलाने फडकत राहिला होता. त्यानंतर राजकीय यशाच्या इतक्या उत्तुंग उंचीपर्यंत मराठे कधीही पोहोचू शकले नाहीत.

छत्रपती शिवराय

तिसऱ्या खंडात आठ मूळ साधनग्रंथांचा अनुवाद करून सेतू माधवरावांनी आमच्या इतिहासावर मोठे उपकार केले आहेत. ईश्वरदास नागर हा औरंगजेबाच्या दरबारी आठ वर्षे कारकुनी करत होता. त्याने लिहिलेला 'फत्तुहाते आलमगिरी' हा पारसी ग्रंथ, तसेच 'खुतुते शिवाजी' या लंडनच्या एशियाटिक सोसायटीतील मूळ फारसी हस्तलिखिताचे भाषांतर पगडींनी मराठीत आणले आहे. औरंगजेबाने जेव्हा समस्त हिंदू धर्मीयांवर जीझिया कर बसवला, तेव्हा शिवाजीराजांनी त्याला लिहिलेल्या सडेतोड पत्राचा या ग्रंथात समावेश आहे. दक्षिणेच्या मोहिमेवर असताना मिर्झाराजे जयसिंगाने आपल्या धन्याला – औरंगजेबाला लिहिलेली महत्त्वपूर्ण पत्रे या खंडात आहेतच; शिवाय औरंगजेबाच्या सोबत दक्षिणेत मोहिमेवर असलेल्या खाफीखानाने जो ग्रंथ लिहिला आहे, तोही लक्षणीय आहे. त्यात संभाजीराजे आणि ताराबाईंच्या कालखंडाचे दर्शन घडते. खाफीखानाने

आपल्या ग्रंथात मराठ्यांच्या नावे इरसाल शिव्या मोजल्या आहेत. मात्र त्या शिव्यांच्या पोटातूनही मराठ्यांच्या अजोड पराक्रमाबद्दल त्याने नकळत गायिलेल्या शाब्बासकीच्या ओव्याही त्याला लपवता आलेल्या नाहीत. मोगलांच्या दीर्घकाळ सेवेत असणाऱ्या भीमसेन सक्सेना याने 'तारीखे दिल्कुशा' नावाचा ग्रंथ लिहिला आहे. आपल्या औरंगाबादेच्या मुक्कामात त्याने छत्रपती शिवरायांना प्रत्यक्ष पाहिले होते. बहाद्दूर गडावर संभाजीराजांची बेछूट निर्भर्त्सना करणारी जी दुर्दैवी धिंड निघाली होती, त्या घटनेचाही तो प्रत्यक्ष साक्षीदार होता. कैलास पर्वतासारख्या उंच असणाऱ्या रायगडाच्या शंभुराजाचे ते अनन्वित हाल पाहून मोगली इतिहासकारांच्या पोटातसुद्धा कसे ढवळून आले होते, ही वर्णने मुळातूनच वाचायला हवीत.

या खंडात मोगल दरबारातील अस्सल बातमीपत्रांचा, तसेच औरंगजेबाच्या अनेक आज्ञापत्रांचा (ऑफिशियल ऑर्डर्स) समावेश आहेच; शिवाय साकी मुस्तैदखानाचा 'मासिरे आलमगिरी' हा ग्रंथ म्हणजे तत्कालीन दक्षिणेची

कोल्हापुरातील महाराणी ताराबाईंचा
रवींद्र मेस्त्रींनी तयार केलेला भव्य पुतळा

आबोहवा रेखाटणारे उत्तम लेखन आहे. दिल्लीकर औरंगजेब बादशहाला दक्षिणेतल्या निसर्गानेही कसे भंडावून सोडले होते! विशाळगड, मलकापूर भागात पडलेला प्रचंड पाऊस... त्याने औरंगजेब पातशहाची उडवलेली दाणादाण... त्या प्रचंड पर्जन्यधारेत बादशहाची फौज आणि तंबू-सामान भिजून लिबलिबीत झाले होते. औरंगजेबाच्या परिवाराला पावसात कसाबसा उभे राहण्या-पुरता आडोसा मिळाला होता. चिखल इतका भयंकर होता की, मोठाले हत्ती त्यामध्ये गाढवाप्रमाणे रुतून पडले होते. बेलगाम सुटलेल्या वारूसारखा धो-धो पाऊस पडत होता. राजगड परिसराचे सुंदर वर्णन करताना हे मोगली इतिहासकार लिहितात की, इकडची राने निबिड आणि दुरास्पद. इकडच्या डोंगररांगांतून, दऱ्याखोऱ्यांतून आणि घनघोर अरण्यांतून वाऱ्याशिवाय दुसरे काही फिरू शकत नाही. इथल्या गिरिकंदरांत फक्त पर्जन्यालाच वाट मिळू शकते.

मराठ्यांच्या इतिहासातील अनेक रहस्यमय घटनांचा साक्षेपी मागोवा पगडी घेतात. आग्र्याला औरंगजेबाच्या हातावर तुरी देऊन शिवराय सटकले; पण त्यांच्या परतीचा मार्ग कोणता होता? वाराणसीहून बुंदेलखंडाजवळच्या बघेलखंडातून, म्हणजेच आजच्या रिवा जिल्ह्याच्या परिसरातून ते दक्षिणेत आले असावेत, असे अनुमान पगडी काढतात. शिवरायांचे जन्मस्थळ म्हणजे 'शिवनेरी.' आमच्या जीवनात स्वातंत्र्याची पहाट आणणारे शिवाजीराजे इथे जन्मले खरे; पण शिवकाळात ही पवित्रभूमी दुर्दैवाने कायमच परक्यांच्या ताब्यात होती. ती १७५७मध्ये खूप उशिरा मराठ्यांच्या ताब्यात आली. संभाजीराजांच्या द्वितीय पत्नी दुर्गादेवी या पुढे हयातभर औरंगजेबाच्या कैदेत होत्या. त्या रुस्तुमराव जाधवांच्या कन्या असल्याचे अनुमान पगडी काढतात. रियासतकारांनी चुकीने येसूबाईंनाच औरंगजेबाच्या छावणीत नेले आहे आणि पुढे पुरुषी वेष परिधान करून त्यांची सुटकाही घडवली आहे; पण ते पूर्ण असत्य आहे. ताराबाईकालीन कागद-पत्रांमध्ये अरजोजी यादवाचे स्पष्ट पत्र आहे. औरंगजेबाच्या तळावर आपण मातु:श्री दुर्गादेवींना भेटल्याचा त्यात स्पष्ट उल्लेख आहे. शिवकाळात उदगीर, परांडा यांसारखी नगरे कशी होती; रामशेजचा किल्ला, चंद्रपूर आणि बागलाणाचा निसर्गरम्य प्रदेश – अशा अनेक ठाण्यांचा आणि ठिकाणांचा पगडी अनेक स्वतंत्र लेख लिहून विस्तृत वेध घेतात. एकूणच, पगडी वाङ्मयाचा दुसरा आणि तिसरा खंड प्रत्येक मराठी माणसाने ज्ञानेश्वरी आणि तुकारामगाथाच्या बरोबरीने देव्हाऱ्यावर ठेवावेत, पुन:पुन्हा वाचावेत, अशा मोलाचे आहेत.

मराठवाड्याची माती, रामदासांचे नेमके योगदान, स्वातंत्र्यपूर्व काळातील मराठवाड्यातील क्रांतिकारकांची बंडे, उठाव यांचा लेखाजोखाही त्यांनी उत्तमरीतीने मांडला आहे. स्वत: जिल्हाधिकारी या नात्याने काम केलेल्या औरंगाबाद शहरावर त्यांनी 'मराठवाड्याची मनोरमा' नावाचा सुंदर लेखही लिहिला आहे. एकूणच, पगडींचे सर्वच खंड प्रेरक आणि दीपस्तंभासारखे मार्गदर्शक आहेत. काही वर्षांपूर्वी पगडींनी 'लोकराज्य'च्या अंकात संभाजीराजांवर एक छोटेखानी पण उत्तम लेख लिहिला होता. तो वाचून तेव्हाच 'संभाजी' कादंबरीचे बीजारोपण माझ्या मनात झाले होते, ही वस्तुस्थिती आहे. अर्थात, लेखनाचा विस्तार पुढे बऱ्याच कालांतराने झाला.

अशा तपस्वी संशोधकास, इतिहासप्रेमी आणि राष्ट्राभिमानी खंद्या साहित्यिकास भेटायचा मी दोन-तीन वेळा प्रयत्न केला होता. दुर्दैवाने थोडक्यात चुकामुकीचेच प्रसंग घडले. मात्र, माझ्या विद्यार्थिदशेत पगडींची मराठ्यांच्या इतिहासावरची काही व्याख्याने सुदैवाने मी ऐकलेली आहेत. साधी, सोपी,

विशाळगडाचे हेच ते कडे! जेथे पावसाने व मराठ्यांनी
औरंगजेबाच्या लष्कराची दाणादाण उडवली

मधाळ आणि गोष्टीवेल्हाळ अशी त्यांची चित्रमय शैली. ते श्रोत्यांना सहज मंत्रमुग्ध करून सोडायचे. त्यांची शरीरयष्टीही एखाद्या पुराणपुरुषासारखी धट्टी-कट्टी होती. त्यामुळे त्यांचे व्याख्यान ऐकताना शिवकाळातला शिवरायांचा एखादा सहकारीच काळाच्या पोटातून पुढे चालून आला आहे, आपल्या मराठमातीची महती गातो आहे, असा भास रसिक श्रोत्यांना व्हायचा.

अखंड संशोधन आणि सातत्यपूर्ण लेखन हा जणू सेतू माधवरावांचा श्वास आणि उच्छ्वास होता. 'बचेंगे तो और भी लिखेंगे।' या बाण्याने वयाच्या पंचाऐंशीव्या वर्षांपर्यंत त्यांचा भाग्यदायी हात अखंड लिहिता राहिला. शेवटी आपल्या शरीरातील श्वासाबरोबरच त्यांनी लेखणी बाजूला ठेवली. पगडी आपल्या इष्टमित्रांना अभिमानाने सांगत असत, 'मरेंगे हम किताबों पर, वरख होंगे कफन अपना।' ('आम्ही ग्रंथासाठी आमच्या प्राणांचे मोल देऊ, पुस्तकांची पाने म्हणजेच आमचे कफन!') सेतू माधवराव हे निष्कलंक चारित्र्याचे, साध्या राहणीचे आणि प्रेमळ स्वभावाचे सद्‌गृहस्थ होते. हा भला गृहस्थ मायमराठीचा निस्सीम भक्त होता. अष्टखंडांच्या प्रकाशनाच्या वेळी त्यांचे चिरंजीव अरुणकुमार यांनी आपल्या पित्याची एक वेधक आठवण सांगितली. साठ-पासष्ट वर्षांपूर्वी पगडी हैदराबाद संस्थानात नोकरी करायचे. दूर कचेरीत सायकलरिक्षाने जायचे. तेव्हा पगार आजच्यासारखे भरघोस नव्हते. पंचवीस तारखेला चिरंजीव अरुण यांनी सायन्स विषयासाठी वडिलांकडे काही रसायने मागितली. मातु:श्रींकडूनही वशिला लावला. सेतू माधवरावांनी परिस्थिती नसतानाही मुलाचा हट्ट पुरवला. पण तेवढ्या पैशाची बचत करण्यासाठी पुढे आठवडाभर ते दूरवरचे अंतर पायी तुडवत आपल्या कार्यालयात चालत जात होते.

हैदराबादेतील मराठीप्रेमी मंडळी मोठ्या कष्टाने साहित्य परिषद चालवीत आहेत; मध्ये तेलुगू देसमच्या वावटळीत या परिषदेच्या अस्तित्वावरच गंडांतर आले होते. तरी चिकाटीने त्यांनी मराठीच्या संवर्धनाचे व संगोपनाचे काम नेटाने चालवले आहे. सेतू माधवरावांच्या जन्मशताब्दीच्या निमित्ताने त्यांनी आपसात पैसे जमा करून, पदरमोड करून, कर्जे उभारून सुमारे चाळीस लाख रुपयांचा खर्च केला. लाटकरांकडून उत्तम छपाई करून घेतली. या अष्टखंडांच्या प्रकाशनाला माजी मुख्यमंत्री अशोक चव्हाण उपस्थित होते. त्यांनी दहा लाखांचा चेक महाराष्ट्र शासनातर्फे दिला आणि आणखी दहा लाख द्यावयाचे जाहीर केले. मात्र ते मुख्यमंत्रिपदावरून दूर झाले आणि जाहीर केलेले धन संस्थेला आतापर्यंत पोहोचलेले नाही. मराठी वाचकांनी व अन्य संस्थांनीही या प्रकल्पाकडे दुर्दैवाने दुर्लक्ष केले आहे. आज दूरवाहिन्यांपासून ते प्रत्येक गावातील मंडळांपर्यंत दर

आठवड्याला कोणाला तरी 'महाराष्ट्राचा गौरव' आणि 'महाराष्ट्राची शान' ठरवण्याची बालिशगिरी सुरू आहे. टीआरपीच्या फंदासाठी चालविलेल्या छंदामध्ये सेतू माधवरावांसारखे महाराष्ट्राचे खरेखुरे गौरव बाजूलाच राहतात. मराठीइतकेच सेतू माधवांचे कानडीवरही प्रभुत्व होते. त्यांनी आपला शब्दसंसार कानडीत थाटला असता तर? अन् इतके प्रचंड मूलगामी लेखन तिकडे केले असते तर? आजवर म्हैसूर आणि बेंगळुरूमधून हत्तीवरून त्यांच्या कित्येकदा मिरवणुका निघाल्या असत्या! या अमूल्य अशा आठ खंडांची किंमत दहा हजार रुपये आहे. या मातीतून उद्या खऱ्याखुऱ्या मूर्ती घडवायच्या असतील, तर असे स्फूर्तिदायी वाङ्मय प्रत्येक अभिमानी मराठी माणसाच्या घरात असायलाच हवे. मी स्वत: हे खंड खरेदी केलेले आहेत. महाराष्ट्रातील प्रत्येक वाङ्मयप्रेमी आणि इतिहासप्रेमी वाचकांनी, तसेच प्रत्येक महाविद्यालय, शाळा व संस्थांनी ते खरेदी करणे, हे आपले कर्तव्यच मानायला हवे.

यासाठी संपर्काचा पत्ता याप्रमाणे आहे : डॉ. विद्या देवधर, कार्यवाह, मराठी साहित्य परिषद (आं.प्र.), इसामिया बाजार, हैदराबाद ५०००२७. फोन : ०४०-२४६५७०६३. शिवाय vidyadeodhar@gmail.com या ईमेलवरही संपर्क करू शकता. या अमूल्य अष्टखंडांच्या निर्मितीच्या संपादनाची कामगिरी पार पाडल्याबद्दल डॉ. डी.बी. देगलूरकर, प्रा. द. पं. जोशी, डॉ. विद्या देवधर, प्रा. धनंजय कुलकर्णी, डॉ. राजा दीक्षित, प्रा. निशिकांत ठकार आणि प्रा. अब्दुस सत्तार दळवी ही मंडळी अभिनंदनास पात्र आहेत. छत्रपती शिवरायांच्या कार्याचे नेमके आकलन, मराठ्यांचे औरंगजेबाविरुद्धचे स्वातंत्र्ययुद्ध, पानिपतावरचा महापराक्रम, अठराव्या शतकात मराठ्यांनी हिंदुस्थानभर नाचवलेला जरीपटका, तंजावरचे आमच्या इतिहासातील सांस्कृतिक योगदान, आंध्रातील काकतिय राजे, इकबाल, मीर, दागसारखे उर्दू महाकवी, फिरदोसीसारखे फारसी महाकवी, कोलामी आणि गोंडी भाषेचे व्याकरण, सूफी संप्रदाय – अशा इतिहास, वाङ्मय आणि भाषांच्या शाखा-उपशाखांचा वेध घ्यायचा असेल, तर सेतू माधवरावांच्या या अतुलनीय शब्दसेतूला टाळून पुढे जाता येणार नाही.

भारताचे राष्ट्रपती डॉ. बाबू राजेंद्रप्रसाद खुलताबादच्या भेटीवर आले होते, तेव्हा त्यांना सेतू माधवराव आपल्या अस्खलित उर्दूमध्ये सूफी संप्रदायाची महत्ता एक तासभर ऐकवत होते. त्यांच्या ज्ञानाने भारावून गेलेल्या राजेंद्रबाबूंनी 'द मोस्ट लर्नेड मॅन' अशा गौरवी शब्दांत सेतू माधवरावांची पाठ थोपटली होती. 'शाहनामा' या फारसी महाकाव्याचे इथे सेतू माधवरावांनी भाषांतर केले आहे. या

महाकाव्याचा कर्ता फिरदोसी लिहितो, 'आज उभे असलेले हे उत्तुंग राजवाडे एक दिवस उन्हाच्या झळांनी करपून जातील, पावसाने नष्ट पावतील; पण मी निर्मिलेला काव्यप्रासाद पावसाच्या प्रपातांतून आणि तुफानी वादळाच्या तडाख्यांतूनही सुरक्षित राहतील.' खऱ्या संशोधनाची आणि वाङ्मयाची महत्ता अशीच अमूल्य आणि अमर असते. आज रुपयांचे झालेले अवमूल्यन, मित्रांसोबत बऱ्यापैकी हॉटेलात घेतलेली भोजने यांच्या मानाने दहा हजार रुपयांची किंमत ती काय! मात्र आमच्या इतिहासाचा, साहित्य आणि संस्कृतीचा पगडींनी महाराष्ट्राला दिलेला हा अनमोल ठेवा प्रत्येकाने स्वत:जवळ ठेवायलाच हवा, असा बावनकशी आहे. त्यात फिरदोसीने कथन केलेल्या मांगल्याचाही सूर निश्चित आहे.

।१।

सदाबहार वसंत पवार

रूपास भाळलो मी
भुललो तुझ्या गुणाला
जे वेड लाविले तू
सांगू नको कुणाला!

रसाळ संगीत संयोजनात सजलेले हे गीत मी एका चित्रवाहिनीवर ऐकत होतो, तेव्हा या गीताचे संगीतकार म्हणून भलत्याच एका संगीतकाराचे नाव दिल्याचे वाचले आणि माझी तंद्री भंग पावली. मराठमोळ्या संगीतरचनेचा राजा असलेल्या वसंत पवारांना असे सहज 'कंडम' करता येईल?

'वसंत पवार' या सहा अक्षरी शब्दांत जादू केवढी ठासून भरली आहे! पन्नास मराठी चित्रपट आणि आठ हिंदी चित्रपटांचे यशस्वी संगीतकार! अजूनही अनेकांच्या ओठांवर त्यांच्या सुंदर चाली वास्तव्य करून आहेत. त्यांच्या स्वररचनेत विविधता तरी ती किती! 'घनऽ घनऽ माला नभी दाटल्या, कोसळती धारा!...' यासारख्या उत्तम रागदारीतला चमत्कार एकीकडे, तर 'बुगडी माझी सांडली गं, जाता साताऱ्याला...' अशी लावणीची बहार दुसरीकडे. 'अरे खोप्यामध्ये खोपा सुगरणीचा चांगला, पहा पिलांसाठी तिने झोका झाडाला टांगला...' अशी सुरावट करताना ते बहिणाबाईंच्या कोमल शब्दांवरचे दवबिंदू सहज टिपून घेतात.

गीतकार ग.दि.माडगूळकर

तर कधी, 'झुकुऽ झुकुऽ झुकुऽ झुकुऽऽ आगीनगाडी, धुरांच्या रेघा हवेत काढी...' असे म्हणत संगीत-संरचनेच्या बळावर असा काही आभास निर्माण करतात की, सारी बच्चे- मंडळी थोरामोठ्यांसह त्या आगीनगाडीत बसून सुंदर सफरीवरच बाहेर पडली आहेत!

अवघे अडतीस वर्षांचे अल्पायुष्य लाभलेल्या 'वसंत पवार' नामक अवलिया संगीतकाराने महाराष्ट्राला द्यावे तरी काय काय? राम कदमांसारखा खंदा संगीतकार, सुमन कल्याणपूरसारखी श्रेष्ठ गायिका,सुलोचना चव्हाण-सारखी लावणीसम्राज्ञी, जगदीश खेबूडकरांसारखा मोठ्या श्वासाचा गीतकार... एक प्रकारे गुणी माणसे जन्माला घालणारा हा रसिकराजच! लावण्या, अभंग, भावगीते, युगुलगीते, सवाल-जवाब, झगडे, पोवाडे, फटके... किती प्रकार! 'घनऽ घनऽ माला नभी दाटल्या...' हे 'वरदक्षिणा' या चित्रपटातील मल्हार रागातील गीत त्यांनी चक्क 'मन्ना डे'कडून गाऊन घेतलं होतं, तर शाहीर परशुराम यांनी लिहिलेली अमर लावणी –

बोले कावळा; लवतो डोळा,
फुरफुरते बाही,
गेले प्रवासा घरी कधी येतील
आमुचे शिपाई, गं बाई!
अब्रुसाठी लाऊनी न्हाइले
अंगाला माती,
वाट पाहुनी हातापायांच्या
जाहल्या ग फुलवाती....

वसंतरावांनी थेट गीता दत्त यांनाच गायला भाग पाडली होती.

काही दिवसांपूर्वी पुण्याच्या मधू पोतदार या मित्राने 'वसंत-लावण्य' या नावाचे हस्तलिखित बाड प्रस्तावनेसाठी माझ्याकडे आणून दिले. मधू पोतदार तसे स्टेट बँकेतले एक निवृत्त अधिकारी. नीरस आकडेमोडीत त्यांची उभी हयात गेली; परंतु या भल्या रसिक गृहस्थाने मराठी गीत-संगीताबाबतचा आपल्या अंतरीचा उमाळा कुठेही आटू दिला नाही. या चरित्र-ग्रंथासाठी त्यांनी महाराष्ट्र आणि महाराष्ट्राबाहेर जिथे-जिथे वसंत पवारांची पावले पडली, त्या-त्या स्थळांचा आणि व्यक्तींचा शोध घेऊन खूप सामग्री जमा केली आहे.

गायिका आशा भोसले

ती जिव्हाळ्याने शब्दबद्ध करून अवघे 'वसंत-लावण्य' फुलविले आहे. मधू पोतदारांच्या या मळ्यातून मी गेले अनेक दिवस खूप भटकंती केली. सुदैवाने वसंत पवारांनी संगीतबद्ध केलेले बहुतांश सर्व मराठी चित्रपट आज सीडी आणि डीव्हीडीवर उपलब्ध आहेत. मी एकीकडे पोतदारांचे शब्द वाचत होतो आणि दुसरीकडे पवारांच्या संगीतरचनांचा रात्री-बेरात्री उठून आनंद लुटत होतो.

तसे वसंत पवारांचे आणि माझे नाते खूप जवळचे (गीत-संगीताच्या दुनियेतले) मी तिसरीत होतो तेव्हा –

तरुणपणाच्या रस्त्यावरचं पहिलं ठिकाण मोक्याचं,
सोळावं वरीस धोक्याचं गं, सोळावं वरीस धोक्याचं

ही लावणी ग्रामीण महाराष्ट्रात धुमाकूळ घालत होती. तेव्हा खेबूडकरांचा 'सोळाव्या वर्षाचा' अंदाज आणि अर्थ माझ्या बालमनाला कळला नव्हता; मात्र वसंतरावांची सुंदर चाल मस्तकात गच्च बसली होती. त्यामुळेच कवितेच्या

तासाला त्याच कैफात उठून मी वर्गात गाऊ लागलो –

पिसाट वारा मदनाचा,
बाई पतंग उडवी पदराचा

न राहवून कवितेच्या तासाची मी कनात केली. त्यामुळे त्या दिवशी गुरुजींकडून छडीचा खूप प्रसाद सहन करावा लागला. पण सुदैवाने पुढे पाचव्या इयत्तेत संगीताची आवड असलेले फाळके-गुरुजी आमच्या वर्गावर आले. त्यांनी हार्मोनिअमवर वसंतरावांनी बांधलेली 'वैजयंता' चित्रपटातील 'तुम्ही माझे बाजीराव...' ही लावणीच आम्हाला शिकवली.

आज बाजीराव आणि मस्तानीच्या जीवनावरील एकही मराठी नाटक यशस्वी ठरलेले नाही, अशी कबुली अनेक नाट्यपंडित नेहमी देत असतात. तशा या विषयावरच्या कादंबऱ्याही बेताच्याच निघाल्या. संजय लीला भन्साळीने याच विषयावरचा चित्रपट घोषित करूनही अजून प्रत्यक्ष चित्रीकरणाचे धाडस दाखविलेले नाही. पण, आमच्या ग. दि. माडगूळकरांनी त्या एका लावणीत बाजीराव-मस्तानीच्या जीवनाचे केवढे तरी रसायन भरून ठेविले आहे.

तुम्ही माझे बाजीराव!
मी मस्तानी हिंदुस्तानी, बुंदेली पेहराव
झिरझिरवाणी निळी ओढणी, वाळ्यांचा शिडकाव
काल दुपारी भरदरबारी उरी लागला घाव,
तुम्ही मऱ्हाटे नव्हे छाकटे, अगदी सरळ स्वभाव

या बहारदार लावणीसाठी वसंतरावांनी बांधलेले ठेके आणि आशाबाईंच्या आवाजातून घरंगळत सांडलेले चंदेरी शब्द – सारे प्रकरणच लाजबाब बनून गेले आहे!

वसंतरावांचे मूळ घराणे मध्य प्रदेशातील धारचे. त्यांचे वडील शंकरराव हे तेथील राजे उदाजीरावांचे आप्तेष्ट. शंकरराव दिसायला राजबिंडे होते. संगीतामध्ये तर त्यांना कमालीची गती होती. ते एकदा सपत्नीक रात्रीचा प्रवास करत होते. त्यांचा वाटेत एके ठिकाणी मुक्काम पडला होता. उजाडल्यावर आपण एका स्मशानाजवळ रात्र कंठल्याचे त्यांच्या ध्यानी आले. तिथे भेटलेल्या फकिराने त्यांना भविष्यकथन केले, "पहिला मुलगा खूप कीर्तिमान होईल. पण निष्कांचन असेल, अल्पायुषी ठरेल." पुढे उदाजीरावांच्या पत्नीने म्हणजेच

गायिका सुलोचना चव्हाण

आपल्या चुलतीने आपला मुलगा दत्तक घ्यावा, असे शंकररावांनी सुचविले. परंतु वाड्यात मलठणच्या एका नातेवाइकाचे पोर दत्तक घ्यायचे आधीच ठरले होते. त्या दत्तक प्रस्तावाला शंकररावांचा विरोध असल्याची आवई कोणा हितशत्रूंनी उठवली. त्यामुळे आपला जीव वाचविण्यासाठी शंकररावांना कोल्हापूरला सपत्नीक पळून यावे लागले. तेव्हाचे कोल्हापूर म्हणजे कलावंतांची पेठ होती. तमिळसह दक्षिणेकडील अनेक भाषांतील चित्रपटांचे चित्रीकरणही कोल्हापुरात होत असे. तेथे रसायनशाळाही होत्या. शंकरराव मराठी संगीतकारांकडे वादक म्हणून राबत होते. शाहीर लहरी हैदरांसारख्या अवलिया तेव्हा हयात होता. ते तर शंकररावांचे मित्र. लहरी हैदरांकडेच वसंतरावांनी सवाल-जवाब, भेदिकांचे सामने, कलगी आणि तुऱ्यातला झगडा, गीत-संगीताचे नानाविध प्रकार अभ्यासले. तेव्हा ग. दि. माडगूळकरही कोल्हापुरात पहिले पाठ गिरवीत होते. ते वसंतरावांना 'वशा' या लाडक्या नावाने हाक मारायचे. त्याच दरम्यान पठ्ठे बापूरावांचा तमाशा कोल्हापुरात आला होता. तेव्हा नऊ वर्षांच्या छोट्या वसंताला त्या तमाशात झिलकारी बनून टाळ वाजवायचे

गीतकार जगदीश खेबुडकर

भाग्य लाभले होते.

लहानपणी वसंतराव खूप छान सतार वाजवायला शिकले. संगीतामध्ये त्यांचे गुरू शंकररावच होते. पण आपल्या मुलाला योग्य शिक्षण मिळावे, म्हणून त्यांनी इंदूरच्या गुरू रहीमतखाँ यांचा गंडा वसंतरावांना बांधला. कोल्हापूरच्या त्या झपाटलेल्या दिवसांतच परंपरागत गीत-संगीताचा वसा वसंत पवारांना लाभला. त्यांनी तिथे ऐकलेली एक सुंदर लावणी –

होळकरी दंगा झाला काल माझ्या महाली....

याचाच अर्थ होळकरांचे स्वार-सरदार काल माझ्या मैफलीत आले आणि त्यांनी दौलतजादेची लयलूट केली, नुस्ता दंगा घातला. याच चालीवर पुढे 'सांगत्ये ऐका'साठी त्यांनी गदिमांकडून सुंदर शब्द लिहून घेऊन एक अवीट लावण्यगीत सादर केले.

काल रात सारी मजसी झोप नाही आली,
पाच माळ्यावरती माझी कोपऱ्यात खोली

संगीतकार अण्णासाहेब माईणकर यांच्या एका बालचित्रपटाची तयारी १९३९मध्ये सुरू होती. तेव्हा त्यांनी अनेक गुणी बालकलाकारांचा मेळा आपल्याभोवती गोळा केला होता. त्यामध्ये सतारीवर होते, वसंत पवार, तर क्लेरोनेटवर होते, राम कदम.

वसंतरावांचे अवघे आयुष्य म्हणजे एक कादंबरी आहे. जीवनाची इतकी परवड, इतके उन्हाळे-पावसाळे एखाद्या कलावंताने क्वचितच पाहिले असतील. त्यांच्या बालपणीच त्या काळातल्या प्लेगच्या भयंकर साथीमध्ये ते आपले आप्तजन हरवून बसले. एकाच दिवशी त्यांची माता आणि त्यांच्या दोन लहान बहिणींची प्रेते त्यांना पाहावी लागली. त्यांना अन्य तीन भावंडे होती. त्यामुळे

शंकररावांनी वॉनलेस हॉस्पिटलमधील एक नर्स कुमारी वनमाला रणपिसे हिच्याशी विवाह केला. वनमाला चार मुलांसह शंकररावांना स्वीकारायला तयार झाल्या, त्या फक्त एका अटीवर – विवाहापूर्वी शंकररावांनी ख्रिस्तधर्म स्वीकारायला हवा!

वसंतराव हे प्रथमपासून जिद्दी वृत्तीचे होते. आपल्या कुमार अवस्थेत पुण्याला ते एका रेकॉर्डिंग रूममध्ये गेले. तेथे अचानक एक संगीतकार महोदय आले. इतर शिष्यांप्रमाणे वसंतराव उभे राहिले नाहीत. त्या महोदयांना आदर दाखवला नाही. कोल्हापूर-सांगलीकडे वाढलेल्या वसंतरावांना ती रीतही माहीत नव्हती. त्यामुळे त्या संगीतकाराने त्यांचा पाणउतारा केला. तेव्हाच 'मी संगीतकार होईन', अशी त्यांनी शपथ घेतली.

वसंतराव जेव्हा २० वर्षांचे होते, तेव्हा शंकररावांनी पुण्यातील एका मुलीचे स्थळ वसंतरावांसाठी नक्की केले. महिन्यानंतर लग्नाचा मुहूर्त ठरला होता. कदाचित ती तरुणी वसंतरावांना खूपच आवडली असावी. पुढे काही दिवसांतच दुर्दैवाने त्या मुलीने आत्महत्या केली. त्या घटनेचा खूप मोठा आघात वसंतरावांच्या जिव्हारी लागला. ते दुःखाने सैरभैर झाले. त्या घटनेनेच या थोर कलावंतांच्या जीवनाला दुर्दैवी कलाटणी मिळाली. दुःखाने मोडून गेलेल्या आपल्या तरुण पोराला ते दुःख विसरण्यासाठी शंकररावांनीच दारूची चटक लावली! पुढे ही दारूच वसंतरावांच्या रक्तपेशींना जळूसारखी चिकटून राहिली. अजूनही कोल्हापूरकडे डोकेदुखीपासून पाय मुरगळणे – कोणत्याही वेदनेवर दारूचा एखादा घोट हा रामबाण उपाय मानला जातो. या अशा अडाणीपणाच्या धुंदीतच आपल्या पोराचा डोळा दुखतो, म्हणून त्याच्या

संगीतकार राम कदम

डोळ्यात दारूचे चार थेंब ओतणारा आणि तो डोळा करपवून टाकणारा एक बाप मी पाहिला आहे. पण, मदिरेच्या या कैफाने संगीतकार पवारांचा घात केला, हेच खरे!

वसंतराव एक कमालीचा कलंदर माणूस होता. एकीकडे त्यांना घरच्या घरी दारू बनविण्याची कला अवगत होती; तर दुसरीकडे शेरोशायरी, भजने यांच्याबरोबर रामायण-महाभारत, गुलबकावली, अरेबियन नाइट्स यांमधील दाखले देत वसंतराव मैफली रंगवत असत. पु.ल. देशपांडे तर त्यांना 'मैफलीतील चाँद' म्हणत असत. दारूबरोबरच त्यांना वाचनाचे खूप मोठे व्यसन होते. ते पिता-पिता वाचत आणि वाचता-वाचता पीत असत. जादूच्या कलेवरील उत्तम पुस्तके अभ्यासायला मिळावीत, म्हणून ते इंग्रजी शिकले. 'पत्त्याच्या जादूच्या चौसष्ट कला' म्हणे त्यांना अवगत होत्या. वसंतराव एक उत्तम नृत्य-दिग्दर्शक होते. प्रसिद्ध दिग्दर्शक गुरू दत्त हेसुद्धा उत्तम नृत्यदिग्दर्शक होते. त्यांनी प्रभातच्या 'लाखाराणीला' नृत्यदिग्दर्शन केले, तर पु.ल. आणि गदिमांच्या 'पुढचे पाऊल'मध्ये वसंतरावांनी हंसा वाडकरला नाचविले आहे!

काही संगीतकारांची एखाद्या 'रागा'वर खूप भक्ती असते. राम कदम आणि नौशाद या दोघांना 'पिलू' रागाचे वेड होते, तर वसंतरावांचा 'यमन' आणि 'भैरवी' या रागांवर विशेष जीव होता.

यमनमध्ये 'काळी बायको' या चित्रपटासाठी जगदीश खेबूडकरांच्या –

अजून जाईना कळ दंडाची
चढवू कशी गं चोळी,
कुणी गं बाई मारली कोपरखळी

या लावणीला वसंतरावांनी सुंदर स्वरसाज चढविला होता. लावणी हे तर वसंत पवारांसाठी हक्काचे अंगण होते.

पदरावरती जरतारीचा मोर नाचरा हवा,
आई मला नेसव शालू नवा

ही 'मल्हारी मार्तंड'मधील ढंगदार लावणी असो की, 'दिलवरा दिल माझे ओळखा...' (सांगत्ये ऐका), 'फड सांभाळ तुऱ्याला गं आला...' (मल्हारी मार्तंड), 'मला हो म्हणतात लवंगी मिरची...' (रंगल्या रात्री अशा), अशी किती तरी लावण्यगीते वसंतरावांनी दिली आहेत. विशेषत: दिग्दर्शक अनंत माने आणि गीतकार ग. दि. माडगूळकर, गायिका आशा भोसले आणि पडद्यावर पेशकश

करणाऱ्या जयश्री गडकर हा चौरंगी योगायोग मधल्या काळात खूपकाही देऊन गेला. एकदा स्टुडिओमध्ये 'वैजयंता'चे काम चालले होते. तेव्हा माणदेशाहून माडगूळकरांना एक आंतरदेशीय पत्र आले. त्या पत्राकडे पाहत गजानन जहागीरदारांनी माडगूळकरांना छेडले, "अण्णा, या पत्रावरच एखादी लावणी लिहून दाखवा पाहू?" अन् माडगूळकरांनी तत्काळ शब्द लिहून दिले –

सप्रेम नमस्कार विनंती विशेष,
तुझ्यावाचून मला करमेना, कटवेना परदेश
तुझ्या मनातले वाचले रे;
माझे मन थयथयथय नाचले,
चंद्रलोकात मी पोहोचले
तूच जाणता प्रियकर माझा प्रीतीचा परमेश

अन् तेथेच वसंतरावांनी या लावणीला बहारीची चालसुद्धा लावून दिली. मला जगदीश खेबूडकर एकदा सांगत होते, "या मनुष्याला एकेका गीतासाठी किती चाली सुचाव्यात! कोल्हापूरच्या रस्त्यातून आम्ही चालत असलो, तर नव्या गीताचा कागद ते माझ्याकडून मागून घेत असत अन् चालता-चालताच त्यांच्या किंवा माझ्या घरामध्ये आम्ही पोहोचेपर्यंत, रस्त्यातून गुणगुणत चालतानाच त्यांनी चाल बांधलेली असे." 'बुगडी माझी सांडली गं...' या प्रसिद्ध लावणीच्या मुखड्याला राम कदमांनी चाल सुचविली होती. बाकी संपूर्ण लावणीवर खेमट्याची मोहर खास वसंतरावांचीच होती. छोटा गंधर्वांकडून त्यांनी 'पठ्ठे बापूराव'मध्ये 'गुलजार कुणाची ज्वानी, फुले भरघोस, पुसा रे आली कुठून...' ही झकास लावणी गाऊन घेतली होती.

आता मराठी चित्रपटांना व चित्रवाहिन्यांना 'कॉर्पोरेटचे बळ' मिळाले आहे, पण खरी कला 'करपोरेट'च (करपतेच!) बनली आहे. पूर्वी मराठी चित्रपटांचे बजेट ते काय होते? मराठी चित्रपट १९७०मध्येसुद्धा सत्तर-ऐंशी हजारांत तयार व्हायचे, असे जाणकार सांगतात. मग त्यातील तंत्रज्ञ आणि कलावंतांना मोबदला तरी असा किती मिळणार? पाठीवर नागीण उठावी, तसा दारिद्र्याचा वळ वसंतरावांनी जन्मभर जपला होता. कोल्हापूरला पापाच्या तिकटीजवळ बालेचाँद सतारमेकरच्या बोळात त्यांचे एक खोपटवजा घर होते. आत दहा बाय दहाची एकच अरुंद खोली. घरामध्ये ओल इतकी की, आत पाय ठेवला तरी त्याचे म्हणे ठसे उमटायचे.

ॲल्युमिनियमची चार भांडी, चटई आणि मातीची चूल या दारिद्र्यालंकारांनी जन्मभर त्यांची साथ केली होती. ऐन दारिद्र्यातही जगाने सुखाचा संसार कसा करावा, याचे धडे हा महान संगीतकार आपल्या स्वरांवाटे देत होता. पंडित महादेवशास्त्री जोशी यांच्या 'मानिनी' या कथेवर अनंत माने यांनी त्याच नावाचा चित्रपट बनविला. त्याच्या संगीतासाठी अर्थातच वसंतरावांना पाचारण केले. हा संगीतकार आयुष्यभर जिथे-जिथे मिळेल तिथे-तिथे ते-ते साठवत गेला. कधी फोरास रोडवरच्या नायकिणींकडून जुन्या लावण्या ऐक, कधी फलाटावरच्या भिकाऱ्याकडून आर्तभरे स्वर कानात साठव. 'मानिनी'सारखा विषय हाती आल्यावर वसंतरावांना आठवल्या त्या बहिणाबाई. 'अरे संसार संसार जसा तवा चुल्यावर...', 'धरित्रीच्या कुशीमध्ये बी-बियाणे निजली...' जीवनाची सूत्रे सांगणाऱ्या या साध्या शब्दांना वसंतरावांनी सहजसुंदर चाली बांधल्या. आचार्य अत्र्यांनी आपल्या लेखणीद्वारे बहिणाबाईंचा प्रथम परिचय करून दिला. मात्र, वसंतरावांनी आपल्या स्वरसाजाने बहिणाबाईंना महाराष्ट्रातील घराघरांत अगदी शेताबांधांपर्यंत नेऊन पोहोचवले.

आता वसंत पवारांची चांगली पाच-सहा छायाचित्रेसुद्धा उपलब्ध नाहीत. मला खेबूडकर सांगत होते की, फोटो काढून घेण्याचा त्यांना तिटकारा असे. ते छायाचित्रकाराला 'चल, पळ' अशा शब्दांत हुसकावून लावत असत. ते दिसायला ठेंगणे, सावळे, कृश – थोडक्यात गावठी एस. डी. बर्मनच दिसत असत. त्यामुळे अनेकदा घोटाळे होत. दत्ता धर्माधिकारींना 'बाळा जो जो रे...' या चित्रपटासाठी संगीतकार म्हणून आपला एक नातेवाईक घ्यायचा होता. जेव्हा त्यांच्याकडे वसंतरावांसाठी अनंत माने यांनी आग्रह धरला, तेव्हा गबाळ्या वसंतरावांकडे पाहत धर्माधिकारी म्हणाले, "हे काय दिवे लावणार?" पण जेव्हा वसंतराव हार्मोनिअमवर बसले आणि त्यांनी गदिमांच्या त्या ओळी आपल्या स्निग्धभऱ्या सुरावटींमध्ये गुंफवून जेव्हा ऐकवल्या....

पापणीच्या पंखात झोपू दे, डोळ्यांची पाखरे
बाळा जो जो रे...

तेव्हा ते स्वर ऐकून धर्माधिकाऱ्यांचे डोळे ओले झाले.

उत्तम युगुलगीते देण्यामध्ये तर वसंतरावांचा हातखंडा होता. 'सजणा थांबू का सांग घरी जाऊ रे...' (धाकटी जाऊ), 'सांगा या वेडीला माझ्या गुलछडीला, हिच्यासाठी आलो मी सासुरवाडीला...' (सांगत्ये ऐका), 'पावसात उभी जलपरी, मदन मंजिरी...' (सवाल माझा ऐका), 'जे वेड मज लागले, तुजलाही ते लागेल

'सांगते ऐका'चे दिग्दर्शक अनंत माने

का?' (अवघाचि संसार) अशा किती तरी छान-छान युगुलगीतांचा खजिना वसंतरावांनी देऊ केला आहे.

दारूच्या कैफात हा कलावंत बुडाला असेल, त्याने आपल्या लेकरा-बाळांची दूषणंही सहन केली असतील; परंतु या अवलियाने आपल्या कलेशी कधीही प्रतारणा केली नाही. दिला शब्द कधी मोडला नाही. जेव्हा १९६४मध्ये मिरजेच्या वानलेसवाडीच्या इस्पितळात वसंतराव खूपच आजारी होते, तेव्हा 'सवाल माझा ऐका' चित्रपटाचे शूटिंग कोल्हापूरच्या शालिनी स्टुडिओमध्ये सुरू होते. त्यातील मुख्य सवाल-जबाबाचे ध्वनिमुद्रण व्हायचे होते. संगीतकार तर इस्पितळात कॉटवर पडून होता. परंतु, त्याही स्थितीत वसंतरावांनी अनंत माने यांना निरोप धाडला, 'गीताचे शब्द इथे पाठवा. पडल्या-पडल्या चाल लावतो.' हा प्रसंग चितारताना मधू पोतदार चिंतेत पडलेल्या युनिटचे थोडक्यात चित्र रेखाटतात. अन् पुढे लिहितात की, 'इतक्यात स्टुडिओच्या फाटकाशी गरम कपडे व कानटोपी घातलेली एक मूर्ती टांग्यातून खाली उतरली. सर्वांचे डोळे त्या व्यक्तीवर खिळले होते, पण तेवढ्यात अतिश्रमाने थकलेली ती व्यक्ती बाजूच्या कट्ट्यावर एकदम कोसळली. ज्यांच्याबद्दल साऱ्यांना चिंता लागून राहिली होती, तेच वसंतराव जातीने (चालीसह) अचानक स्टुडिओत दाखल झाले होते.' असा हा संगीताच्या साधनेसाठी आपल्या आयुष्याशी सारीपाट खेळणारा गुणी संगीतकार!

एका बाजूने शरीराच्या अणुरेणूमध्ये मदिरा घुसत होती अन् त्याही अवस्थेत या गुणी संगीतकाराच्या स्वरसाधनेतून मधुरस पाझरत होता. आपल्या मृत्यूपूर्वी काही दिवस आधी वसंतरावांनी 'मल्हारी मार्तंड' या चित्रपटातील एकाहून एक अशी फक्कड गीते 'राजकमल'मध्ये दोन दिवसांत ध्वनिमुद्रित केली होती. त्यांचे

अभिनेत्री जयश्री गडकर

अवीट स्वर कानी पडल्यावर खुद्द शांतारामबापू पायऱ्या उतरून रेकॉर्डिंग-रूममध्ये आले होते. त्यांनी मुद्रणकार मंगेश देसाईंना 'कुणाच्या रे ह्या चाली?' अशी चौकशी करून वसंतरावांची ओळख करून घेतल्याचा किस्सा अनेक जुने जाणकार आम्हाला ऐकवतात.

मर्दाचा पवाडा म्हणे मर्दानेच गावा. त्याचप्रमाणे मधू पोतदार ह्या संगीतवेड्या अवलियाने वसंत पवार यांच्या अज्ञात जीवनाचे अनेक धागेदोरे गोळा केलेले आहेत. 'पानिपत'च्या दिवसांत आमच्या पुण्याच्या जिल्हाधिकारी कार्यालयाच्या जवळच स्टेट बँकेच्या शाखेत मधू पोतदार मला प्रथम भेटले. तेव्हापासून मराठी गीत-संगीतातील 'मधू' शोधणाऱ्या या अवलियाला मी पाहतो आहे. ते मला पंधरा वर्षांमागे कै. राम कदमांच्या बैठकीतही अनेकदा भेटले होते. त्यांनी राम कदमांच्या 'छिन्नी हातोड्याचा घाव' या आत्मकथनाला शब्दसाज दिला होता. त्यांनी वसंत देसाई यांच्यावर 'वसंतवीणा' नावाचे चरित्रही लिहिले आहे. मात्र त्यांचे 'वसंतलावण्य' हे खऱ्या अर्थी पुढचे पाऊल आहे. सुप्रसिद्ध लक्ष्मीकांत-प्यारेलालपैकी लक्ष्मीकांत कुडाळकर हे प्रसिद्धीस पावण्यापूर्वी 'रसरंग'मध्ये भारतीय संगीतकारांवर के. लक्ष्मीकांत या नावाने मराठी लेख लिहीत असत. ही फक्त आठवण देऊन पोतदार थांबले नाहीत, तर त्यांनी त्या लेखांची कात्रणे मिळवून मला पाठविली. अन् गंमत म्हणजे, लक्ष्मीकांतनी सन १९५८मध्ये नोटेशन या शब्दाला 'स्वरलिपी' हा पर्यायी मराठी शब्द दिल्याचे मला आढळले!

छोटा गंधर्व आणि गीता दत्त यांसारख्यांना लावण्या गायला भाग पाडणारा, नायकिणीच्या महालापासून माता-भगिनींच्या जात्यांपर्यंत, लावणी ते ओवी

आणि टाळ-चिपळ्यांपर्यंत आपल्या संगीतसाजाने सर्वांना मंत्रमुग्ध करणारा वसंत पवार नावाचा अवलिया संगीतकार दिनांक ६ ऑगस्ट, १९६५ रोजी निधन पावला, तेव्हा त्यांचे वय अवघे ३८ वर्षांचे होते. मृत्यूपूर्वी काही तास तो मिरजेच्या देवल टॉकीजमध्ये 'जिस देश में गंगा बहती है' हा चित्रपट पाहत बसला होता. शंकर-जयकिशनची सुरावट ऐकताना तो आपल्या व्याधिग्रस्त सुजलेल्या पायाने ठेका धरत होता. तेथेच त्याला हृदयविकाराचा पहिला सौम्य झटका आला. दुसऱ्या दिवशी तीव्र झटक्याने त्यांचे निधन झाले. जेव्हा त्यांच्या प्रेतयात्रेसाठी मराठी चित्रपटातील दिग्गज मिरजेला धावले, तेव्हा त्यांच्या पत्नीने सर्वांना वसंतरावांचा देह चर्चमध्ये नेण्याची सूचना केली; तेव्हा ते ख्रिश्चन असल्याचे पहिल्यांदा सर्वांना ठाऊक झाले.

दुर्दैवाने पाद्रीसुद्धा त्यांची शवपेटी स्वीकारायला विरोध करू लागले, कारण त्यांनी चर्चमध्ये प्रार्थनेसाठी येणाऱ्या पवारांना कधी पाहिलेच नव्हते. त्यामुळेच काही तास त्यांची शवपेटी रस्त्यात खोळंबून पडली होती. जेव्हा त्यांच्या मित्रांनी त्यांचा देह हिंदू समजून मिरवणुकीने कोल्हापुरात नेऊन चंदनामध्ये दहन करायचा निर्णय घेतला; तेव्हा खरेच हा कोणी बडा माणूस असावा, या कल्पनेने पाद्री नरमले. आणि त्यांनी ती शवपेटी स्वीकारली.

आजकाल खंडीभर चित्रवाहिन्यांचा सुळसुळाट झाला आहे. केवळ अर्थकमाईसाठी सर्वत्र बालिश आणि बाष्कळ स्पर्धांची चढाओढ सुरू आहे. त्यामध्ये ध्यासाची आणि अभ्यासाची वानवा आहे. त्यामुळेच वसंतरावांची गीते दुसऱ्यांच्या नावावर खपविण्याचा आचरटपणाही आढळून येतो.

एकूणच जुन्या बुजुर्ग गीतकार, संगीतकार आणि शब्दकारांच्या योगदानाची पुरेशी जाणीव आजकाल 'चायनीज फूड'वर पोसलेल्या पिढीला असल्याचे दिसून येत नाही. काही दिवसांपूर्वी वृद्ध, तपस्वी संगीतकार श्रीनिवास खळे आपल्या थरथरत्या शरीराने माझ्या कार्यालयात माझ्यासमोर येऊन उभे राहिले. त्यांच्यासोबत 'नटसम्राट'मधील अप्पा बेलवलकरांची सोबत करणाऱ्या विठोबा-सारखे त्यांचे सहकारी जामखेडकर आले होते. खळेसाहेबांनी आपल्या थरथरत्या हातांनी एक फोटो मला दाखवला. तेव्हा त्यांच्या घरच्या स्लॅबचा काही भाग त्यांच्या पत्नीच्या अंगावर कोसळला होता. त्यांच्या 'चांदोबाच्या गाडीला हरणाची जोडी, हरणाची जोडी तुडवी गुलाबाचं रान...' या ओळी मला आठवल्या. गुलाबाच्या रानात स्वरांचे ताटवे फुलविणाऱ्या खळ्यांची ती अवस्था पाहून माझेही मन हेलावून गेले. आपल्या लेकीसाठी दहा टक्क्यांतला फ्लॅट मिळावा, यासाठी खळेसाहेब प्रयत्न करत होते. स्वर्गीय यशवंतरावांच्या नंतर कलावंतांच्या

कलेची खऱ्या अर्थी कदर करणारे त्या वेळचे मुख्यमंत्री विलासरावजी देशमुख यांनी खळेसाहेबांची नेमकी अडचण ओळखली. त्यांनी श्रीनिवास खळेंच्या मुलीला फ्लॅट तत्काळ मंजूर केला. परंतु मुख्यमंत्र्यांच्या मंजुरीनंतरही अनेक बहाद्दर कागदी घोडे नाचवत होते. त्या वेळी त्या बिल्डरची एक फाइल नेमकी माझ्यासमोर आली होती. मी त्यांना "प्रथम खळे साहेबांचा स्लॅब दुरुस्त करा, आमच्या महान संगीतकाराचे काम सुराला लावा," असे फर्मावले. बिल्डरच्या दृष्टीने ते काम खूप मोठे होते असे नव्हे, पण त्याला दट्ट्या लावून कर्तव्याची जाणीव करून देणे महत्त्वाचे होते. ते मी केले. स्वत: लक्ष घालून खळेसाहेबांचे काम दोन दिवसांत मार्गी लावण्याचे भाग्य मला लाभले.

जुन्या कवी-संगीतकारांच्या शब्दसुरांच्या उसन्या तुकड्यावर आजकाल एका रात्रीत 'आयडॉल' जन्माला येत आहेत. अशा जलद, अजब कालखंडात कधी काळी ज्यांनी आपले घर-संसार वाऱ्यावर सोडून आपल्या शब्दसुरांनी सुगरणींचे खोपे बांधले, त्यांची आणि त्यांच्या कलेची जपणूक करणे, हे सर्व समाजाचे कर्तव्य आहे. दोन-तीन वर्षांमागे आपल्या मृत्यूपूर्वी वसंत पवारांबद्दल मुलाखत देताना त्यांच्या पत्नीने – कमलाताईंनी उद्‌गार काढले होते – "त्यांच्या (वसंतरावांच्या) संगीताने आमच्या जीवनात मात्र कधीच सूर भरला नाही!" त्यांच्या चिरंजीवांनी दीपकरावांनी मुलाखतीमध्ये "जगाला अभंगाचे संस्कार शिकवणाऱ्या आमच्या वडिलांनी आमच्यासाठी काय केलं?" अशी कडवट प्रतिक्रिया व्यक्त केली होती. खरे आहे! एक सांसारिक मनुष्य म्हणून दारूच्या कैफात वसंतराव गृहकर्तव्याला कमी पडले; पण बहुजनांच्या जीवनामध्ये, स्वरांच्या नभांगणामध्ये अत्तरदिवे लावण्याची वसंतरावांसारखी कर्तबगारी कोणाच्या बापाला साधली आहे?

वसंतरावांना अनुल्लेखाने टाळणाऱ्या, त्यांच्या संगीतरचना दुसऱ्यांच्या नावावर खपवणाऱ्या महाभागांना माझे एवढेच सांगणे आहे – करंट्यांनो, एक वेळ त्यांची स्मृतिमंदिरे नका बांधू – तुमच्याने नाही जमणार ते; पण किमान त्यांच्या थडग्याचे दगड पळवून दुसऱ्याच्या कुंपणांना लावण्याचा आचरटपणा तरी करू नका.

। १० ।

मराठी रंगभूमीवरील वाघ आणि सिंह

मराठी रंगभूमीच्या दृष्टीने हे एक घातवर्षच मानावे लागेल. प्रख्यात नाट्यनिर्माते मोहन वाघ, पाठोपाठ 'कलावैभव'चे मोहन तोंडवळकर आणि नुकतेच नटश्रेष्ठ प्रभाकर पणशीकर असे एकाहून एक तेजस्वी मोहरे कराल काळाच्या पडद्याआड निघून गेले. सामान्य मनुष्याच्या धमन्यांतून रक्त वाहते; मात्र मोहन वाघ आणि पणशीकरांच्या अंगातून जीवनरस नव्हे, तर अखंड सळसळता नाट्यरसच वाहत असे! रंगभूमीवरच्या अशा वाघ-सिंहाच्या एकापाठोपाठ एक जाण्याने नाट्यारण्य पोरके झाले आहे.

पुण्याच्या साहित्य संमेलनाच्या ग्रंथप्रदर्शनाच्या उद्‌घाटनासाठी मी निघालो होतो, तेव्हा मोहन वाघांचे निधन झाल्याचे मला अर्ध्या वाटेवरच समजले. नुकतीच १४ जानेवारीला महाराष्ट्राने पानिपतच्या हुतात्म्यांना श्रद्धांजली वाहिली, तेव्हा पानिपतच्या वाटेवर असतानाच पंतांच्या निधनाचे वृत्त समजले. दोघांनीही मराठी संस्कृतीच्या गौरवांकित घटनांच्या उंबरठ्यावरच जगाचा निरोप घेतला. जणू काही त्यांनी आपल्या नव्या नाटकाच्या शुभारंभाच्या प्रयोगासाठी पंचांग पाहावे, तसाच या मर्त्य जगातून एक्झिट घेतानाही शुभ मुहूर्त पाहिला होता.

'नाट्यसंपदे'च्या वर्धापनदिनानिमित्त पणशीकरांनी मला प्रमुख पाहुणा या नात्याने शिवाजी मंदिरात आग्रहपूर्वक बोलविले होते. ''काहीही सबब सांगू नका,

'लखोबा लोखंडे'ची भूमिका अजरामर करणारे पणशीकर

तुम्हाला यायलाच हवे", असे त्यांनी पुन:पुन्हा फोन करून बजावले होते. तेथे रंगमंचावर मला निळू फुले यांचे सहकारी वसंत इंगळे दिसले. तो धागा पकडून मी भाषणात म्हणालो, "आमच्या मराठी रंगभूमीवर 'प्रभाकर पणशीकर' आणि 'निळू फुले' हे दोन तगडे दिग्गज अभिनेते एकत्रित येण्याचा सुवर्णयोग जुळून आला होता. सारे काही ठरले होते; पण केवळ माझ्या दुर्लक्षामुळे आणि आळसामुळे ते घडू शकले नाही. या अपराधाचा धनी मीच आहे."

मोहनकाकांसाठी मी 'रणांगण' हे नाटक लिहिले, पण पणशीकरांसाठी 'सत्ताचक्र' – एक पूर्ण, तर दुसरे किंचित अपूर्ण. या दोन्ही नाट्यकृतींच्या निमित्ताने मला मोहनकाका आणि पंतांच्या सहवासात दोन दशके वावरण्याची दैवदुर्लभ संधी मिळाली. नाट्यलेखन हे निमित्त होते. मात्र या दोघांचे मराठी भाषेवरील आणि संस्कृतीवरील प्रेम, मराठ्यांच्या इतिहासाचे कमालीचे आकर्षण आणि मराठी माणसावरची त्यांची अखंड प्रीती याच त्यांच्या रेशीमधाग्यांनी मलाही त्यांच्याशी जणू गुंफून आणि गुंतवून ठेवले होते. त्या दोघांच्या आमंत्रणावरून, त्यांच्या आमंत्रणाशिवाय, त्यांच्या नव्या नाटकांचे मुहूर्त कधी शिवाजी मंदिरच्या माडीवर, तर कधी रात्रीच्या मैफलींमध्ये, तर कधी जिप्सी हॉटेलच्या काकांच्या त्या प्रसिद्ध बाकड्यावर, तर कधी सामाजिक कार्यासाठी

वर्गणी गोळा करावयाच्या निमित्ताने... जेव्हा-जेव्हा संधी मिळेल, तेव्हा-तेव्हा मी त्यांच्या सहवासाचा लाभ घेत होतो.

मराठी नाट्यसृष्टीत नव्या पर्वाचा पडदा उघडणाऱ्या 'नाट्यसंपदा'ची पणशीकर, मोहन वाघ आणि वासुदेव कोल्हटकर या तिघांनी निर्मिती केली होती. मात्र अवघ्या चार वर्षांत पंत आणि वाघांमध्ये तेढ पडली. आपापसांतील दीर्घ संघर्ष, धुसफूस, ईर्ष्या असे सारेकाही घडून आले. पुढे ते १९९०च्या दरम्यान पुन्हा एकत्र आले. पंत सांगत, ''जेव्हा कलह करायचा तेव्हा आम्ही तो केलाच; पण मिटविण्याचा योग आला, तर तो टाळण्याचा करंटेपणा का दाखवायचा?'' एके काळी या दोघांमधून विस्तवही जात नव्हता, हे रंगभूमीने पाहिले आहे. अनेक वर्षे शिवाजी मंदिरची वास्तू म्हणजे जिथून रोज नव्या मोहिमेच्या नौबती झडायच्या, असा एक जिवंत नाट्यगडच होता. या नाट्यगडाच्या सदरेबाहेरचा रस्ता म्हणजे समोरचा फुटपाथ. तो नाट्यक्षेत्रातील स्ट्रगलर मंडळींनी कायम व्यापलेला असायचा. वरच्या मजल्यावरील 'कलावैभव'च्या कार्यालयातएकांडे शिलेदार मोहनशेठ तोंडवळकर अनेक अभिजात नाटकांची स्वप्ने पाहत. ती वास्तवात आणतही. सकाळी साडेदहा-अकराच्या सुमारास समोरच्या रस्त्यावरून भडक रंगीत कपडे घातलेल्या मोहन वाघांचे दमदार पावले टाकत आगमन व्हायचे. त्यांची ती रुबाबातील, ऐतिहासिक थाटातील चाल पाहून 'बा अदब, बा मुलाहिजा... कारवार की तलवार, नाट्यनरेश मोहनकाका वाघ आ रहे है।...' अशा कोणी तरी ललकाऱ्या देत आहे, असा भास व्हायचा. वाघ बुकिंग चार्टवर नजर फिरवत पुढे जायचे. दुपारी बाराच्या दरम्यान नाट्यगडासमोरच रिक्षा

'रणांगण' नाटकाच्या संहितेचे पूजन थेट पानिपतावर जाऊन करण्यात आले होते. त्याप्रसंगी नाट्यनिर्माते मोहन वाघ व 'पानिपत'कार विश्वास पाटील

थांबायची. अंबारीतून खाली उतरल्यासारखे पणशीकर उतरायचे. ते पहिल्या मजल्यावरील आपल्या कार्यालयात दाखल झाले की, खाली मोहनचे काय चालले आहे, अशी हळूच चौकशी करायचे. अनेक वर्षे या दोघांमध्ये दिसणाऱ्या दुराव्याच्या बुडी एक ओलावा होता. भिन्नबिंदू आकर्षणासारखाच एक प्रकार होता.

एका दिवाळी अंकात मोहनकाकांनी १९८८च्या दरम्यान एक दीर्घ मुलाखत दिली होती. त्यामध्ये पंतांचा खूप खरपूस समाचार घेतला होता. जणू पणशीकर म्हणजे जगातील दोषांची एक खाणच. त्या लेखाची आठवण जेव्हा मी पंतांना करून दिली, तेव्हा 'तो मी नव्हेच'च्या कोर्टात जाब देत असल्यासारखे पंतांनी गमतीने नाक उडविले आणि ते म्हणाले, ''तो मोहन ना, जाऊ द्या हो... काय त्याचे? तसाच आहे तो.'' नाट्यसंपदाच्या ऑफिसात १९९०च्या पावसाळ्यात एका संध्याकाळी मला वसंत कानेटकर भेटले. वय जास्त होऊनही अजून त्यांच्या चिरेबंदी देहयष्टीला वार्धक्याच्या वाऱ्याने शिवले नव्हते. त्यांच्या बुशशर्टवरचा सेंटचा सुवास घमघमत होता. पंतांना यायला उशीर असल्याने आमच्या गप्पा सुरू होत्या. जेव्हा वाघ आणि पणशीकर या दोघांमधील वादंगाबाबत मी त्यांना छेडले, तेव्हा नाटककार कानेटकर हसून बोलले, ''कळेल तुम्हाला हळूहळू. पणशीकर आणि वाघ हे एका नाट्यवेड्या शरीराचे दोन भाग आहेत!''

जेव्हा 'पानिपत' प्रकाशित झाले, तेव्हा प्रकृतीच्या कारणामुळे पुण्याच्या एका दवाखान्यात पंत उपचार घेत होते. त्यांच्या भेटीस गेलेल्या दिलीप माजगावकरांकडे त्यांनी माझी चौकशी केली. 'हा कादंबरीकार उत्तम नाटक लिहू शकेल', असा अंदाजही त्यांनी वर्तवला. त्याच दरम्यान झालेल्या भेटीत मी त्यांना एक नाट्यबीज ऐकविले. साखर उद्योगातील एका संघर्षाची ती कहाणी होती. तीत बापूजी नावाच्या एका साखरसम्राटाची पीळदार भूमिका होती. पंतांना नाट्यबीज खूपच आवडलेले दिसले. 'आता न थांबता तातडीने नाटक लिहा कसे', असे त्यांनी मला फर्माविले. दरम्यान, माझी मिरजेला बदली झाली. सांगलीच्या विश्रामगृहावर तात्पुरत्या सामानानिशी मी राहत होतो. त्या पंधरवड्यात मी नाटकाचा पहिला अंक हातावेगळा केला. तिथे चर्चेसाठी प्राध्यापक वैजनाथ महाजनही अनेकदा येत. ज्या उत्साहात पहिल्या अंकाचे लेखन झाले, त्याच तडफेने त्याचे लगेचच पुण्यात वाचनही झाले. पंतांना पहिला अंक धमाल आवडला.

पुढच्या अंकाच्या चर्चेसाठी अवघ्या दोन महिन्यांतच स्वत: पंत आणि दिग्दर्शक पुरुषोत्तम दारव्हेकरमास्तर मिरजेत येऊन डेरेदाखल झाले. मिरजेच्या संस्थानकालीन विश्रामगृहावर मी पाहुण्यांची व्यवस्था केली होती. दुसरा अंक

'रणांगण'च्या वाचनप्रसंगी (उभे) – बाबा गुर्टू, यशवंत रांजणकर,
मोनिका गजेंद्रगडकर, अनंत अमेंबल, कल्याण तावरे,
(बसलेले) – पणशीकर, पाटील आणि केंद्रे

आकार घेऊ लागला होता. नाटक नावाची गोष्ट पंतांच्या जणू अणुरेणूंत भिनलेली असायची. त्यासाठी ते कुठेही धाव घेत असत. आपले नाटक प्रत्यक्ष प्रेक्षकांना कसे वाटते, हे एखाद्या गावात जाऊन पाहू या, अशी कल्पना मी मांडली. अशा गोष्टींसाठी पंत एका पायावर तयार असत. कोल्हापूर जिल्ह्यातील 'रेंदाळ' नावाच्या गावी आम्ही सर्व जण जाऊन पोहोचलो. तेथे एका मंदिरात उघड्यावरच गावकऱ्यांसमोर आम्ही नाट्यवाचन केले. त्या कार्यक्रमातूनच बाळ घोडेस्वार नावाच्या माझ्या मित्राला पंतांनी दारूचे व्यसन सोडण्यासाठी प्रतिज्ञा घ्यायला लावली. दुसऱ्या अंकात मला स्वतःला अजून काही किरकोळ सुधारणा करायच्या होत्या, तोवर पंतांनी 'महाराष्ट्र टाइम्स'मध्ये 'सत्ताचक्र'ची जाहिरात देऊनसुद्धा टाकली. पंतांना 'सत्ताचक्र'मधील व्यक्तिरेखा आणि मराठमोळी ग्रामीण बोली खूपच भावली होती. त्यामुळे पुढे भेटीस आलेल्या पाहुण्यांना ते या नाटकातले संवाद अनेकदा आवडीने ऐकवायचे. जयवंत नावाच्या बंडखोर कार्यकर्त्याची व्यक्तिरेखा निळू फुलेंना द्यायचे ठरले. त्याबाबत मी निळूभाऊंना भेटलो. त्यांना नाटक ऐकविले. पंतांसोबत नाटक करायचे, या कल्पनेने निळू फुले खूप सुखावून गेल्याचे दिसले. पंतांचे मुक्तकंठाने कौतुक करीत निळूभाऊ

बोलले, "अरे, काय हे तुमचे पंत पणशीकर! नाटकाचे बिऱ्हाड पाठीवर घेऊन हे भले गृहस्थ कुठे-कुठे फिरतात म्हणून सांगू! कुठे कोलकाता, कुठे इंदूर, झाशी, बडोदा, नागपूर, बेंगळुरू! पणशीकर म्हणजे बृहन्महाराष्ट्रातील आमचे सांस्कृतिक राजदूतच आहेत."

पंतांच्या पहिल्या भेटीपासून माझ्या लक्षात आले की, मी प्रभाकर पणशीकर नावाच्या एका मोठ्या अभिनेत्याला नव्हे, तर मराठी नाट्यपर्वाच्या एका मोठ्या साक्षीदाराला भेटतो आहे. बोलता-बोलता चार-दोन वाक्यांत ते जुना काळ जागा करीत. त्या कालखंडात स्वत: प्रवेश करीतच; पण आपल्या मधुर रसवंतीच्या बळावर ऐकणाऱ्या श्रोत्यांच्या बोटाला धरून हळूच त्या जुन्या जमान्यात त्यांना घेऊन जात असत. त्यांच्या रसवंतीचा अनेक वेळा लाभ मिळाल्यामुळे मी आचार्य अत्रे, रांगणेकरमास्तर, मामा वरेरकर, बापूराव माने, नानासाहेब फाटक अशा कित्येक दिग्गजांना अनेकदा समक्ष भेटून आल्याची प्रचिती मला आली आहे. एकेक काळ गाजविणाऱ्या त्या ज्येष्ठ अभिनेत्यांच्या-नाटककारांच्या आठवणी, त्यांचे किस्से, त्यांची अवतरणे, त्यांची भाषणे यांचे भांडारच्या भांडार पंतांजवळ असे. बोलता-बोलता मधेच ते मैफलीतून उठत....

"गिरगावातील त्या शाळेत आचार्य अत्रे आले. काहीतरी कुजकट वास आल्यासारखे नाक फेंदारून इकडचा-तिकडचा कानोसा घेऊ लागले. सोबतच्या बावरलेल्या समूहाला आचार्य अत्रे सांगू लागले, 'पाहा, हीच ती कुप्रसिद्ध जागा. अजून इथे वास येतोय मला. इथेच मामा वरेरकरांनी एकाहून एक अशी घाणेरडी नाटके जन्माला घातली आहेत.'..." हा किस्सा पंत अगदी साभिनय सादर करीत. 'तो मी नव्हेच'च्या निर्मितीच्या दिवसांचा अध्याय तर त्यांच्या जिभेवरच असे. 'तोच मी' नावाचे उत्तम चरित्र पंतांनी लिहिले आहे. त्यातील पहिली सव्वाशे पाने टेपरेकॉर्डरची कॅसेट ऐकावी, तशी त्यांच्या मुखातून चांगली तीन-चार वेळा ऐकल्याचे मला स्मरते.

एकाच मनुष्याच्या ठायी असलेला सुष्ट मनुष्य आणि बघता-बघता त्याचे दुष्ट, भयंकर पशूमध्ये होणारे परिवर्तन हा डॉ. जेकिल आणि मि. हाईड या इंग्लिश कादंबरीचा गाभा. त्यावरचा एक हॉलिवुडपटही गाजला आहे. त्यावरून आचार्य अत्रे एक मराठी नाटक लिहिणार होते. त्यांनी पंतांनाच ती भूमिका द्यायचे निश्चित केले होते. गप्पांच्या मैफलीत पंत मध्येच उठून उभे राहत. कुबड काढून तोंड वेंगाडत रंगमंचावरचा आपल्यातला शारीरिक बदल आपण कसा करणार होतो, हे ते साभिनय सादर करून दाखवत. ती नाट्यकृती अपूर्ण राहिल्याच्या कल्पनेने ते हळवे होऊन जात. गप्पांच्या त्या अखंड मैफलीत जीवनातील

चोरट्या गुलाबकाट्यांचेही पंत कधीकधी दर्शन घडवत. पंतांच्या ऐन तारुण्यात उभ्या महाराष्ट्राला मोहिनी घालणारी एक अतिशय जबरदस्त, बुद्धिमान आणि तेजस्वी मराठी अभिनेत्री राजबिंड्या दिसणाऱ्या या प्रभाकराकडे आकृष्ट झाली होती. तिच्या ओठांतून बाहेर पडलेला 'प्रभाकर' हा शब्द खूप वेगवेगळ्या अंगाने उच्चारला जायचा. कधी त्या शब्दाची लय बर्फाळ थंडीत कुडकुडलेल्या शब्दासारखी ऐकू यायची, तर कधी तो आवाज खोल विहिरीतून फुटलेल्या हुंदक्यासारखा ऐकू यायचा. एकदा पंतांचे नाटक तिच्या गावाकडे होते, तेव्हा तिन्हीसांजेच्या वेळी गावाशेजारच्या मोठ्या नदीतून ती नावेत बसून पंतांना घेण्यासाठी स्वत: धक्क्यावर कशी आली होती, असे पंत सांगत. हा किस्सा ऐकल्यावर माझ्या संग्रहातील त्या काळातील वसंत पवारांनी संगीतबद्ध केलेल्या लावण्यगीताची मी त्यांना आठवण करून दिली.

मोहन वाघ यांचे राज ठाकरे यांनी रेखाटलेले धमाल व्यंगचित्र

हले डुलेऽ हले डुले, पाण्यावर नाव
पैलतिरी आहे माझ्या राजसाचा गाव।

या गाण्यातील दुसऱ्या ओळीत फेरबदल करून 'पैलतिरी आहे माझ्या साजणीचा गाव' असे मी गुणगुणताच डोळे मोठे करून पंत हसून बोलले, "तुम्ही चांगले चावट आहात विश्वासराव!"

कोणतेही काम दणक्यात करावयाचे, अद्‌भुत घोषणा करावयाच्या, मोठाली स्वप्ने बाळगायची आणि ती प्रत्यक्षात उतरावयाचीसुद्धा – हा मोहनकाकांचा खाक्या. त्यांना 'स्वामी' नाटकाच्या शतकमहोत्सवी प्रयोगाच्या निमित्ताने

१९७५मध्ये शनिवारवाड्याचे दरवाजे दोनशे वर्षांनंतर उघडले. 'गगनभेदी'च्या शुभारंभाचा प्रयोग चक्क थेम्स नदीच्या काठी लंडन येथे पार पाडला, तर 'रणांगण' नाटकाचा मुहूर्त हरियानातील 'पानिपत'च्या मैदानावर घडवून आणला. 'तो मी नव्हेच'च्या निमित्ताने जगामध्ये फिरत्या रंगमंचाची कल्पना आचार्य अत्रे यांच्या पाठबळाने राबविली, ती पणशीकरांनी. त्यांनी सरकत्या रंगमंचाचीही अपूर्व देणगी दिली.

'पानिपत'सारखा भव्य, औरस-चौरस विषय तीन तासांच्या अवकाशात रंगभूमीवर सादर करता येईल, हे दृश्य मी कधी स्वप्नातही पाहिले नव्हते. मात्र, या विषयावर नाटक झालेच पाहिजे, अशी मोहन वाघांची जिद्द होती. मी नाटकाचे कधी वाक्य लिहिले नसतानाही त्यांनी १९९४मध्ये लता मंगेशकर यांच्या हस्ते नाट्यशीर्षकाची पूजा करून टाकली. तरीही मी चूप होतो. पुढे एके रात्री न्यू यॉर्कच्या ब्रॉडवेवरून माझ्या ठाण्याच्या घरी वाघकाकांचा फोन आला. मी घाबरून फोन उचलला, तेव्हा ते व्हिक्टर ह्युगोच्या 'ला मिझारबल' या कादंबरीबाबत तिच्या विस्ताराविषयी माझ्याकडे विचारणा करीत होते. तेव्हा ती कादंबरी सुमारे चौदाशे पानांहून मोठी आहे, ती माझी अत्यंत आवडती कलाकृती असून तिच्यावरचा जुना इंग्लिश सिनेमा पाहिल्याचे, त्यातील चार्ल्स लॉटनची पोलीस अधिकाऱ्याची भूमिका मला खूप आवडल्याचे मी त्यांना सांगितले. यानंतर मला नेमके कोंडीत पकडत मोहनकाका म्हणाले, "विश्वास, आताच 'ला मिझारबल'वरचे दोन तासांचे सुंदर नाटक पाहून मी थिएटरबाहेर आलो आहे. जर एवढ्या प्रचंड विषयावर एखादे देखणे नाटक जन्माला येत असेल, तर 'पानिपत' या विषयावर नाटक का घडत नाही?"

पुढे वाघांनी माझी वाघासारखीच पाठ धरली, तेव्हा मी सरळ वर्षभराची रजा टाकली. पुन्हा पानिपतावर जाऊन आलो. अनेक आराखडे झाले. ऐतिहासिक नाटकाचा मोठा अनुभव प्रभाकर पणशीकर यांच्या गाठीशी होता. त्यामुळे अनेकदा मी त्यांच्या कार्यालयात, प्रभादेवीच्या त्यांच्या घरी जाऊन त्यांना भेटे. प्रयोग नसेल, तेव्हा ते फोनवर उपलब्ध असतच. 'रणांगण'ची संहिता पूर्ण झाल्यावर ती वाघ यांच्याऐवजी प्रथम पंतांनाच वाचून दाखवायची, असे मी आणि वामन केंद्रे यांनी ठरविले. वास्तविक पंतांचे नाटक मी काहीसे अपूर्ण ठेवले होते. ते प्रथम पूर्ण करणे, हे माझे कर्तव्य होते. परंतु कोणाचे का होईना, नाटक घडते आहे, याचा आनंद पंतांच्या चेहऱ्यावर नेहमी विलसताना दिसायचा. त्या दिवशी भायखळ्याच्या नगिना हॉटेलमध्ये आम्ही सकाळी नऊपासून रात्री साडेसातपर्यंत सलग बसून होतो. शेवटी पंतांनी मोठ्या उत्साहाने वाघांना फोन

औरंगजेबाच्या कलंदर भूमिकेत
पणशीकर

केला, ''अरे मोहन, ऐकलंस का? तुझे 'पानिपत'चे 'रणांगण' अगदी सज्ज झाले आहे. नाटक झकास रंगले आहे.'' अन् दुसऱ्याच दिवशी सतत भव्य- दिव्याची ओढ असलेल्या मोहन वाघांनी जुहूच्या एका मोठ्या हॉटेलात आपल्या इष्टमित्रांसह नाटकाचे अधिकृत वाचन आयोजित केले.

एकूण, नाट्यव्यवसायाबाबत या वाघ-सिंहांना असलेली कमालीची आस्था, त्यांची आत्यंतिक निष्ठा आणि ध्यास यांमुळे नाटकाबाबत कोणीही केलेली बेशिस्त त्यांना अजिबात खपायची नाही. प्रसिद्ध अभिनेते अरुण सरनाईक आणि श्रेष्ठ संगीतकार सी. रामचंद्र यांची पुण्यात १९८१च्या दरम्यान एक मैफल रंगली. ती नको तितकी लांबली. अभिनेते सरनाईक ऐनवेळी प्रयोगास न आल्यामुळे 'चंद्रलेखा'चा एक प्रतिष्ठेचा प्रयोग रद्द करावा लागला. सरनाईक एक अव्वल अभिनेते. एकीकडे 'एक गाव बारा भानगडी'मधला रांगडा ग्रामीण बाजाचा ढोलकीवाला, तर दुसरीकडे 'सिंहासन'मधला राजकारणातला 'शतरंजचा खिलाडी'; पण तरीही शिस्तीची घडी बिघडल्याने मोहन वाघ भयंकर संतापले. त्यांनी चक्क वृत्तपत्रांत जाहिरात देऊन 'चंद्रलेखा'च्या सर्व नाटकांतून सरनाईकांना काढून टाकल्याचे घोषित केले. तेव्हा मी कोल्हापुरात बातमीदारी करीत होतो. झाल्या प्रकाराबाबत प्रतिक्रिया मिळविण्यासाठी मी सरनाईकांच्या मंगळवारातील घरी पोहोचलो. तेव्हा प्रतिक्रिया द्यायचे टाळून सरनाईक मला पार्वती टॉकीजजवळच्या एका कारखान्यात घेऊन गेले. आज कोल्हापूरच्या प्रवेशद्वारात दिमाखात दोन पायांवर अश्वारूढ असलेल्या ताराराणीच्या भव्य पुतळ्याचे तेथे काम सुरू होते.

तेव्हा आपले मित्र शिल्पकार रवींद्र मेस्त्री यांच्यावरच लेख लिहा, असा आग्रह त्यांनी धरला. इतर गप्पा झाल्यावर ते हळूच मला म्हणाले, ''मघाशी तुम्ही मोहनबद्दल विचारत होतात ना? वाघांचा राग हा वळवाच्या पावसासारखा आहे.

काही दिवसांनी निचरा होईल अन् मित्रच मित्राच्या मदतीला धावून जाईल.'' पुढे घडलेही तसेच.

मोहनकाकांच्या शिस्तप्रियतेचा अनुभव मला 'रणांगण'च्या निमित्तानेही आला. मुळात भाऊसाहेबांची व्यक्तिरेखा मिळविण्यासाठी तेव्हा भारतभर गाजत असलेला एक अभिनेता ती भूमिका स्वत:ला मिळावी म्हणून वाघांच्या मागे लागला होता. त्याला घेऊन अव्वल नटसंचात नाटक सादर करावे की कसे; याबाबत मी, वामन केंद्रे आणि मोहनकाकांची त्यांच्याच घरी बैठक झाली होती. तो प्रसिद्ध अभिनेता मिळाल्यास नाटकाला प्रचंड गर्दी उसळण्याची शक्यता होती. मात्र तो अभिनेता आरंभीचे साठ-सत्तर प्रयोग दणक्यात करेल, प्रचंड प्रसिद्धीचे सोने अंगावर घेईल आणि त्याच उत्साहात ६०-७० प्रयोगांनंतर 'जय महाराष्ट्र' करेल, याची सर्वांनाच खातरी होती. त्यामुळे नवे स्फुल्लिंग असलेल्या उत्साही तरुण नटांना घेऊन 'रणांगण'चे खूप प्रयोग करावेत, असे चर्चेअंती ठरले. आम्हाला मिळालेला नटसंच अभिनयात वाकबगार होता; परंतु ते सर्व जण गुणावर असतील, तर प्रयोग खूपच नेटका व्हायचा. पनवेलच्या पटांगणावर रंगलेला प्रयोग आणि अमेरिकेत सॅन होजेला झालेला अतिशय अप्रतिम प्रयोग हे सारे प्रयोग अविस्मरणीय होते. नाटक राष्ट्रीय पातळीवर पोहोचावे, या उद्देशाने आणि वामनच्या आग्रहावरून वाघांनी दिल्लीच्या एनएसडीच्या रंगमंचावर प्रयोग लावला. मात्र, आमच्या अभिनयवीरांनी नाटक दिल्लीत नेऊन अक्षरश: झोपविले. लता मंगेशकर जेव्हा शिवाजी मंदिरात 'रणांगण' पाहायला आल्या, तेव्हा आमच्या नटसंचाने इतका कंटाळवाणा प्रयोग केला की, कधी एकदा पडदा पडतोय याची आम्ही वाट पाहत होतो. काही थोडेच नट शिस्तीचे होते, पण इतरांच्या बेपर्वा वृत्तीमुळे नाटकाबाबत गैरसमज निर्माण होऊ लागले; तेव्हा शिस्तप्रिय मोहनकाकांनी काही काळासाठी नाटक जाहीरपणे बंद केले.

काकांसारखेच पंतही कठोर शिस्तीचे होते. जेव्हा 'थँक यू मिस्टर ग्लाड' रंगभूमीवर आणायचे ठरले, तेव्हा क्रांतिकारक वीरभूषणची भूमिका कोणाला द्यावी, हा पंतांपुढे कळीचा प्रश्न होता. त्यासाठी प्रथम डॉ. काशिनाथ घाणेकर आणि यशवंत दत्त यांची नावे चर्चेत होती. पंत नेहमी सांगायचे त्याप्रमाणे त्यांच्या डोळ्यापुढे एक अत्यंत देखणा, उमदा, मराठी शब्दांचे नाद-निनाद जाणणारा, शब्दफेकीची उत्तम कला असणारा आणि रंगभूमीवरच्या सहज वावरामध्ये वाकबगार असा अभिनेता होता. अभिजात अभिनेत्याला आवश्यक असे सर्व गुण जणू परमेश्वराने त्याच्यावरून भरभरून ओवाळून टाकले होते. त्यालाच वीरभूषणची भूमिका देऊन आणि 'मिस्टर ग्लॅड'च्या जेलरचा गणवेश चढवून

दोन रंगकर्मींची भेट : पंत आणि वाघ

पंतांनी जोरात तालमी सुरू केल्या. मात्र त्या अभिनेत्याने आपली आई आजारी असल्याचे सांगून दांडी मारली. काही दिवस तालमी थांबल्या. खरे बिंग फुटताच पंतही हळहळले. स्वत:ला सोन्यासारखी मिळालेली संधी सोडून तो अभिनयवीर रोज दिवसभर रवींद्र नाट्यमंदिरात जाऊन बसत असे. दुसऱ्या नाटकातील एका अभिनेत्रीच्या पाठीमागे लागून दिवसभर तेथेच प्रकाश इनामदार या विनोदी अभिनेत्याला सोबत घेऊन रुतून बसत होता. संतापलेल्या पंतांनी त्या नटाऐवजी तरुण बाळ धुरींना वीरभूषणच्या भूमिकेत उभे केले. तेव्हा त्या अभिनेत्याबाबत अनेकांनी रदबदली केली. तेव्हा पंत आपल्या सहकाऱ्यांना ठामपणे म्हणाले, "अनिल बर्वे यांनी लिहिलेले हे नाटक वटवृक्षाच्या उंचीचे. आरंभीच एखादे किडके रोप घेऊन मी वृक्षारोपण केले, तर त्याचे वटवृक्षात रूपांतर होणार तरी कसे?" जेव्हा चांगल्या नटांना योग्य संधी मिळते, तेव्हा ते त्या संधीचे सोने करतात. याच नाटकात तुरुंगात भेटायला गेलेल्या वीरभूषणच्या पत्नीची भूमिका सुधा करमरकर यांनी केली होती. त्या एकमात्र प्रवेश असलेल्या भूमिकेत सुधाताई एखाद्या लखलखत्या तारकेसारख्या चमकून जात.

वाघ आणि पणशीकर जवळपास तेवीस वर्षे एकमेकांच्या दुराव्यात आपापला बुरूज सांभाळत फटकून राहिले. अशोक पाटोळे यांच्या 'ज्वालामुखी' नाटकाच्या निमित्ताने हे दोघे मित्र १९९०मध्ये एकत्र आले. 'नाट्यसंपदा'च्या सुरुवातीच्या चार वर्षांच्या संसारात दोघांमध्ये मैत्रीपेक्षा व्यावसायिक स्नेहच अधिक होता; पण पुढे पुनर्मीलनानंतर दोघेही खूपच जवळ आले. जेव्हा रवींद्र

नाट्य मंदिराच्या तालीम हॉलमध्ये 'ज्वालामुखी'च्या तालमी चालायच्या, तेव्हा नव्याने मित्र झालेल्या या दोन थोर कलावंतांमधील स्नेह मी अनेकदा पाहिला आहे. अरण्यात चुकलेले, खूप पायपीट केलेले दोन प्रवासी मित्र सांध्यपर्वात खळाळत्या ओढ्याकाठी भेटावेत, थंडगार पाण्यात पाय सोडून हितगुज करीत बसावेत; तसाच त्या दोघांतला लळा आणि गुंतवळा मी पाहिला आहे. सन २०००मध्ये पंतांना आपल्या हृदयाची शस्त्रक्रिया करावयाची होती; परंतु ते आर्थिक कारणामुळे शस्त्रक्रिया पुढे लांबवत आहेत, हे फक्त वाघांच्या ध्यानी आले. तेव्हा अर्थसाह्यासाठी ते पुढे धावून गेल्याचा उल्लेख पंतांनी आपल्या आत्मचरित्रात केला आहे.

वाघ आणि पंतांचे सर्वांत महत्त्वाचे वैशिष्ट्य म्हणजे, हे दोघेही सत्शील माणसांच्या सहवासाचे भोक्ते होते. गुणिजनांचे लोभी होते. वि. वा. शिरवाडकर, वसंत कानेटकर, बाळासाहेब ठाकरे, लता मंगेशकर ही दोघांचीही श्रद्धास्थाने होती. त्यातही वाघांना क्रिकेटियर, सेवाभावी वृत्तीचे राजकारणी यांचे वेड अधिक. माणसांचे प्रचंड लोभी असणाऱ्या पंतांची 'नाट्यसंपदे'ची बस एखाद्या गावी जाऊन पोहोचायचा अवकाश; त्या भागातले उदयोन्मुख नट, नाटककार, हौशीगौशी मंडळी यांचा थवाच्या थवा त्यांच्याभोवती गोळा व्हायचा. अहंकाराचा वारा पंतांना शिवायचा नाही. ज्या भागात जायचे, त्या भागातून नवे काही वेचून आणायचे, हा त्यांचा स्वभाव. इंदूरच्या दौऱ्यावरून येताना आपल्या बसमधूनच ते चंदू पारखी या गुणी नटाला घेऊन आले होते. रंगभूमीच्या प्रेमाखातर पंत कुठेही धावायचे. त्यापुढे त्यांना प्रकृतीची तमा नसायची. चार वर्षांमागे महाडजवळ पंढरीनाथ सावंतांनी आपल्या गावी रंगमंच बांधला, तेव्हा त्याच्या उद्घाटनासाठी पंत तेथे धावपळ करीत आले होते. कलाक्षेत्राबाबतचा मोहनकाकांचा उत्साहही असाच अमाप. काही वर्षांमागे आशा भोसले. यांच्या पुण्यातील कार्यक्रमाची रंगमंचव्यवस्था वाघांकडे होती. तेव्हा एखाद्या नवथर पोराच्या उत्साहाने तेथे वावरताना मी त्यांना पाहिले आहे. उत्तम नाट्यकृतीइतकेच रुचकर जेवण हा वाघकाकांचा 'वीक पॉइंट!' एकदा न्यू यॉर्कहून मी आणि वामन केंद्रे काकांबरोबर फिलाडेल्फियाला डॉ. नेरूरकरांच्या घरी चाललो होतो, तेव्हा वाटेत एक थाई रेस्टॉरंट लागले. तिथला खाना मोहनकाकांना इतका पसंत पडला की, सलग तीन रात्री आम्ही ८० किलोमीटरचे अंतर पार करून भोजनासाठी त्याच रेस्टॉरंटमध्ये जात होतो. वाघांना अद्भुत निसर्गाची गोड ओढ होती. जेव्हा-जेव्हा नायगरा फॉल्सचा विषय निघायचा, तेव्हा काका अगदी मनापासून बोलत, "नायगऱ्याच्या जलाशयाकाठी मला कोणी झोपडं बांधून राहायची परवानगी दिली, तर मरेपर्यंत

'रणांगण'चे पहिले वाचन करताना पाटील, सोबत दिग्दर्शक वामन केंद्रे आणि अभिनेते प्रभाकर पणशीकर

मी तिथून हलणार नाही.''

नाटकवाल्यांचा संसार जन्मभर चालविणे, हे तर खूप कसोटीचे काम. मात्र पंतांच्या पाठीशी नेहमी उब्या असणाऱ्या पणशीकरकाकू या आम्हाला नेहमी 'नटसम्राट'मधील कावेरीच्या वारसदार वाटत आल्या आहेत. नाटक कंपनीचे शिवधनुष्य पेलताना वाघवहिनीही अशाच अनेकदा पदर खोचून नवऱ्याच्या पाठीशी उभ्या राहिल्या आहेत. एखाद्या अभिनेत्रीची गैरहजेरी, टाळाटाळ वा आजार अशा कारणाने रंगमंचावर जेव्हा आवश्यकता भासेल, तेव्हा गुणी अभिनेत्रीच्या तेजानेच त्यांनी रंगमंचावरही आपला करारी बाणा दाखविला आहे.

गेली वीस वर्षे 'सत्ताचक्र' पंतांच्या डोक्यात फिट्ट, ताजेतवाने होते. नेपोलियनच्या हलाखीच्या दिवसांत, विद्यार्थिदशेत एक गरीब लाडुविक्रेती वृद्धा त्याला भेटते, त्यावरून 'सत्ताचक्र'मध्ये मी जनाक्काची वेगळी भूमिका लिहिली होती. पंतांनी त्यासाठी ललिता पवारांशी चर्चा करून ठेवली होती. फैय्याज, निळू फुले आणि एका उपाशी तोंडाच्या कार्यकर्त्याच्या भूमिकेत चंदू पारखी असे पंतांच्या मेंदूमध्ये गच्च रसायन भरले होते. मिरजेतील आमच्या चर्चेनंतर मी नाटकाची सुधारित संहिता पंतांच्या हवाली केली होती; पण पंत नेमकी ती गोष्ट

विसरून गेले. दीड वर्षापूर्वी पंतांचे रसिक पुतणे अनंत पणशीकर घरातील जुन्या हस्तलिखितांची बाडे बाहेर काढून पाहत होते. त्यात त्यांना 'सत्ताचक्र' गवसलं. आहे त्या स्थितीत नाटक रंगभूमीवर आणावयाचे अनंत पणशीकर यांनी ठरविले. पंतांनी मला आश्चर्यमिश्रित आनंदाने फोन केला, ''मला हव्या होत्या त्या सर्व सुधारणा तुम्ही मागेच केल्याचे दिसते. दुदैवाने सुधारित नाट्यसंहिता माझ्याकडून पाहायचे राहून गेले.'' यानंतर मधेच नाटकाचे दिग्दर्शन जब्बार पटेल यांनी करावे, असे अनंत पणशीकरांनी ठरविले. एके सायंकाळी दादरच्या सागरतटीच्या एका क्लबच्या हिरवळीवर डॉ. जब्बार पटेलांशी आमची बैठक झाली. महिन्याभराने संहिता वाचून डॉ. पटेलांनी मला फोन केला. ''नाटकातल्या व्यक्तिरेखा खूप झकास आहेत. तुझी भाषाही चांगली आहे. मला सिनेमासाठी हा विषय खूप छान वाटतो. नाटक म्हणशील तर घाशीरामच्या सांगीतिक वळणाने पुढे जाता येईल.'' नाट्यलेखनाला आता वीस वर्षे झाली असल्यामुळे मला काही प्रासंगिक बदल करावेसे वाटले. त्यासाठीच अनंत पणशीकरांचा उत्साही घोडा मी रोखून धरला होता. दोन महिन्यांमागे खुद्द प्रभाकर पणशीकरांचा मला आलेला शेवटचा दूरध्वनी आठवतो, ''अरे विश्वासराव, काय करता नाटकाचे?'' पंतांचे ते शब्द आज आठवले की, माझे मन गलबलून येते. आळस, साहित्यकृतीबाबतचा चालढकलपणा या गोष्टी माझ्या स्वभावात अजिबात नाहीत; तरीही 'सत्ताचक्र'बाबत या ना त्या कारणाने झालेली दिरंगाई मनाला पटत नाही. प्रभाकर पणशीकर नावाच्या नाट्यपुरुषाच्या हयातीत हे काम तडीस न जावे याचा मला खेद वाटतो. संताप वाटतो.

गेल्या एप्रिलमध्ये न्यू जर्सी येथे होणाऱ्या नाट्यसंमेलनाचे अध्यक्ष म्हणून मोहन वाघांचीच निवड झाली होती; पण एप्रिलअखेर तशी घोषणा करू नका, असे ते संयोजकांना सातत्याने सांगत होते. याचाच अर्थ, आपल्या जीवननाट्याचा पडदा नेमका कुठे आणि केव्हा पडणार आहे, याची चाहूलच या अभिजात नेपथ्यकाराला लागली असावी. जेव्हा अन्ननलिकेद्वारे भोजन देण्याचा प्रसंग आला, तेव्हा त्यांना जगणे नको झाले होते. 'परस्वाधीन होऊन जगणे मला नको' असे वाघ आपल्या कुटुंबीयांना सांगत. लांब पल्ल्याच्या झेपा घेऊन शिकार करणे आणि जंगलभर गुरगुरत जगणे, हाच ढाण्या वाघाचा धर्म असतो. त्यामुळेच परावलंबित्व येण्याआधीच मोहनकाकांनी या जगाचा निरोप घेतला.

वाघासारखाच बेदरकारपणा सिंह असलेल्या प्रभाकरपंतांच्या ठायी होता. 'मी या जीवनावर प्राणापलीकडे प्रेम केलंय. माझी वेळ भरली की, मला घेऊन जा. पण मला पुन्हा नटाचाच जन्म दे; तोही या मराठी भूमीतच दे.' असे पंतांनी

अभिनेते प्रभाकर पणशीकर

आपल्या आत्मवृत्तात लिहिले आहे.

आता स्वर्गातला नजारा कसा असेल, हा प्रश्न माझ्यापुढे उभा राहतो. स्वर्गाच्या वेशीवर आम्र-वृक्षाच्या सावलीत बाळा साहेबांनी खास भेट दिलेला कॅमेरा घेऊन मोहनकाका उभे असतील. डोक्यावरची हॅट सावरत समोरून येणाऱ्या पंतांना पाहून त्यांना आनंदाचे भरते आले असेल. त्या दोघांची कडकडीत मिठी आणि गळाभेट सुरू असतानाच बाजूने कोणाचा तरी खाकरण्याचा आवाज येत असेल. शेजारीच सहा फूट उंचीचा आचार्य अत्रेंचा थुलथुलीत भीमकाय देह उभा असेल. आचार्य मनमोकळे हसत त्यांना सांगत असतील, ''बरे झाले तुम्ही भेटलात, नाही तर स्वर्गातल्या या धटिंगण देवांना खऱ्या नाटकाची जादूच माहीत नाही.''

स्वर्गातल्या त्या सुंदर जलाशयाकाठी नव्या नाटकाची आता जोरकस तयारी सुरू असेल. आचार्य अत्रे आपल्या दमदार वाणीत मोठ्या कौतुकाने सांगत असतील, ''प्रभाकर, माझ्या प्रथम लेखनपर्वातील श्रेष्ठ शोकांतिकेसारखी एक भव्य शोकांतिका मी लिहिली आहे. सम्राट सिंहासारख्या एका अव्वल भूमिकेसाठी मला पल्लेदार संवाद फेकणाऱ्या दमदार, जिगरबाज नटाची आवश्यकता होती. इथले देवलोकांतील नटांचे रोज अमृत पिऊन-पिऊन दारू प्यायल्यासारखे घसे खराब झाले आहेत. तुझीच वाट पाहत होतो मी. मोहन, नेपथ्य तुलाच सांभाळावं लागेल रे बाबा! कारण स्वर्ग कितीही सुंदर असला, तरी नेमक्या जागी तुझ्यासारखे तोरण कसे बांधावे, ते इथल्या वेडपटांना समजत नाही.''

स्वर्गगंगेच्या काठी अत्र्यांच्या 'पुरुषसिंहा'चा खेळ रंगत असेल. तो अप्रतिम नाट्यप्रयोग पाहण्यासाठी चंद्रही स्वर्गाच्या माथ्यावर आपल्या आकाशगंगेच्या पसाऱ्यासह थबकत असेल. या निमित्ताने मराठी मायबोलीच्या दिंड्या-पताका स्वर्गाची वेस उजळून काढत आहेत, म्हणून ज्ञानोबा आणि तुकोबांच्या डोळ्यांतून आनंदाश्रूंच्या फुलांचा सडा वाहत असेल. क्षणोक्षणी रंगणारा प्रयोग पाहून पहिल्या खुर्चीवर आपला अगडबंब देह घेऊन बसलेल्या आचार्य अत्र्यांना खुशीच्या

उकळ्या फुटत असतील. आपल्या डाव्या आणि उजव्या बाजूला बसलेल्या यक्ष-किन्नरांना जोराची कळ उठावी, अशी कोपरखळी मारत आचार्य अत्रे आनंदाच्या बेहोशीत सांगत असतील, ''व्वा! गेल्या दहा हजार वर्षांत स्वर्गातसुद्धा असे सुंदर नाटक झाले नाही!''

पंत गेले. तोंडवळकर गेले. वाघ गेले. हा लेख लिहीत असतानाच भीमसेन जोशींचेही महानिर्वाण झाले. अशी गाळीव रत्ने पृथ्वीतलावरून निघून गेली की, स्वर्गलोकीच्या सौंदर्यखजिन्यात भरच पडत जाते. मात्र तसतसे हे जग मर्त्य, रिते आणि कळाहीन दिसू लागते. या मर्त्य जगात उसासे टाकत; त्या थोर वैभवी कलावंतांच्या स्मृती जागवणे, इतकंच आपल्या हाती राहते.

।११।

महाराष्ट्रमित्र कवी कलश

मराठ्यांना कावेबाज शत्रूंचे अंतरंग कधी ओळखता आले नाहीत आणि दिलदार दोस्तांची यारी-दोस्तीही कधी जोखता आली नाही.

आजमितीला कवी कलशाइतका मराठी इतिहासात कोणी दुष्ट, कपटी आणि बदनाम खलनायक दुसरा नाही. 'संभाजी' कादंबरीच्या निमित्ताने मी छत्रपती शंभूराजे आणि कविराज कलश या दोघांचीही वेगळी व्यक्तिचित्रे रेखाटली. आताशी कुठे संभाजीराजांच्या कार्यकर्तृत्वाकडे पाहण्याची समाजाची दृष्टी बदलली आहे. मात्र कवी कलशांबाबत आपली ठाम मते वा गैरसमज सोडायची अनेकांची तयारी नाही. गेल्याच महिन्यात नागपूरहून ऐंशीच्या घरातील जाधव नावाच्या एका वडीलधाऱ्या वाचकाचा मला फोन आला. त्यांनी कादंबरीबाबत पाठविलेली प्रतिक्रिया मला मिळाली वा नाही, याबाबत ते सातत्याने दोन-तीन दिवस एकसारखी विचारणा करीत होते. त्यांच्या पत्रातील महत्त्वाचा मुद्दा हाच होता की, माझ्यासारख्याने कवी कलशाचे स्तोम एवढे का वाढवावे किंवा त्याला एवढे मोठे का करावे?

'लेखणी' ही कधीच कोणाची बटीक नसते. कोणाच्या धाकदपटशाने लिहिलेला दरबारी इतिहास दीर्घकाळ टिकून राहत नाही. कवी कलशांच्या बाबतीतसुद्धा असेच झाले आहे. त्यात मराठी नाटककारांना इतके सुंदर कुपात्र सापडल्यावर त्यांनी त्याच्याभोवती एकापेक्षा एक नाट्यप्रसंग चितारले.

'कलश' म्हणे कब्जी, महाकारस्थानी, महापाताळयंत्री, उलट्या काळजाचा. व्यसनांचे वारूळ म्हणजेच कवी कलश! ज्याने शिवाजीराजांच्या संभाजी नावाच्या कोवळ्या राजकुमाराला मद्यपी बनविले आणि सरतेशेवटी संभाजीसह मराठ्यांचे राज्य बुडवायचे पापकर्म केले.

आमच्या अव्वल नाटककारांचा कलशाबाबतचा द्वेष एवढ्या पराकोटीला गेला की, त्यांना औरंगजेबाच्या काळजाचे काही कप्पे उजळ वाटले; परंतु कवी कलश म्हणजे ठार काळा नराधम. त्यामुळेच जेव्हा विष्णुपंत औंधकरांच्या 'बेबंदशाही'मध्ये संभाजीराजांना औरंगजेबासमोर शेवटी साखळदंडांत उभे केले जाते, तेव्हा खुद्द औरंगजेबालाही कलशाच्या दुष्टपणाचा राग येतो आणि शंभूराजांबद्दल दया वाटते. भर दरबारात औंधकरांचा औरंगजेब म्हणतो, "ऐसे भारी शख्सका नमक खा कर, वो बदमाष कब्जीने इनको ही जहन्नमे मिला दिया? तोबा, तोबा! ऐसे सैतान के दोस्ती से बादशाहत को बरकत नहीं आयेगी, लेकिन धोका जरूर मिल जायेगा – इसी वक्त वो बदमाष को काट डालो!"

'राजसंन्यास'कार राम गणेश गडकरींनी तर कलशाचा परिचय करून देताना आपल्या प्रवेशाच्या आरंभीच कलशांना रेड्याच्या ओल्या कातडीवर बसविले आहे. तो दांभिक कवी कलश जारण-मारण क्रियेसच बसलेला आहे. अनेक इतिहासकारांनी तर कवी कलशांना 'कलशाभिषेकास' बसविले आहे. त्या 'कलशाभिषेकाचा' अर्थ काय, तर त्याने शिवाजीराजांचा अपघाती मृत्यू घडून यावा आणि शंभूराजांना शिवाजीराजांची गादी प्राप्त व्हावी! ही कल्पनाच कवी कलशांना नव्हे, तर संभाजीराजांनासुद्धा हीन पातळीवर घेऊन जाणारी आहे. असा भयंकर 'कलशाभिषेक' शंभूराजांनी केल्याचा इतिहासात कुठेही पुरावा नाही. उलट, छत्रपती शंभूराजांनी काळाच्या तोंडी आपली मुंडी दिली; परंतु खानदेश वगळता सह्याद्रीच्या अंगाखांद्यावरचा एकही किल्ला पडू दिला नाही वा आपल्या आरमारातील एकही जहाज बुडू दिले नाही. उलट आरमार वाढविले आणि कवी कलशांनी तर शंभूराजांच्या दुर्दैवी हत्येपूर्वी आपल्या गरम रक्ताचा नैवेद्य त्यांच्या पावलावर वाहिला व मित्रनिष्ठा म्हणजे काय याचा नवा धडा घालून दिला.

कळीचा प्रश्न उरतो तो हाच की, कोण होते हे कवी कलश? भोसले कुळाचे प्रयाग येथील पौरोहित्य करणारी जी ब्राह्मण कुटुंबे होती, त्याच कुळातील एका कनोजी ब्राह्मणाचा मुलगा म्हणजे कवी कलश. जेव्हा थोरले राजे आग्रा येथे औरंगजेबाच्या बंदिवासात होते, तेव्हा उत्तरेतील आपल्या स्नेहींना महाराजांनी आग्र्यास मदतीस पाचारण केले होते. तेव्हाच कवी कलश प्रथम शंभूराजांच्या सहवासात आले. ते शंभूराजांपेक्षा साधारण आठ-नऊ वर्षांनी मोठे होते.

वढू बुद्रुक येथील कवी कलशांचे स्मारक!

औरंगजेबाचा इतिहासकार काफीखान याने 'कबकलश' असा त्यांचा उल्लेख आपल्या ग्रंथामध्ये केला आहे. आग्र्याच्या सुटकेनंतरच कलश महाराष्ट्रात राजगडला आले, असे काफीखानही म्हणतो. अंबरचा नरेश राजा रामसिंग याला सर्व हिंदूंनी औरंगजेबाच्या विरोधात एक होऊन उभे ठाकावे, असे जे महत्त्वाचे पत्र १६८२मध्ये संभाजीराजांनी लिहिलेले आहे, त्या उपलब्ध पत्रातही कवी कलश यांचा उल्लेख आहे.

संभाजीराजांनी कवी कलशांना 'छंदोगामात्य' व 'कुलयेख्तियार' असे दोन किताब बहाल केले होते. त्यांचा समावेश आपल्या अष्टप्रधानांमध्ये केलेला होता. तसेच पोर्तुगीजांच्यासुद्धा १६८४मधील दोन पत्रांमध्ये 'संभाजीराजांचा सर्वोच्च प्रधान' असा कवी कलशांचा उल्लेख करण्यात आला आहे. यावरूनच कवी कलश हे संभाजीराजांचे अत्यंत निकटतम मित्र होते, याबद्दल शंकाच नाही. संभाजीराजांनी 'बुद्धभूषण' हा संस्कृत ग्रंथ लिहिला. तसेच 'नखशिख',

'सातसतक', 'नायिकाभेद' हे तीन ब्रज भाषेतील ग्रंथ लिहिले. या ग्रंथरचनेवेळी संभाजीराजांना कवी कलशांच्या सहवासाचा नक्कीच फायदा झाला आहे. यानिमित्ताने एका गोष्टीचा उल्लेख करावासा वाटतो की, संभाजीराजांचे आजोबा शहाजीराजे हेही मोठे संस्कृत पंडित होते.

कवी कलशांना 'कळलाव्या' वा 'कलिपुरुष' ठरवायची सुरुवात केव्हापासून झाली, हे पाहणे महत्त्वाचे ठरेल. बाळाजी चिटणीसांना शंभूराजांनी हत्तीच्या पायी देऊन मारले. त्यानंतर सुमारे १२२ वर्षांनी मल्हार रामराव चिटणीसांनी आपली बखर लिहिली. त्या बखरीमध्ये आपल्या पूर्वजाला हत्तीच्या पायी तुडवायचा सल्ला देणारा काळपुरुष म्हणून त्यांनी कलशांना जबाबदार धरले. प्रथम मल्हार रामरावानेच कलशांना रेड्याच्या ओल्या कातड्यावर बसविले. त्यानंतर त्याचाच आधार घेऊन शब्दप्रभू गडकऱ्यांनी त्यावर अख्खा नाट्यप्रवेश लिहिला. कवी कलशांच्या कुबुद्धीचा तथाकथित ऐतिहासिक पुरावा म्हणजे, जेधे शकावलीमधील नोंद – 'कलशाच्या बोले मागुती, कारभाऱ्यांना हत्तीच्या पायी देऊन जीवे मारिले.'

यानिमित्ताने कारभारी पक्षाचे राजकारणही महत्त्वाचे आहे. शिवरायांच्या अचानक मृत्यूनंतर कारभाऱ्यांनी बंड करून राजारामास गादी द्यायचे नक्की केले. हिंदू धर्माप्रमाणे आपल्या पित्याचे अंत्यसंस्कार संभाजीराजांच्या हस्तेच व्हायला हवे होते. रायगडापासून पन्हाळगड घोड्यावरून दीड दिवसाच्या अंतरावर असताना शंभूराजांना अंत्यसंस्कारास बोलविले गेले नाही; उलट अण्णाजी दत्तो आणि मोरोपंत त्यांना कैद करावयास पन्हाळ्याकडे गेले. अण्णाजी दत्तो व मोरो दादाजी यांच्या भ्रष्ट कारभाराचे अनेक पुरावे आजही पोर्तुगीज दफ्तरात आढळून येतात. शंभूराजांनी बंड करणाऱ्या अष्टप्रधानांना माफ करून पुन्हा त्याच पदावर बसविले; परंतु त्याच कारभारी पक्षाने त्यांना विष घालून ठार मारण्याचा अनेकदा प्रयत्न केला. हिरोजी फर्जंद हे शंभूराजांचे नात्याने चुलते. ते तर खजिनाच घेऊन पळून गेले होते. सावत्रमाता सोयराबाई रुष्ट. अशा वेळी रायगडावर संभाजीमहाराजांच्या मदतीस व मानसिक आधारास सेनापती हंबीरराव मोहिते, धर्मपत्नी येसूबाई आणि कवी कलश यांच्याशिवाय अन्य कोणी नव्हते.

अनेक वेळा माफी करूनही गद्दारी करणाऱ्या काही कारभाऱ्यांना ठार मारण्याचा कठोर निर्णय संभाजीराजांना घ्यावा लागला होता. या निर्णयाची अंमलबजावणी करण्यासाठीच त्यांनी विश्वासाचे मनुष्य म्हणून कवी कलश यांची निवड केली होती. कवी कलश हे स्वकर्तृत्वाने उच्च पदाला पोहोचले होते. दूरदेशीचा ब्राह्मण एवढ्या ज्येष्ठ पदास जाऊन पोहोचावा, याचे वैषम्य

एतद्देशीयांना वाटणे साहजिकच होते.

कवी कलश हे कर्तृत्वाने कनिष्ठ व पराक्रमामध्ये लेचेपेचे होते का, असा खरा प्रश्न उभा राहतो. उलट इतिहासात कवी कलशांच्या कर्तृत्वाचे अनेक पुरावे आढळून येतात. नोव्हेंबर, १६८३च्या एका इंग्रजी पत्रात दुर्गादासाबरोबर औरंगजेबपुत्र अकबराकडे कवी कलश वाटाघाटीस गेल्याचे दिसून येते. एवढेच नव्हे, तर जानेवारी, १६८५मध्ये शहाबुद्दीनखान रायगडावर घाला घालण्यासाठी मोठ्या जोशाने बोरघाट उतरून खाली आला होता, तेव्हा माणगाव तालुक्यातील गांगोलीच्या परिसरात याच कवी कलशांनी आपल्या शेंडीची गाठ बांधून मराठ्यांच्या रायगड नामक पवित्र राजधानीचे संरक्षण करण्यासाठी हातामध्ये तलवार घेतली होती. एवढेच नव्हे, तर शहाबुद्दीनला रेटून पुन्हा घाटावर पळविल्याची नोंद जेधे शकावलीत आहे. याच घसघशीत पुराव्याचा आधार घेतल्यानंतर माझ्यातल्या कादंबरीकाराने कवी कलशांच्या मुखी औरंगजेबासाठी सांगावा दिला आहे –

"जा, जाऊन सांग तुझ्या बेवकूफ बादशहाला – म्हणावे, माझा शंभूराजा जोवर रायगडावर आहे तोवर तू स्वत: एकदा आमच्या राजधानीवर चालून येऊन पुन्हा जिवंत वापस जाऊन दाखव!"

जेव्हा संभाजीराजांनी औरंगजेबाविरुद्ध कुतुबशाही, आदिलशाही आणि मराठ्यांचा दक्षिणसंघ बांधला होता; तेव्हा कवी कलश आपल्या तुकडीचे नेतृत्व करीत पन्हाळ्याहून विजापूरकरांच्या मदतीसाठी धावून गेले होते. एकूणच काय, कलशांनी लेखणीबरोबर आपल्या तलवारीलाही सोन्याचे मोल आणले होते. कवी कलश हे तंत्रविद्येतही वाकबगार होते, यात शंका नाही. त्यामुळेच तांत्रिक विद्येचा द्वेष वा विरोध म्हणजेच कवी कलशांचाही द्वेष आणि निषेध – असे दुर्दैव कविराजांच्या प्रतिमेला प्राप्त झाले. परंतु, त्या काळात तांत्रिक विद्येचा प्रवाह महाराष्ट्रात होता, हे विसरून चालणार नाही. खुद्द छत्रपती शिवरायांनी गागाभट्टांकडून राज्याभिषेक करून घेतल्यानंतर पुन्हा एकदा आपला तांत्रिक राज्याभिषेक करून घेतला होता, हे विसरून चालणार नाही. त्याचे पौरोहित्य स्वामी निश्चलगिरी गोसावी यांनी पार पाडले होते. याच निश्चलगिरी गोसावींची समाधी रायगडाच्या चित्‌दरवाजाच्या बाजूला एका झाडीत आज बेवारस स्थितीत पडून आहे.

कवी कलशांच्या सहृदयतेचा मोठा पुरावा म्हणजे, त्यांनी बाटलेल्या आपल्या धर्मबांधवांना पुन्हा हिंदू धर्मात परत घेण्यासाठी केलेले प्रयत्न. याबाबतचे कविराजांचे पत्र राजवाडे खंडाच्या आठव्या भागात लेखांक चाळीसवर

वढू बुद्रुकचे संभाजीराजांचे स्मारक; (शेजारी) मृत्यूनंतरही आपल्या धन्याची राखण करीत असलेल्या कवी कलशांचे स्मारक!

आज उपलब्ध आहे. इ.स. १६८६मध्ये हर्सूल येथील एक ब्राह्मण गंगाधर कुलकर्णी यांना मोगलांनी जुलमाने बाटविले होते. त्यानंतर हे गंगाधर कुलकर्णी सलग पाच वर्षे आपणास हिंदू धर्मात पुन्हा घ्यावे म्हणून प्रयत्न करीत होते. प्रायश्चित्त द्या; म्हणून सरकारकून, न्यायाधीश, दानाध्यक्ष व भल्या ब्राह्मण पंडितांकडे रायगडावर येऊन याचना करीत होते. शेवटी कवी कलशांनी त्याचा वृत्तांत 'छत्रपतीस स्वत:च विदित केला. छत्रपतींनी प्रायश्चित्त द्यावयाची आज्ञा दिली.' शिवाजीराजांनी नेताजी पालकर या मराठ्याला शुद्धीकरण करून पुन्हा हिंदू धर्मात घेतले; परंतु एखाद्या ब्राह्मणास शुद्धीकरण करून पुन्हा स्वधर्मात घेणे हे त्या काळाच्या, तेव्हाच्या रूढी-परंपरांचा विचार करता खूप अवघड होते. पुढे बाजीराव-मस्तानी प्रकरण झाल्यावर पुण्यात समशेर बहादूरच्या मुंजीच्या वेळी खुद्द बाजीराव पेशव्यांना धर्ममार्तंडांकडून किती त्रास झाला, हे सर्वांना माहीत आहेच. याच पार्श्वभूमीवर शंभूराजे व कविराज कलशांच्या धाडसाला दाद द्यायला हवी.

कवी कलश औरंगजेबाला फितूर झाले होते, असा आरोप इटालियन प्रवासी मनुची, मोगल इतिहासकार ईश्वरदास नागर आणि रॉबर्ट आर्मने केला आहे; परंतु अशा फितुरीचा कोणताही पुरावा मराठी कागदपत्रांत नाही. उलट, ईश्वरदास नागर

यांनी औरंगजेबाच्या दरबारी कलश गेले होते, तिथे त्यांना मोठी बक्षिसी मिळाली, त्यानंतर विशाळगड भागात संभाजीराजांना पकडून देण्यासाठी कलश परत आले, असे एका खोट्या कादंबरीचे प्रकरणच लिहून ठेवले आहे. याउलट त्या काळात शंभूराजांची घसरती परिस्थिती पाहून अनेक जातिवंत मराठे मोगलांना जाऊन मिळत होते. तेव्हा असा गुन्हा करू नका, म्हणून आर्जव करणारी अनेक पत्रे कवी कलशांनीच त्या नेक मराठ्यांना आणि ब्राह्मणांना लिहिलेली आहेत. ती इतिहासात उपलब्ध आहेत.

बखरी आणि नाटके रंगवितात, तसे शंभूराजे मद्यपी नव्हते. उलट, एका वेळी मोगल, सिद्दी, इंग्रज आणि पोर्तुगीजांसारख्या चार-चार शत्रूंना अंगावर घेणारे मराठ्यांचे धाडसी राजकुमार होते. त्यांनी आपल्या अवघ्या साठ-सत्तर हजार फौजेनिशी औरंगजेबाच्या पाच लाख फौजेशी सलग आठ वर्षे कडोविकोडीचा संघर्ष केला, असे पुरावेच आज शंभूराजांची प्रतिमा लखलखीत करू लागले आहेत. ते व्यसनी नव्हते, तर विचारी होते. ते बदफैली नव्हते, तर बहादूर होते. त्यामुळे त्यांना व्यसनी बनविणारी तथाकथित कपटी कलुषाची प्रतिमाच आता उजळ होऊ लागली आहे.

औरंगजेब आपला शत्रू असला तरी एक अत्यंत हुशार, कुशाग्र बुद्धीचा, व्यवहारी राजकारणी होता. नाशिकजवळचा रामशेज किल्ला साडेसहा वर्षांनंतरही पडेना, तेव्हा त्याने भरमसाट द्रव्य देऊन मराठा किल्लेदारालाच फोडून घेतले. छोट्या-छोट्या किल्ल्यांची वा गढ्यांची प्राप्ती करून घेण्यासाठी त्याने खूप द्रव्य खर्च केले, कारण लाखो सैनिक व जनावरे घेऊन दक्षिणेत दीर्घकाळ राहणे त्याला परवडणार नव्हते. त्यामुळेच जर कवी कलश औरंगजेबाला खरेच फितूर झाले असते, तर त्यांना आग्रा व लखनौची जहागिरी औरंगजेबाने सहज देऊ केली असती. शिवाय फितूर कलशांना संगमेश्वराहून तुळापुरापर्यंत संभाजीराजांबरोबर बांधून नेण्याचे बादशहाला काय कारण होते? त्यांच्यावर अनन्वित अत्याचार करून कविराजांची धिंड काढावयाचे तरी काय कारण होते? उलट, शिवरायांचे तिन्ही जावई औरंगजेबाला सामील झाले होते; तेव्हा हा दूरदेशीचा कवी आपल्या मित्रासाठी मरणाला हसत-हसत सामोरा गेला होता.

कवीची जातकुळी त्याच्या रंगावरून वा वर्णावरून जोखली जात नाही; ती त्याच्या शब्दसामर्थ्यावरून मापली जाते. जेव्हा औरंगजेबासमोर अकलूज येथे कवी कलश व शंभूराजांना साखळदंड आणि काढण्या लावून उभे केले होते; तेव्हा हे दोन्ही राजबंदी आपल्या हाती खरेच गवसले आहेत का? यावर औरंगजेबाचा विश्वास बसत नव्हता. तो आपल्या सिंहासनावरून अचंब्याने खाली

उतरून जमिनीवर नाक रगडून अल्लातालाला लाख-लाख दुवे देऊ लागला होता. तेव्हा तो देखावा पाहून कवी कलशांच्या मुखातून विजयोन्मादाने कोणते शब्द बाहेर पडले पाहा –

यावन रावन की सभा, संभू बंध्यो बजरंग
लहू लसत सिंदूर सम खूब खेल्यो रनरंग,
ज्यो रवि सारी लखतही, खद्योत होत बदरंग
त्यो तूव तेज निहार के तख्त त्यजो अवरंग।

रावणाच्या सभेत जैसे जखडूनी उभे केले, हनुमाना
औरंगदरबारी तसाच ठाकसी उभा तू मराठ्यांच्या पंचप्राणा
शेंदुरासवे रणरंग माखला अंगावरी तुझ्या रे भाग्यवंता,
काजव्याचा जळतो टेंभा सूर्यबिंब देखता,
दिव्य मुरत, नखरा नजाकत पाहुनी झुकली दिल्ली,
मुजऱ्यास्तव तुझ्या औरंग्या तख्त उतरून येई खाली)

छत्रपती शिवरायांचा गौरव आपण सारेच 'जाणता राजा' असा करतो. बखरकारांनी रंगविल्याप्रमाणे कवी कलश खरेच जर कपटी कलुशा असते, तर अशा खलपुरुषाची निवड महाराजांनी आपल्या राजपुत्राच्या सेवेत केली असती का? समजा, आग्र्यामध्ये निवड चुकली, तरी महाराष्ट्रात परतल्यावर पुढे पंधरा वर्षे अशा भोंदू इसमाला शिवाजीराजांनी आपल्या राजदरबारात राहू दिले असते का? राष्ट्रमाता जिजाऊसाहेबांनंतर महाराणी येसूबाई व महाराणी ताराबाई यांचा श्रेष्ठ, विचारी आणि कर्तृत्ववान स्त्रिया म्हणून उल्लेख केला जातो. कवी कलश खरेच इतके कपटी वा घातकी असते, तर त्यांचा हळूच काटा काढायला महाराणी येसूबाईंना कितीसा वख्त लागला असता!

'शिरकाण' म्हणजे शिर्क्यांचा मुलूख. तेच महाराणी येसूबाईंचे माहेर. शिर्के जेव्हा संभाजीराजांना पारखे होऊन मोगलांकडे गेले, तेव्हा शिर्क्यांचा हा मुलूख जाळून नामशेष करण्याची मुख्य जबाबदारी शंभूराजांनी कवी कलशांवर सोपविली होती. आपले माहेर बेचिराख करणारा इसम म्हणून वास्तविक येसूबाईंना कलशांबद्दल अधिक राग असायला हवा होता; परंतु मोगलांच्या दिल्लीतल्या दीर्घ कैदेतून जेव्हा संभाजीराजांचे सुपुत्र शाहूमहाराज व माता येसूबाई महाराष्ट्रात परतले, तेव्हा ज्या ठिकाणी शंभूराजांचे अंत्यसंस्कार पार पाडले गेले होते, त्या वढू बुद्रुक गावी या मायलेकांनी संभाजीराजांचे वृंदावनवजा

संगम तुळापूर : याच पायऱ्यांजवळ औरंगजेबाने क्रूरपणे
कवी कलश आणि शंभूराजांचे तुकडे-तुकडे केले

स्मारक बांधले. तेव्हा शंभूराजांच्या वृंदावनाशेजारीच फक्त चार-पाच हात अंतरावर महाराणी येसूबाई कवी कलशांचेही वृंदावन बांधायला विसरल्या नाहीत. आपल्या वृद्धापकाळी या दोघांच्याही समाधीवर महाराणी येसूबाई आपल्या आसवांची फुले व्हायच्या. या एकाच उदाहरणावरून कवी कलश यांच्या प्रामाणिकपणा, सचोटी आणि मित्रप्रेम दर्शविण्यासाठी अन्य कोणत्याही पुराव्याची गरज नाही, असे मला वाटते. आज पुण्यापासून नगर रस्त्यावर सव्वीस-सत्तावीस किलोमीटरवर कोरेगाव-भीमा गाव लागते. तेथून दोन किलोमीटर अंतरावर वढू बुद्रुक ही पावनभूमी आहे. शेजारीच भीमेकाठी तुळापूर आहे. तेथेच औरंग्याने शंभूराजांची निर्घृण हत्या केली होती. आज वढू बुद्रुकच्या वृंदावनाजवळ गावकऱ्यांनी मोठे स्मारक बांधायला घेतले आहे. आत शंभूराजांचे स्मारक आहे, तर दरवाज्यापाशीच कवी कलशांचे स्मारक आहे. ते पाहिल्यावर आपल्या मृत्यूनंतरही आपल्या धन्याचे संरक्षण करीत बसल्यासारखे जणू कवी कलशांचे स्मारक दिसते.

मराठ्यांच्या इतिहासात उत्तरेतून दोन महाकवी महाराष्ट्र पठारावर येऊन पोहोचले होते. पहिले होते, कविराय भूषण आणि दुसरे कविराज कलश. आज या दोघांची पुसटशीही छायाचित्रे उपलब्ध नाहीत; परंतु ते दोघेही अमरत्वास पोहोचले. पहिले भूषण आपल्या शब्दफुलांचा झेला शिवरायांवर उधळवून टाकून अमर झाले. दुसरे कवी कलश स्वत:च्या रक्तमांसाच्या फुलांची शंभूराजांभोवती कुरवंडी ओवाळून अजरामर ठरले.

।१२।

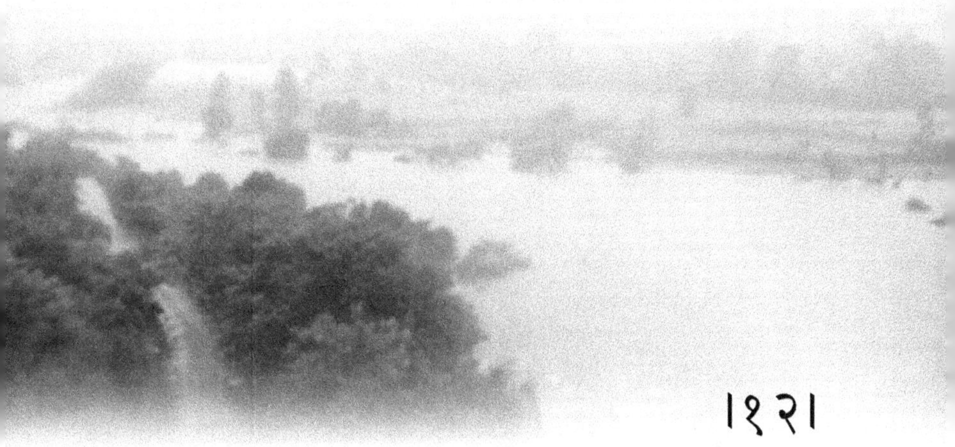

चला गंऽऽऽ मथुराबाजारी

आमचे चिमुकले गाव नेर्ले. कोल्हापूर जिल्ह्यात वारणा नदीच्या तीरावरचा चारशे उंबरठा असलेला. अवघी साडे-बाराशे वस्ती. आमचे गाव तसे चांगले, पण नेहमीच तमाशात रंगलेले! गावात एकाचढएक अशी अनेक मूळ इरसाल आणि नमुनेदार 'पात्रं' मी इथल्या मातीतूनच उचलून माझ्या 'पांगिरा' कादंबरीत त्यांची मांडणावळ केली आहे. जसा तुळजापूरच्या भवानीलादेखील मटण-रश्श्याचा खारा नैवेद्य लागतो, तशी चैती जत्रांच्या मोसमात आमचे ग्रामदैवत असलेल्या जोतिबाच्या पायरीवर तमाशातल्या बायांची घुंगरं वाजलीच पाहिजेत. दर साल गावपारावर मथुरेचा बाजार भरलाच पाहिजे; नाहीतर म्हणे, देवाचा लागीर होतो. त्यामुळेच गावकऱ्यांनी आपल्या या खानदानी रीतीभातींमध्ये खंड पडू दिलेला नाही. अगदी १९७२मध्ये साऱ्या महाराष्ट्रावर दुष्काळाचे अरिष्ट ओढवले; मात्र आमच्या गावगाड्याला दुष्काळ तो कसला ठाऊक नाही, असे माझे वडील मोठ्या अभिमानाने सांगत. आमचा जोतिबा जसा कृपावंत, तसाच मोठा भाग्यवंत. अगदी पठ्ठे बापूरावांची रूपसुंदर नामचंद पवळाही त्याच्या दरबारात हजेरी लावून गेलीय. विठाबाई नारायणगावकर, कर्नाटक सीमेवर एक काळ गाजविणारी नृत्यसमशेर भंगारी, कागवाडची कलावती... अशा कित्येक कलावंतिणींनी आमच्या गावपारावर नृत्याची लयलूट केली आहे. मधे काही वर्षे पैशांअभावी जत्रेत कुस्त्यांचे फड रद्द झाले; पण मथुरेच्या बाजारात

औंधचे राजे श्रीमंत श्रीपतराव पंतप्रतिनिधी
यांच्यासोबत तेथील यात्रेत लेखक

काही खंड पडला नाही.

गावाचा आणि देवाचा गुण म्हणून की काय, बालपणी माझ्या ओठांवर सातत्याने लावण्या आणि गवळणींची गुणगुण असायची. त्या कलेची आमची वाढती ओढ पाहून गावकरी छातीठोकपणे सांगायचे, 'पाटलाचा हा पोर एक दिवस तमाशाचा फड काढणार!' पण पुढे माझ्या करिअरने गावकऱ्यांना चकवा दिला. मी चक्क जिल्हाधिकारी तथा 'कलेक्टर' म्हणून काम पाहू लागलो. दोन वर्षांमागे जेव्हा मी मुंबईत जिल्हाधिकारी म्हणून काम पाहत होतो, तेव्हा 'स्वप्नसुंदरी' हेमामालिनी राज्यसभेच्या खासदार होत्या. आमच्या गावचं साताळीदेवीचं मंदिर उंच डोंगरावर आहे. तिथे चार किलोमीटर डोंगर चढून जाताना गावकरी थकून जात. गावकऱ्यांचा हा त्रास वाचविण्यासाठी मी हेमाजींकडे मदत मागितली. त्यांनी आपल्या खासदार फंडातून पंचवीस लाखांचा निधी आमच्या रस्त्यासाठी देऊ केला. रस्ताही बांधून झाला. गावकऱ्यांनी कौतुक केलं.

एके दिवशी साठी-सत्तरीतल्या दहा-बारा गिरणी कामगारांचा जथा मला कार्यालयात भेटायला आला. त्यांच्यासोबत कमी बोलणाऱ्या, पण बेरकी डोळ्यांच्या एक आजीबाईही होत्या. माझ्या मुंबईवासी गावकऱ्यांनी त्या रस्त्याचा अखंड गौरव चालविलेला; मात्र त्यातले एक म्हातारबा वैतागल्यासारखे बोलले, "काय रे, कसलं त्या रस्त्याचं कौतुक? अन् रस्ता नसतो कोणत्या गावाला? अन् तो झाला नसता, म्हणून काय बिघडलं असतं?" मी हबकूनच गेलो.

या मंडळींना विकास पाहिजे की नको? पण त्या म्हातारबांनी नेट धरून सवाल केला की, "ही हेमामालिनी म्हणजे आपली ती बसंती टांगेवालीच ना रे?" मी 'होय' म्हटले. तेव्हा म्हातारबा मनापासून हळहळत बोलले, दुश्मना,

कशाला रस्ता मागीत बसायचं? तुझा एवढा मोठा वशिला हुताच, तर त्या बसंतीला गावातपाहुणी म्हणून बोलवायचं. त्या रस्त्यावरनं ती बसंती नुसती चार पावलं ठुमकत पुढे निघून गेली असती, तर आमच्या डोळ्यांची आग विझली असती.'' सोबतच्या आजीबाई आपल्या नवऱ्यावर जाम भडकून बोलल्या, ''आता टाकू का बचाकभर मिरचीची चटणी या म्हाताऱ्याच्या डोळ्यांत; म्हंजी थंड पडत्याल डोळं! मुडद्यांनो, अजून किती बाया नाचवायच्या राहिल्यात?''

दर साल कोल्हापूरच्या मोठ्या जोतिबाची लाखोंची जत्रा पार पडली की, तिसऱ्या दिवशी आमच्या गावच्या पारावर ढोलकी वाजू लागते. मी अगदी चार-पाच वर्षांचा होतो, तेव्हापासून आम्हा इवल्या चमूचा मेळा तमाशात रंगून जायचा. वडा-पिंपळाच्या झाडाखाली गवळणी नाचू लागायच्या. सर्वांत पुढे बसून आम्ही मुले धुरळा खात असू. होडीच्या शिडासारखे आपले मोरपंखी पदर फडकावत अन् डोक्यावर दह्या-दुधाचे माठ घेतल्याचा अभिनय करीत नट्टापट्टा केलेल्या गवळणी हाक द्यायच्या, 'चला गंऽऽ चला मथुरेच्या बाजारी'. ढोलकी, कडे अन् टाळ-तुणतुण्याच्या ठेक्यावर गवळणी तिथेच गोल-गोल रिंगण काढत

गवळणींच्या आधी रंगतो तो गण : गणेशाची आराधना

नामचंद सोंगाड्या रघुवीर खेडकर गवळणींसोबत मथुरेच्या वाटेवर

राहायच्या. हा असा 'मथुरेचा बाजार' माझ्याच नव्हे, महाराष्ट्रातल्या हजारो गावांच्या गावपारांवर अजूनही त्याच अप्रूपाने आणि त्याच जल्लोषाने भरतोच आहे. गेली दीडशे-दोनशे वर्षे त्यामध्ये खंड असा नाही. हा 'मथुरेचा बाजार' म्हणजे चपखल, खटकेबाज संवादांची आतषबाजी, नृत्यांगनांच्या घुंगरांची लयदार छुमछुम, मधेच पेंद्या आणि मावशीच्या विनोदाच्या रंगीत पिचकाऱ्या, ढंगदार चालीवरची लावण्यगीते आणि गवळणींच्या ललकाऱ्या. या बाजाराच्या गोड आठवणी गावखेड्यांतून आलेल्या आम्हा तरुणांच्या मेंदूच्या मुळ्यांना जन्मभर चिकटून बसल्या आहेत.

अगदीच लहानपणी हा खेळ बघताना कधी-कधी मला पेंग येई. मग विष्णू देसाईसारखा आमचा एखादा घोडमित्र नृत्यांगनेला हळूच डोळ्यांची खूण करी. मग त्यातील एखादी गवळण मला पटकन उचलून घेई अन् काखेला नक्षीदार घडा ठेवावा तशी मला काखेवर घेऊन मथुरेची वाट चालून दोन-तीन रिंगणे काढी – इतके माझे आणि या कलेचे जवळचे नाते! शाळेत 'ये रे, ये रे पावसा'चे पाठांतर व्हायच्या खूप आधी –

नेसले गं बाई मी, चंद्रकळा ठिपक्यांची,
तिरपी नजर माझ्यावर या सावळ्या हरीची
शिट्टी मारून करितो गोळा गोपाळांचा मेळा,
राधिकेला अडवुनी धरितो, मिठी मारितो गळा

अशा अनेक गवळणी माझ्या जिभेच्या शेंड्यावर विराजमान झाल्या होत्या. एकूणच, आमच्या बेसिक शिक्षणाची सुरुवात चार भिंतींच्या शाळेत नव्हे, तर तमाशाच्या कनातीमध्ये झाली आहे.

मथुरेच्या बाजारात सर्वांत जान भरते; ती मावशी. सोळा शृंगार केलेल्या आणि बत्तीस अलंकार घातलेल्या गवळणी मथुरेला जायला लाडिकपणे सिद्ध होतात अन् त्यांच्यामध्ये अचानक कुजबुज वाढते, "अगं, अजून मावशी कशी आली नाय?" प्रेक्षकांची उत्सुकता शिगेला पोहोचते अन् अचानक आपल्या अंगाभोवती गुंडाळलेली नऊवारी साडी फडकावीत बिगी-बिगी चालीने मावशी प्रवेश करते. गडद धारवाडी लुगड्याचा तिचा पदर खांद्यापासून पायाच्या टाचेपर्यंत लोळत राहतो. मावशी म्हणजे पन्नास-पंचावन्न वर्षांचा एखादा उंच, सावळा, किडकिडीत शरीरयष्टीचा बाप्यागडीच असतो. त्याच्या कपाळावर कुंकवाचा आडवा पट्टा– देवीच्या मूर्तीच्या कपाळा-वरून ओढावा तसा– चांगला लांब-रुंद असतो. मावशीला बहुतांशी 'ओरिजिनल' झुपकेदार मिश्या असतात. बऱ्याचदा दाढीचे पांढुरके खुंट आणि

'गाढवाचं लग्न'मधील सावळ्या कुंभाराच्या भूमिकेत दादु इंदुरीकर व गंगीच्या भूमिकेत प्रभाताई शिवणेकर

'एक गाव बारा भानगडी' चित्रपटात
जयश्री गडकर आणि गणपत पाटील

डोळ्यांतला तिरळेपणाही तिच्या 'इब्लिस' सौंदर्यात भर घालतो.

ही मावशी म्हणजे पूर्वी खेडेगावातून आढळणाऱ्या रिकामटेकड्या, तोंडवळ, थोड्याशा बिलंदर आणि आगाऊ म्हाताऱ्यांचे दृश्य रूपच असते. ती गवळणींचे पुढारपण करते. तिच्यावर इतर जणी खेकसतात, "मावशेऽऽ अगं किती उशेर! त्वा अजून काय करत होतेस?" तेव्हा तपकिरीची चिमूट नाकात कोंबत मावशी उत्तर देते, "अगं, नवऱ्याला पाजत होते... औषधी काढा गं! म्हणून झाला उशेर." त्यातून एखादी धीट गवळण पुढे होऊन विचारते, "मावशे, तू आमच्यात वेगळी कशी गं?"

"म्हणजे गं?"

"बाई असून तुला एवढ्या मोठ्या मिश्या कशा गं?"

लगेच मावशी हसत-हसत रहस्यभेद करते, "पोरींनो, तुम्ही साऱ्या तुमच्या आईच्या वळणावर गेलात; मी बापावर गेले!"

पूर्वी विठाबाईंच्या तमाशात खूप गाजलेला काशीनाथ सोंगाड्या होता. मावशी झालेला काशीनाथ मथुरेच्या नाक्यावर एका हवालदाराने आपल्याला कसे अडविले, नाडविले त्याची गोष्ट सांगायचा. (गोकुळात भगवंताने पोलीस भरतीची जाहिरात कधी दिली होती, याची माहिती घेण्याचा उद्योग कृपया माहितीच्या अधिकाराखालीही कोणी करू नये!) तेव्हा "जळ्ळी मेली पोलिसाची जात" असे म्हणत त्या हवालदाराने मथुरेजवळच्या उसाच्या फडात आपणाशी झोंबाझोंबी,

गुदगुल्या कशा केल्या; याचे सादरीकरण काशीनाथ अशा लाजवाब पद्धतीने करायचा की, प्रेक्षकांच्या हसून-हसून मुरकुंड्या वळायच्या. मावशी झालेले सोंगाडे दत्तोबा तांबे, दगडू साळी, हरिभाऊ आनवलीकर, गुलाब बोरगावकर, काळू-बाळू, जयवंता सावळजकर असे अनेक होऊन गेले. ह्या मावशी कधी ओठात जळती 'मजूर छाप' विडी ठेवून भकाभक झुरके ओढतही एंट्री घेत असत.

तमाशाच्या बोर्डावर पहिल्यांदा मावशी अवतरली, ती १८४४मध्ये. शाहीर परशुरामांकडे भवानी तेली नावाचा एक अस्सल सोंगाड्या होता, तोच या मावशीचा खरा जन्मदाता. मात्र पारंपरिक तमाशातली ढंगदार मावशी आणि मराठी सिनेमात 'आत्ता गं बयाऽ' करीत आपले छक्केबाज रूप दाखविणारी 'फिल्मी मावशी' या दोन्हींमध्ये खूपच फरक आहे. पूर्वी महंमद हुसेन नावाचा नट मराठी सिनेमात 'मावशी' रंगवायचा. मात्र 'वाघ्या-मुरळी' या चित्रपटात गणपत पाटील या मराठी कलावंताने प्रथम 'मावशी' रंगविली. अन् ही 'मावशी' पुढे तमाशापटाची अविभाज्य भाग बनून गेली. 'एक गाव बारा भानगडी' या चित्रपटात आगगाडीच्या एका सीनमध्ये गणपतरावांनी अरुण सरनाईक आणि जयश्री गडकर यांच्यासमवेत जो हास्यकारक गोंधळ घातला आहे, त्याला तोड नाही. अस्सल नाच्याचा हा रंग 'नटरंग' कादंबरी-मध्ये दिसला, मात्र त्या सिनेमात दिसला नाही. सिनेमातल्या त्या मावशीचा पेहराव हा उत्तर भारतातला आहे. तिकडे नायकिणींना पानविडे आणून देणाऱ्या सांगकाम्या पोरांचा तो मूळ पेहराव. त्याच्याशी मराठी संस्कृतीचे काही देणे-घेणे नाही. तमाशा-तल्या मावशीचे गडद छापाचे धारवाडी लुगडे मात्र याच मातीतले.

बैठकीच्या लावणीची सम्राज्ञी
गुलाबबाई संगमनेरकर

'गौळण' म्हणजे गोपिकांनी गायलेले कृष्ण- भक्तिपर मधुर गीत. या गौळणींचे प्रकारही अनेक. पहिली 'हाळीची गौळण' – सर्व गोपिकांना साद घालून उंच खड्या आवाजात जागविणारी. पठ्ठे बापूरावांच्या अशा एकापेक्षा एक अवीट चालीच्या गौळणी अजून गायल्या जातात. ज्या धुंद करून सोडतात –

बाजार मोठा लवकर गाठा
मथुरेच्या हाटा चला निघा निघाऽऽ गंऽऽ

अखेर कृष्णसख्याची आणि गोपींची भेट घडून येते. कृष्ण त्यांना छेडतो. त्या कृष्णसख्यांच्या खोड्यांची बहारदार वर्णने करणाऱ्या अनेक गौळणीही पेश होतात –

आला राती मुरलीवाला गंऽऽ झोपेच्या भरात,
नणंद सोप्यात निजली माझी
जाऊबाई आणि धाकटं दाजी,
सासूसंगं मामांजी गंऽऽ मधल्या घराऽऽत....

मथुरेच्या नाक्यावर श्रीकृष्ण, त्याचा साथीदार नटखट पेंद्या आणि गोप-गोपिकांमध्ये मोठी बाचाबाची होते. राधेची कृष्णावरची प्रीत, मावशीचा हजरजबाबीपणा, रुसवे-फुगवे होतात; चटकदार संवादांच्या लाह्या उडू लागतात. मावशी कृष्णाला थेट विचारते, "अरे, तू कोण? कुठला? ना ओळखीचा, ना देखीचा."

तेव्हा कृष्णाची स्वारी पुढे होते आणि आपली दीड वीत छाती फुगवत फुशारकीने सांगते, "बघ म्हातारे, नीट ओळख मला. मी तीन ताळांत आणि सप्तपाताळांत वावरतो."

"कोण रे तू? पाटील की कुलकर्णी?"

"नाही, नव्हे."

"मग पांडे....?"

"मी पांडेही नव्हे. अगं मावशे, या साऱ्या गोकुळदेशाचा मी देशपांडे आहे."

"मेला पुण्याचाच दिसतोय....!"

"अगं गवळणींनो, मी देव आहे."'

'अरे, पण कुठला देव? आजकाल या देवमंडळींनी सगळीकडे नुसता धुडगूस घातलाय! तू सिनेमातला, क्रिकेटातला की मॉडेलिंगमधला देव रे?" मावशी विचारते.

"अगं, माझ्या अंगी नाना कळा!'' म्हणूनच म्हणते मेल्या, आम्हाला तुझं ते 'कॅटवॉक' की काय, ते करून दाखीव ना रे –'' बऱ्याचदा हा मथुरेतला "कृष्ण इतका काळा असतो की, रस्त्यावर डांबर टाकणाऱ्या पोरापेक्षाही तो ठार काळा दिसतो. मात्र एकदा त्याने आपले ओठ उघडून उंच तानेच्या गायकीला सुरुवात केली की, चैत्रबनातल्या कोकिळेच्या ताना ऐकू येऊ लागतात –

बैठक आणि फडातली लावणी
गाजवणाऱ्या यमुनाबाई वाईकर

अवघे रचिले तिन्ही ताळ
स्वर्ग, मृत्यू आणि पाताळ,
त्या तिन्ही ताळांचे भ्रमण करणार
मी गंऽऽ नंद-यशोदेचा बाळऽऽ

कृष्ण काही केल्या वाट सोडायला तयार नसतो. तो गवळणींकडे 'अशीलदान' (अस्सल दान) मागतो. गवळणींनी आपली मनापासून भक्ती करावी, असे फर्मान सोडतो. मग सुरू होतात; त्या कृष्णाच्या 'विनवणीच्या गौळणी'. एव्हाना अर्धी रात्र सरलेली असते. आभाळाची कडा चढून चंद्र माथ्यावर आलेला असतो. पायपेटीतून मधुर स्वरगंगा वाहते. गवळणी कृष्णाची विनवणी करतात –

सोड जाऊ दे मला मथुरेला
का अडवीशी गवळणीला?

अनेकदा हा रंगाढंगाने, संवाद-संगीत अशा माधुर्याच्या गोफाने गुंफलेला मथुरेचा बाजार तमाशात नेमका आला कोठून, असा प्रश्न पडतो. आमचे मित्र डॉ. विश्वनाथ शिंदे यांना हे पीक कर्नाटकी 'राधा'नाच किंवा बंगाली 'बारामासा'वरून आले असावे, असे वाटते. मला मात्र गवळणींचे हे लेणे म्हणजे मराठी मातीचेच

'चंद्रमुखी'चे मुखपृष्ठ

अस्सल देणे – 'अशीलदान' आहे, असे वाटते. भक्तिवाङ्‌मयाच्या गोड्या पाण्याच्या विहिरीतूनच हा अवीट उमाळा फुटला असावा, असे माझे ठाम मत आहे. आमच्या संत एकनाथमहाराजांच्या लोकशिक्षणाचे धडे देणाऱ्या गौळणी आणि भारुडे याचा कोणाला विसर पडणार? वारकरी संप्रदायातील अनेक संत-माहात्मे विठ्ठलामध्येच कृष्णरूप पाहतात. कृष्णासवे एकनाथमहाराज तर चक्क फुगडी खेळले आहेत. त्या दृष्टीने एकनाथमहाराजांच्या 'पाच रंगांच्या पाच गवळणी' खूप प्रसिद्ध आहेत. बारामतीकर नानासाहेब जोगळेकर यांच्या मधुर कंठातून तिचा पारंपरिक 'लहेजा' मला एकदा ऐकायचा योग आला होता –

आल्या... आल्या पाच रंगांच्या पाच गवळणी
होऽऽ शिणगार करूनी....
पाचवी गवळण हिरवा रंग,
अवघ्या झाल्या बाई दंग
हिरव्या काकणांचा पाहा तुम्ही रंग
जसे आरशीत जडले भिंग
फुगडी खेळती कृष्णासंगे एकनाथ अभंग....

सांज-सकाळी भलत्या वेळी घरामध्ये घुसणारा हा कन्हैया मुक्ताबाईला म्हणे – 'म्हणे मुक्ताबाई नव्हे गडे, कृष्ण हा पांडुरंग दिसतो'; तर 'बहिणा म्हणे बाळ हा मुकुंद, कंस मारूनी बाळ झाले धुंद...' अशा प्रकारे संतांच्या मनात बुडी मारणारा हा सखा श्रीकृष्ण एक प्रकारे पंढरीचा वारकरीही बनला आहे.

जनामनाच्या हृदयात जाऊन धिंगाणा घालणारा हा कृष्णसखा, त्याची बाळरूपे लोकसाहित्यातही ठायी-ठायी आढळून येतात. गौरी-गणपतीच्या सणात झिम्मा-फुगडी खेळणाऱ्या पोरीबाळीही गातात –

'किरकिर किरळ्याचीऽऽ जाळी गं, कृष्णा चेंडूफळी खेळी गं,
आम्हाला कृष्ण झाला नाही गं, झाला नाही कसा म्हणू?'

सोंगी भजन असो; भारुडे, भेदिक, पंचमीचा सण, बाळ्या नाच, गोपाळकाला...

सर्वत्र हा कृष्णदेव अवघ्या रंगाने भरून राहिला आहे. शाहिरांनी आणि बुद्धिमान तमासगिरांनी नाट्य, गायकी आणि नृत्याच्या अजोड महिरपीमध्ये त्याला मथुरेच्या बाजारात कलात्मक रीतीने बंदिस्त करून ठेवले आहे, इतकेच!

तमाशाकलेच्या पार्श्वभूमीवर मी जेव्हा 'चंद्रमुखी' कादंबरी लिहीत होतो; तेव्हा त्या कलेचा आणि मथुरेच्या बाजाराचा शोध नव्याने घेण्याचा प्रयत्न केला, त्या वेळी महाराष्ट्रभर खूप हिंडलो. चालू सप्ताहात अभिनेत्री स्मिता तांबे हिची 'चंद्रमुखी'ची प्रशंसा करणारी प्रतिक्रिया आली. औरंगाबादहून प्रकाश महाजन या रसिकमित्राचा दूरध्वनी आला. सकाळी आठ वाजता 'चंद्रमुखी' वाचायला सुरुवात केली आणि रात्री आठ वाजेपर्यंत तिच्या गुलाबी गोफात आपण कसे गुंतून गेलो, याचे ते वर्णन करीत होते. विजय अगरवालांसारखे रसिक मित्र मला मिळवून दिले, ते माझ्या याच कादंबरीने. राजहंस प्रकाशनाने प्रकाशित केलेल्या या कादंबरीचे मुखपृष्ठ चंद्रमोहन यांनी रेखाटले होते. म्हटले तर कोणाला ते मुखपृष्ठ 'मार डाला' असे खेचक वाटायचे, तर अनेकांना ते विलक्षण कलात्मक वाटले. ते तसे आहेही. त्याआधी 'पानिपत', 'महानायक' असे आदर्शवत विषय हाताळणारा एक चांगला लेखक 'चंद्रमुखी'मुळे बिघडला, अशीच अनेक वाचकांनी दुर्दैवाने समजूत करून घेतली होती. 'शृंगार' हाही जीवनातील एक अत्यंत महत्त्वाचा, अविभाज्य असा भाग आहे. आज गे मंडळींच्या कल्याणासाठी, त्यांच्यावर अक्षता टाकण्यासाठी न्याय-व्यवस्था उभी आहे. नर-नारीमधील रासक्रीडा हे तर देवाघरचे देणे. त्या शृंगाररसाचे विविध धडे देत खजुराहोसारखी अनेक मंदिरे उभी आहेत.

शाहीर पठ्ठे बापूराव यांचे मूळ छायाचित्र

तमासगीर शाहिरांच्या अनेक लावण्यांतून आणि गौळणींतून राधा-कृष्णातील याच शृंगाराची पखरण दिसून येते. शाहीर पठ्ठे बापूराव – ज्यांचा उल्लेख सार्थपणे 'लावण्यांचे विद्यापीठ'

पालीच्या यात्रेत तमाशाची तालीम करताना : कांताबाई सातारकर यांच्यासोबत त्यांच्या लेकी मंदाराणी, अनिता, अलका आणि जर्मनीची शेमखा

असा केला जातो, त्या बापू-रावांच्या एका गौळणीतील शृंगार तर मला 'ओलेती' या चित्रकृतीच्या दर्जाचा वाटतो. ज्या अवीट गौळणीत शृंगाराच्या तप्त ज्वाला आहेत, मात्र तीत छच्छोर बाजारूपणा नाही. रंगाची उधळण आहे, खुलेपणा आहे; पण बीभत्सपणाचा लवलेशही नाही. त्या गौळणीची धुंदावणारी चाल, पारंपरिक स्वरसाज... सारेच काही औरच!

श्रीरंग सारंगधरा, लाजुनी धरिते करा,
चला नेते माझ्या मंदिरा
हो उडवा रंग, रंग, रंग
तुम्ही माझ्या महाली चला ना
थाट विलासी केला भला ना
गुलाबाच्या फुलांचा झेला,
जागोजागी मी खोविला पहिला
तुम्हा पचला, तर मग उचला
नचला नंगऽ नंगऽ नंग, उडवा रंगऽ रंगऽ रंग....

त्या निस्संग, ढंगदार रात्रीचे वर्णन करता-करता बापूराव राधा-कृष्णाचा शृंगार 'मग आनंद मारील चिपळ्या, करील दंगऽ दंगऽ दंग...' अशा बेहोशीच्या उंचच उंच झुल्यावर नेऊन ठेवतात.

या गवळणींच्या सोबत आम्ही अनेक वर्षे मथुरेच्या वाटेवरून चालून गेलो आहोत. वाटेतल्या पारंब्यांशी आम्ही अनेकदा झोके घेतले आहेत. कृष्णासवे त्या कल्पनेच्या सरोवरातून पोहलो आहोत. जत्रेच्या शेवटच्या दिवशी या परंपरागत तमासगिरांना माझे वडील आमच्या नेर्ल्याच्या वाड्यात मुद्दाम निरोपाचे शेलकेभोजन ठेवत असत. तेव्हा छोटेखान, ईश्वरा रेठरेकर, बाबू कुपवाडकर, आदमसाहेब इस्लामपूरकर, नायकू कामेरीकर, नांद्रेकर अशा नामचंद तमासगिरांना जवळून पाहण्याचे भाग्य मला लाभले. या साऱ्याचा अर्थ, माझा चिमुकला गाव फक्त नेहमी रंगाढंगांत गढून गेला होता, असे नव्हे. उलट, स्वातंत्र्याचे आंदोलन, संयुक्त महाराष्ट्राच्या प्राप्तीसाठी मोरारजी आणि नेहरूंच्या धोरणांविरुद्ध दिलेले लढे आणि शेतकरी-कामगार पक्षामार्फत झालेली डाव्या चळवळीची आंदोलने – या साऱ्या संघर्षात माझा गाव आणि माझे वडील महीपतराव पाटील हे नेहमी आघाडीवर राहिले. मात्र माझ्या मातीने परंपरागत कलेचे जतन करण्यासाठी जी तळमळ आणि कळकळ दाखविली, तिचा मला सातत्याने अभिमान वाटत आला आहे.

आजच्या पिढीची लावणीवाली सुरेखा पुणेकर

दोन वर्षांमागे मी थेट आळंदीहून एका प्रसिद्ध कीर्तनकार महाराजांना आमच्या गावी बोलविले होते. दारात मंडप घालून मोठी व्यवस्था ठेवली होती. मात्र त्या कीर्तनास घरातल्या मंडळींसह मोजून बावीस माणसांनी हजेरी लावली होती. तोच जनामनावरचा तमाशाचा पगडा मात्र खूप प्रचंड आहे. वडिलांच्या स्मृतिप्रीत्यर्थ चालू वर्षी आम्ही मंगला बनसोडे यांच्या मोठ्या तमाशाचा मोफत कार्यक्रम गावी ठेवला होता. त्यासाठी मात्र शाहूवाडी आणि शिराळा तालुक्यातून ट्रक, ट्रॅक्टर भरून झुंडीने लोक जमा झाले होते. आमच्या गावामागच्या डोंगरउताराचे रूपांतर नैसर्गिकरीत्याच ग्रीकांच्या प्रेक्षागृहात झाले होते. त्या प्रयोगास तीस हजारांहून अधिक रसिक प्रेक्षकांनी हजेरी लावली होती.

'जसे काताशिवाय पान रंगत नाही; तसे महाराष्ट्रात लावणीशिवाय राजकारण रंगत नाही', ही वस्तुस्थितीतच आहे. पश्चिम महाराष्ट्रात जत्रेत देव-देव करायला घुंगरांची सोबत लागते. मराठवाड्यात काल-परवापर्यंत लग्नसमारंभातही संगीतबाऱ्या नाचविल्या जात. विदर्भातील 'खडी गंमत' प्रसिद्धच आहे. खानदेशी तमाशाची तर वेगळीच लज्जत. नेतेमंडळी तरुण असतात, झेडपी लेव्हलला असतात; तेव्हा तमाशाच्या बारीत दौलतजाद्यांबरोबर आश्वासनांचीही खैरात होते. आम्ही आमदार झालो, डोक्यावर लाल दिवा आला की, तुम्हा गरीब कलावंतांसाठी 'यांव करूऽ त्यांव करूऽऽ' अशी खूप बोलाचाल होते. मात्र तीच मंडळी मुंबईसारख्या महानगरात येऊन पोहोचतात, जेव्हा नवे अतेपते माहीत होतात अन् कधी काळी तालुक्याच्या बाजारात चोरून भेटणाऱ्या व गाठीची शेव हळूच देणाऱ्या बालमैत्रिणीचा मनुष्याला पुढे जसा विसर पडतो; त्याचप्रमाणे 'फॅशनचे कॅटवॉक', 'मिस इंडिया', फिल्मी सोहळे अशी मनोरंजनाची साधने एकदा हाताशी आली की, फडातल्या दर्दभऱ्या भैरवीची याद राहत नाही. ग. दि. माडगूळकरांनी उगाच नाही लिहून ठेवलेले...

'बसताच उद्या मंचकी, विसराल जुन्या ओळखा
महालात चिकाचे पडदे, भोवती शिपाई प्यादे
लाविला तुरा फेट्याशी, तुम्ही युवराज, मी हो दासी!'

काही वर्षांपूर्वी सांस्कृतिकमंत्री प्रमोद नवलकर यांनी पंढरपूरच्या रुक्मिणी मंदिराजवळ पारंपरिक लावण्यांची मैफल ऐकली. त्या श्रवणाने नवलकर इतके मोहित झाले की, त्यांनी पंढरपुरात शासनामार्फत 'लावण्यांची शाळा' काढायचे आश्वासन ज्ञानोबा उत्पात यांना देऊन टाकले. आज नवलकरही नाहीत आणि ज्ञानोबा उत्पातही जग सोडून गेलेत. कल्पनेतली 'लावण्यगीतांची शाळा'

कागदावरच राहिली. पारंपरिक लावण्या-तमाशे जाणणाऱ्या कांताबाई सातारकर, साहेबराव नांदवळकर, यमुनाबाई वाईकर अशी अगदीच मोजकी मंडळी आता उरली आहेत. मधुकर नेराळे, प्रा. गणेश चंदनशिवे, प्रकाश खांडगे अशा ज्ञानी माणसांची मदत घेऊन हे पारंपरिक संचित त्वरेने जतन करणे गरजेचे आहे. विशेषत: महाराष्ट्रातील दलित-पददलित वर्गातील शाहिरांनी आणि तमासगिरांनी उन्हाच्या रखरखाटात व उघड्या झोंबत्या वाऱ्यातही पोटाला चिमटे देत झाडाखाली तमाशांचे खेळ केले. मथुरेचा बाजार सजविला. रसिकतेचा कृष्ण नाचविला. त्याचे संवर्धनही होणे गरजेचे आहे. ढंगदार पारंपरिक तमाशाचा पगडा अनेक पिढ्यांवर होता. सोंगाड्यांप्रमाणेच 'नृत्यनिपुण राधा पेश करणाऱ्या कलावती' हाही स्वतंत्र लेखाचा विषय ठरेल. मंत्रालयात आम्ही एकदा बसलो होतो, तेव्हा वार्धक्याकडे झुकलेल्या विठाबाई नारायणगावकर तेथे येऊन पोहोचल्या. महाराष्ट्राला एकेकाळी वेड लावणाऱ्या विठाबाईच्या लोकप्रियतेचे नेमक्या शब्दांत सचिवांकडे वर्णन करताना वात्रटिकाकार रामदास फुटाणे बोलले, "साहेब, ही आमच्या जवानीतली माधुरी दीक्षित बरे!" आता ते थोर कलावंत राहिले नाहीत आणि त्यांचे मोल जाणणारे जुने-जाणते रसिकही उरले नाहीत. लावणीमधील नेमकी रागदारी, बेहोश करणारी अदाकारी आणि कटाव, झील व वगातली बहारी जाणणारी अनेक म्हातारी झाडेही नाहीशी झाली. आमचे पिताश्रीही त्यांतलेच एक. 'विच्छा माझी पुरी करा' यासारख्या मैलाचा दगड घडविणाऱ्या वसंत सबनीसांच्या वडिलांचा किस्साही मोठा गमतीदार आहे. सबनीस आणि दादा कोंडके यांनी त्यांना मुद्दाम 'विच्छा'चा प्रयोग पाहावयास पाचारण केले होते. प्रयोगानंतर वसंतरावांना शाबासकी देत त्यांचे पिताश्री इतकेच बोलले, "वा! वसंता, आतासा कुठे तुला चार आणे तमाशा कळू लागला तर!"

ज्या सांगलीमध्ये आधुनिक मराठी नाटकाचा जन्म झाला, त्याच सांगली जिल्ह्याच्या तासगाव तालुक्यात आधुनिक मराठी तमाशाचाही जन्म झाला. एकोणिसाव्या शतकात सावळजच्या उमाबाबूने प्रथम 'बटाऊ-मोहना'चा वग लिहिला. पुढे पठ्ठे बापूराव कुलकर्णी, रेठरेकर, भाऊ फक्कडपासून अनेक गुणवंत तमासगिरांना याच मातीने जन्म दिला आहे. तरुण अभ्यासक प्रा. संपतराव पार्लेकर यांनी सांगली भागातील या कृष्णाकाठच्या लोकगंधर्वांचे अलीकडे खूप सखोल व उत्तम संशोधन केले आहे. काळू-बाळू आपल्या ऐन उमेदीच्या वर्षात जेव्हा 'राजा हरिश्चंद्र'चा वग सादर करीत किंवा नांद्रेकरांचा 'इष्क पाखरू', विठाबाईंची 'मुंबईची केळीवाली', कांताबाईंची ऐतिहासिक 'पाच तोफांची सलामी' सादर होई; त्याचा बाज, पेशकश आणि ऊर्जा ही मराठी

नाटकांच्याच तोडीचीच आहे. आज ही वगनाट्ये कालौघात नामशेष होऊ लागली आहेत. रागदारीत बांधलेल्या अस्सल, घरंदाज लावण्यांची जागा छछोर, बाजारू पिकाने घेतली आहे. रंगबाजीही वात्रट विनोदाने बेचवीची बनविली आहे. मात्र, अनेक गावांतून झाडाखालच्या तमाशात अजूनही मथुरेच्या बाजारातील ती पुराणी गंमत टिकून आहे.

जून महिन्यात भारत सरकारने भारतातील पाच लेखकांचे शिष्टमंडळ चीनच्या भेटीवर पाठविले होते. त्यात माझाही समावेश होता. बीजिंगमध्ये जगप्रसिद्ध 'बीजिंग ऑपेरा' पाहण्याचा योग आला. तेथे गौरकांतीच्या, आरसपानी सौंदर्याच्या एकाहून एक पऱ्याच जणू आभाळातून खाली उतरताना दिसत होत्या. त्यामध्ये नग्नतेचा, बाजारूपणाचा भडक भाग अधिक होता. आजकाल करमणुकीलाच आपण सर्वांनी खुल्या उद्योगाचा दर्जा (एंटरटेन्मेंट इंडस्ट्री) दिला आहे. वस्त्रे फाडून का होईना; पण टीआरपी वाढलाच पाहिजे, हा आजचा धर्म आहे. त्या बीजिंगच्या झुल्यावरच्या उघड्यावाघड्या ललना पाहताना माझे मन तिथे रमत नव्हते. तेव्हा टोपपदरी अंगभर साडीतील फाकडी, मराठमोळी छबेली माझ्या डोळ्यांसमोर उभी राहत होती. केवळ डोळ्यांतील बोलक्या बाहुल्यांचे तिरपे इशारे, नाकातील लांबट नथीचा आकडा हळूच कराने बाजूला सारत तिच्या

पातळ ओठांतून बाहेर पडणारे बापूरावांचे मधाळ शब्द... फक्त शब्द आणि सुरावटीतील त्या गरम ज्वाळा शृंगाराच्या मळ्यात उनाड मनाला खेचून नेत होत्या –

तुमचा माझा पहिला लिखा।
आहे शास्त्रामध्ये शिका
आज महाली लाजू नका।
मनी वाटेल तेवढे झुका
धरा ओढुनी लगाम पक्का।
अगदी तंगऽ तंगऽ तंगऽऽ
हो... उडवा रंग, रंग, रंग....

त्या वर्षी गावची जत्रा संपली. दोनच दिवसांत माझे वडील स्वप्नात आले. मोठ्या कौतुकाने बक्कळ आशीर्वाद देत बोलले, "चिरंजीव, विठाबाईच्या मंगलाचा बडा तमाशा आपल्या छोट्या गावात आणून आपण मोठा मेळ घातलात. आपल्या कुळाचं आणि नेर्ले गावाचं नाव रोशन केलंत... लय बेस वाटलं! पण तीन वर्सांमाग हा चटका केला असतात, तर जोतिबाच्या संगे आम्हालाबी या लोककलेचा लाभ घेता आला असता. मात्र घुंगुरसेवेची ही वहिवाट पुढच्याही पिढ्यांत चालू राहावी, याची चोख व्यवस्था लावा."

मी माझ्या परीने आणि मित्रांच्या सोबतीने या कलेच्या संवर्धनाबाबत प्रयत्न चालवलेच आहेत. आज माझ्या गावच्या जत्रेतला डोंगरउतारावरचा फुललेला तो रसिकांचा सागर, तमाशाच्या बोर्डावर रंगलेली ती मथुरेची वाट आणि आभाळाची कडा चढत जाणारा तो हसरा, प्रसन्न चंद्र डोळ्यांपुढून हलता हलत नाही. चंद्राच्या सोबतीने प्रवास करणाऱ्या त्या चांदण्यांच्या जागी मला पठ्ठे बापूरावांपासून ते कालच्या गणपत व्ही. माने-चिंचणीकरांपर्यंतच्या तमासगिरांचे भावव्याकूळ चेहरे दिसतात. मराठी शब्द, सूर आणि संगीताच्या वेडापायी स्वहस्ते त्यांनी पेटवून दिलेले त्यांचे संसार दिसतात अन् माझे मन हेलावून जाते.

जसा पंजाबी लोकांचा भांगडा; गुजराथी मंडळींचा गरबा तशीच ढंगदार लावणी आणि अस्सल पारंपरिक तमाशा हा मराठी माणसाचा मानबिंदू आहे. या परंपरागत कलेची कोणाला लाज वाटता कामा नये; उलट या सांस्कृतिक संचिताची लाज राखण्यासाठी धाडसाने दोन पावले पुढे येणे गरजेचे आहे.

।१३।

'झाडाझडती'चे डोहाळे

वरसगाव धरणाच्या जलाशयाच्या पल्याडचा एक गाव. सह्याद्रीच्या पर्वतराजींतील धनगरांची ती वस्ती. एक म्हातारा धरणग्रस्त सकाळच्या उन्हाची तिरीप अंगावर घेत बसलेला. बाभळीच्या खोडासारखे त्याचे रापलेले उघडे अंग... त्याच्या काळ्याशार, खडबडीत पाठीवर नखांनी ओरबाडल्यासारख्या अनेक खुणा. गावच्या तलाठ्याने सांगितले, "तो बघा कुशाबा धनगर. हाच बरं वाघाशी कुस्ती धरणारा वाघ. तेव्हा त्याच्या अंगावर घोंगडीची खोळ होती, तरी वाघाने कसा फाडून सोलून काढलाय बघा त्याला –" कुशाबाच्या त्या करणीपेक्षा उघड्या रानात त्याने वाघाशी कुस्ती धरायचे कारण जेव्हा मला समजले, तेव्हा मी चक्रावलो. लेकीच्या लग्नासाठी हुंड्याचे पैसे जमा करताना तो नाडला होता. ऐनवेळी नातलगांनी हात झटकले. तो सैरभैर. पुण्याच्या बाजारात वाघाचे कातडे तीस हजार रुपयांना चोरून विकत घेतले जाते, हे त्याला समजले अन् मग सैरभैर झालेल्या त्या मानवरूपी जनावरानेच अक्षरशः वाघ फाडला होता. 'झाडाझडती' कादंबरीत हा प्रसंग तीस-चाळीस पानांत मी चितारला आहे.

वाटसरूने वाटेत सहज फेकलेली कोय रुजावी, नकळत त्याचा आम्रवृक्ष व्हावा – तशीच शासकीय नोकरीच्या काळात मला न सांगता 'झाडाझडती' विस्तारत गेली. धरणासारख्या प्रकल्पामुळे उखडलेली गावे, मोडलेले संसार आणि 'पुढा तिकडे मुलूख थोडा' म्हणत वनवासी झालेली माणसे

माण, डिंभे, चासकमान, उजनी, कोयना आणि वारणेच्या परिसरात भेटली होती. आसामी भाषेतील ज्येष्ठ साहित्यिक पंकज ठाकूर यांनी स्वत:च या कादंबरीचे आसामीत भाषांतर केले आहे. गेल्याच वर्षी गुवाहाटीमधील स्टेट म्युझियमच्या बड्या सभागृहात साहित्य अकादमीने प्रकाशन समारंभ आयोजित केला होता. कादंबरीचे प्रकाशन थोर लेखिका इंदिरा गोस्वामी यांच्या हस्ते झाले. प्रकाशनापूर्वीच कादंबरीतील काही प्रकरणे आसामी वृत्तपत्रांतून मोठ्या प्रमाणावर प्रसिद्ध झाली होती. सध्या आसाममध्ये 'सोबनगिरी' नावाच्या नदीवर एका मोठ्या धरणाचे बांधकाम सुरू आहे. तिथेही धरणग्रस्तांच्या अनेक प्रश्नांचा गुंतवळा नेहमीसारखा अनिर्णितच आहे. त्यासाठीचा संघर्ष आजही सुरू आहे. 'झाडाझडती'ची गोष्ट ही लोकांना आपल्याच लढ्याची कहाणी वाटली. त्यामुळे कार्यक्रमाला तुडुंब गर्दी होती. इंदिरा गोस्वामींनी 'सामाजिक भान जागविणारी एक श्रेष्ठ कलाकृती' म्हणून कादंबरीचा गौरव केला. कार्यक्रमानंतर बाईंनी विचारले, "कुठे भेटली रे तुला ही अशी अस्सल आणि कणखर माणसे? मी सामाजिक आंदोलनांत खेड्यापाड्यांतून फिरताना या सर्वांचे अनेक तोंडवळे आणि रूपे पाहिली आहेत. जेव्हा मी महाराष्ट्रात येईन, तेव्हा आपण मुद्दाम त्या धरणांच्या पुनर्वसन वस्त्यांच्या परिसरातून फिरून येऊ. मला खूप आवडेल ते." आसाममध्ये कादंबरी चांगलीच जनप्रिय ठरली आहे. अगदी 'सेंटीनल'सारख्या मोठ्या इंग्रजी वृत्तपत्रानेही तिची कव्हरस्टोरी बनविली आहे.

पुणे जिल्ह्यातील धरणग्रस्तांचा कणा डॉ. बाबा आढाव

तेव्हा मी पुण्याला जिल्हा पुनर्वसन अधिकारी या नात्याने काम पाहत होतो. जिल्ह्यातील वीस-एकवीस छोट्या-मोठ्या प्रकल्पांमुळे गांजलेली माणसे... त्यांच्या नित्याच्या भेटी... चासकमानसाठी बाबा आढावांनी दिलेला लढा... एकीकडे डिंभे धरणाचे पुनर्वसन नगर जिल्ह्याच्या पारनेर तालुक्यात सुरू होते. उजनीचा प्रचंड जलाशय साठलेला; मात्र लाभक्षेत्राच्या लाभापासून बरेच उजनीकर

ज्येष्ठ लेखिका इंदिरा गोस्वामी यांच्यासोबत लेखक

वंचित होते. एरवी सह्याद्रीच्या मुसळधार पावसाशी आणि वाऱ्यावादळाशी दोन हात करणारी ही बलदंड माणसे – सरकारी कार्यालयातून हेलपाटे मारताना मात्र ती मोडून गेल्यासारखी दिसत. त्यांचे अर्ज आणि त्याहीपेक्षा त्यांचे तक्रार अर्ज, त्यांतील शब्द मी मुद्दाम बाजूला लिहून ठेवत असे. कारण माझ्या मते साधा, सरळ अर्ज नव्हे; तर 'तक्रार अर्ज' हे खरे वाङ्मय असते. तक्रारीचा अर्ज हा बहुधा खूप मेहनतीने आणि खुबीने लिहिलेला असतो.

त्या दिवसांत प्रथम धरणाच्या बुडीत क्षेत्राचेच सर्वेक्षण मोठ्या गतीने केले जाई. धरणग्रस्तांना ज्या लाभक्षेत्रात घेऊन जायचे, त्याचे सर्वेक्षण मात्र बाजूला ठेवले जायचे. एकदा बुडितांचे सर्वेक्षण होऊन अधिकारी, स्थानिक पुढारी आणि कंत्राटदार यांचे सूत जमले की, ते आपल्या कामात मश्गुल. मग पुनर्वसनाचे भूत डोक्यावर घ्यावयाची कोणाची तयारी नसे. घाईने घळभरणी करून, नदीकाठची गावे उठवून त्यांना अर्ध्या वाटेवरच सोडले जायचे. देखाव्यासाठी काही तुटपुंजी घरे बांधली जायची. इंदापूरजवळील एका धरणग्रस्ताचे असेच एकदा तक्रारीचे पत्र आले, 'आपण गावठाण दिलेत; पण स्मशान मिळाले नाही. नव्या गावातील लोक आमची प्रेते त्यांच्या स्मशानभूमीत जाळू देत नाहीत. नाइलाजाने आम्हाला आमची प्रेते रस्त्याशेजारी जाळावी लागतात. छोटी मुले खूप घाबरतात.' पुणे जिल्हा परिषदेचे कार्यकारी अभियंता श्री. फरांदे यांच्यासह मी जागेला तत्काळ भेट दिली. तक्रारीपेक्षाही वास्तव भयंकर होते. तातडीनेच काही दिवसांच्या आत

आम्ही तिथल्या स्मशानभूमीचा प्रश्न मार्गी लावला.

गावचे दलित समाजाचे शिक्षक खैरमोडेगुरुजी. ते माझ्या कादंबरीचे एक नायक. खैराचे झाड चिवट अन् न तुटणारे; म्हणूनच मी ते नाव योजले. सातारा जिल्ह्यात जिल्हाधिकारी सुरेश चंद्र यांनी माण तालुक्यातील आंधळी धरणाचे काम सुरू केले. तिथे नदीकाठी पेरूच्या आणि केळीच्या बागा. तिथे कॉम्रेड वर्धमान निकम म्हणून धरणग्रस्तांचे एक स्थानिक नेते होते. त्यांचा अधिकाऱ्यांवर दरारा आणि धरणग्रस्तांमध्ये त्यांच्याबद्दल कमालीचा आदर. प्रकल्पाचे काम सुरू करायच्या आदल्या रात्री दहिवडीच्या बाजाराला आलेल्या गावकऱ्यांना गजाआड टाकले गेले.दुसऱ्या दिवशी सकाळी पेरू आणि केळीच्या त्या बागांना पिसाळलेल्या हत्तींसारखे बुलडोझर उद्ध्वस्त करीत सुटले होते. मी जिल्हाधिकाऱ्यांसोबत एक अधिकारी म्हणून उभा होतो; मात्र आपली पिके आणि घरे उद्ध्वस्त होताना गुरांसारखे ओरडणारे, हंबरणारे गलितगात्र शेतकरी मी पाहत होतो. त्या रात्री दहिवडीच्या रेस्ट हाउसवर मी सरांकडे आग्रह धरला – लोकांना अजून संधी देऊ. तेव्हा सरांच्या मते "आपणही हुकुमाचे ताबेदार आहोत." पण माझ्या मनाला ते काही पटत नव्हते, कारण अशाच शेता-बांधाला माझी नाळ जोडलेली होती. त्यामुळे त्या आकांत करणाऱ्या स्त्रिया-पोरांत मला माझी आई, माझ्या अशिक्षित चुलत्या, सारे गणगोत दिसत होते. तिथेच

आसामी 'झाडाझडतीचे' मुखपृष्ठ

बुलडोझरला आडवी जाणारी कादंबरीतील हैबतीची आई आवडाई मला भेटली. म्हैबतीचा मळा, संसार, गाई-गोठा हे सारे आकाराला आले; आंधळी धरणाच्या परिसरातच!

प्रकल्पग्रस्तांच्या प्रश्नांवर जागे होणारे महाराष्ट्र हे देशातील पहिले राज्य. मावळखोऱ्यात टाटांच्या प्रकल्पाविरोधात लढा देणाऱ्या सेनापती बापटांनीच या मातीला हे बाळकडू प्रथम पाजले आहे. (सेनापतींच्या लढ्यावर बबन मिंडे या आजच्या कादंबरीकाराने 'सत्याग्रह' नावाची चांगली कादंबरी लिहिली आहे.) कॉलेजात असताना मी वारणा आणि कोयना धरणग्रस्तांसाठी झुंजणारे कॉम्रेड नाना शेटे, कॉम्रेड संतराम पाटील आणि डॉ. भारत पाटणकरांसारखे सच्चे नेते जवळून पाहिले होते – जे प्रकल्पग्रस्तांच्या प्रश्नांची आणि सरकारी अधिकाऱ्यांची आग्यामोहळासारखी पाठ धरत असत.

पुढे भेटले प्राध्यापक तु. म. सरडे – ज्यांनी उजनीच्या प्रचंड जलाशयातील कुडचाभर तरी वाटा गरीब धरणग्रस्तांच्या वाट्याला यावा, यासाठी जन्मभर झुंज दिली. एकदा पंढरपुरात विलास पाटील या अधिकारीमित्राच्या साखरपुड्याचा सोहळा सुरू होता. त्यासाठी माझे व सरडेसरांचे कुटुंबीय तिथे जमले होते. तो समारंभ सोडून आम्ही दोघे बाहेरच्या झाडाखाली उभे होतो. चर्चेचा विषय होता – 'धरण आणि मरण!' तेव्हा पंढरपुरापासून काही मैलांच्या अंतरावर

'झाडाझडतीच्या' आसामी आवृत्तीचे गुवाहाटी येथे प्रकाशन करताना ज्येष्ठ लेखिका इंदिरा गोस्वामी सोबत पंकज ठाकुर, विश्वास पाटील आणि बंगाली कवी रामकुमार

पेहे नावाच्या गाव-ठाणात घडलेला एक प्रसंग सरडेसरांनी सांगितला. उजनी धरणग्रस्तांचा विशीतला एक कोवळा पोर. लाभक्षेत्रातल्या बागायतदार लांडग्यांनी त्याचा शेळीच्या कोकरासारखा कसा पाठलाग केला अन् उजनीच्या कॅनॉलच्या पाण्यातच त्याला दगडाने टिपून त्याचा दिवसा-ढवळ्या कसा निर्घृण खून केला, हे सांगितले. ते ऐकून मी तिथूनच सरडेंना घेऊन त्या गावठाणात गेलो. जिथे हैबतीचा करुण मृत्यू घडला, ते काटेरी रान पाहिले. पुढे हैबतीचे मारेकरी पुराव्याअभावी निर्दोष सुटले; पण मी त्या उमद्या हैबतीला कादंबरीचा नायक म्हणून माझ्या शब्दमळ्यात ठेवून घेतले. आजही हा हैबती कचेऱ्यांच्या दारोदार भटकणाऱ्या धरणग्रस्तांच्या तरुण पोरांचे प्रेरणास्थान बनला आहे.

उजनी धरणग्रस्तांसाठी आयुष्यभर झुंजणारे प्रा. तु. मा. सरडे

माझ्या परिविक्षाधीन काळात मी खामतकरसाहेबांसोबत एका अपिलाच्या कामी मंत्रालयात गेलो होतो. तेव्हा मंत्री भाई सावंत यांच्यासमोर अपील चालले होते. समोर बसलेल्या खेड्यातल्या सावंत नावाच्याच एका सामान्य दलित शिक्षकाने भाई सावंतांना आवाज दिला – "गेली वीस वर्षं खूप सोसलं, भोगलं. माझ्या गरीब महारवाड्याला आता न्याय न द्याल, तर असा उठेन – चार लिटर रॉकेल आणून मंत्रालयावर ओतेन. आग लावून बोंब ठोकेन!" एका सामान्य दलित

वारणा-कोयना धरणग्रस्तांचे नेते डॉ. भारत पाटणकर

एक धरणग्रस्त!

शिक्षकाच्या अंगात कोठून आले हे अवसान? मी गुरुजींच्या मुळाचा शोध घेतला.

...दर वर्षी कृष्णेच्या महापुरात त्यांचा कराडजवळील वस्ती बुडून जायची. सारी दलित वस्ती पाण्यातून उठून उंचवट्यावर जाऊन एका टेकाडावर काही आठवडे पावसात सांदळायची; मात्र गावातले टगे यांच्यासाठी भूसंपादन होऊ देत नव्हते. पुढे कराडच्या कचेरीबाहेर याच गुरुजींना जीवे मारण्याचा प्रयत्न झाल्याचेही मी वृत्तपत्रात वाचले.

गोविंद तळवलकरांच्या सांगण्यावरून मी कॉम्रेड दत्ता देशमुख यांचीही भेट घेतली. फार पूर्वी प्रवरा परिसरात देशमुखांनीही धरणग्रस्तांसाठी जिवाचे रान केले होते. मिडामध्ये पुनर्वसनावर मेधा पाटकर आणि बाबा आढावांची भाषणे ऐकली होती. मी रेखाटलेल्या खैरमोडेगुरुजींमध्ये प्राध्यापक सरडे, सावंतगुरुजी, सेनापती बापट, मेधा पाटकर अशा अनेक लढवय्या नेत्या-कार्यकर्त्यांचे अंश आहेत. कादंबरीतील बहुतांशी सर्व घटना, प्रसंग आणि व्यक्तींच्या बुडाशी सत्याची संततधार आहे.

धरणग्रस्तांवर ढगफुटीसारखी कोसळणारी दु:खे पाहत होतो, अनुभवत होतो. आपल्या परीने त्यांना मदत करता-करता टिपकागदासारखी मन:पटलावर ती साठवत होतो. त्यांच्या दु:ख-वेदनेच्या धारा मुसळधार पावसासारख्या प्रचंड होत्या. मी फक्त त्यांच्या दु:खांना शब्दांची सोबत दिली. ते गळणारे आभाळ माझ्या पशामध्ये घेऊन जेवढे साठविता आले, तेच 'झाडाझडती'मध्ये मांडले.

शेवटी धरण प्रकल्प आणि इतर योजनांही माणसांच्या भल्यासाठी असतात. माणसे आणि गावे उठल्यावर त्यांचे पुरेपूर पुनर्वसन करणे, हे देवालाही जमणार नाही. मात्र अन्न, वस्त्र, नोकरी या त्यांच्या कमीत कमी गरजा भागवायलाच हव्यात. प्रकल्पग्रस्तांची पूर्वापार मिळकत लुबाडून, त्यांच्या कुटुंबकबिल्यांची जुलमाने स्मशाने बनवून कोणालाही प्रगतीचे मळे फुलविता येणार नाहीत. शेतीवाडी उद्ध्वस्त करणाऱ्या बुलडोझरशी टक्कर घेण्यासाठी गरीब प्रकल्पग्रस्त जेव्हा पुढे धावतात; तेव्हा त्यांच्या पोटात वेदनेचा कोणता ज्वालामुखी

उफाळतोय, हे राज्यकर्त्यांनी समजून घ्यायला हवे. जेव्हा कै. यशवंतराव चव्हाण आंबेगाव तालुक्यातील एका धरणाच्या पायाभरणी समारंभासाठी गेले होते, तेव्हा चव्हाणसाहेबांचे ओवाळणीचे पूजेचे ताट एका सामान्य शेतकरी महिलेने आपल्या पायाच्या टेपेने आभाळात उडवून दिले होते. पण धीरगंभीर चव्हाणसाहेबांनी तो आपला अपमान मानला नाही. सत्ता असूनही त्यांनी लाठीमार वा गोळीबाराचे आदेश दिले नाहीत; उलट त्या महिलेच्या वेदनेचा झंकार त्या कविमनाच्या राज्यकर्त्याला जाणवला. त्यांनी महाराष्ट्र सरकारला पुनर्वसनाचा कायदा तत्काळ करायला भाग पाडले. त्यातून १९७६चा पुनर्वसनाचा कायदा अस्तित्वात आला. संपूर्ण देशात असा कायदा करणारे महाराष्ट्र हे प्रथम राज्य आहे. 'तुम्ही गरिबांच्या दुःखावर दवा दिलात, तर ते तुम्हाला सात जन्म पुरेल इतका दुवा देतील', हे जाणणारे चव्हाणसाहेब हे सुसंस्कृत राज्यकर्ते होते. आता अशा गोष्टी आणि अशी माणसे इतिहासजमा झाली आहेत.

बांधावर उभे राहून पाहिलेली शेती आणि गुडघ्याइतक्या चिखलात काम करून अनुभवलेली शेती यामध्ये खूप अंतर असते. मी त्या दोन-अडीच वर्षांच्या काळात धरणग्रस्तांशी एकरूप झालो होतो. त्यांच्यासोबत नदीत केलेली मासेमारी, मावळातील भटकंती, तिथे धरणाच्या जलाशयाच्या पाठीमागे कायद्याच्या अडचणीमुळे जंगलाच्या कचाट्यात अडकलेली गावे, प्रेते वाहून नेतानाची त्यांची होणारी दमछाक प्रत्यक्ष पाहिली होती. नोकरी न मिळालेले

गाव पाण्यात गेल्यानंतर डोंगरात आश्रय घेऊन
राहणारे कोयना धरणग्रस्त

कोयनेच्या डोंगरात राहणारे एक धरणग्रस्त कुटुंब

बेरोजगार तरुण, मिळाली तर त्यांची दोनशे चाळीस दिवसांपेक्षा अधिक दिवस हजेरी भरल्याने ते पर्मनंट होतील, या भीतीपोटी मस्टरच लपविणारे नाठाळ कर्मचारी-अधिकारी... हे हुंदके, हे उसासे आणि दुःखभरे उमाळे शब्दबद्ध कसे करावेत, हा माझ्यापुढे जटिल प्रश्न होता. आरंभी 'धरणावरच्या कथा' अशा शीर्षकाचा सुट्या कथांचा संग्रह लिहावा की काय, असे वाटले. मात्र विषयाची ताकद पिस्तुलातून पुंगळ्यांचे बार सोडावेत; अशी नव्हती. या विषयाच्या पोटात तोफगोळ्यांची अस्सल शक्ती होती. त्यामुळे त्या तशाच ज्वालाग्राही रूपात धडाडल्या पाहिजेत. त्या चिंतनातूनच कादंबरीचे, मुलूख-मैदान तोफेचे रसायन जन्माला आले.

कात्रजच्या जुन्या घाटातून १९८६मध्ये कुटुंबकबिला घेऊन पुण्यात येत होतो, तेव्हा डोक्यात 'पानिपत'चे रणांगण पेटले होते. आता तोच कात्रजचा घाट ओलांडून दोन वर्षांनी सांगलीकडे प्रांताधिकारी म्हणून जाताना 'झाडाझडती'चे गच्च आभाळ मस्तकात थैमान घालत होते. मनाच्या त्या भारल्या अवस्थेत लेखनासाठी फारशी यातायात करावी लागली नाही. भारलेल्या रानाने वाटसरूला फिरवून आणावे, तशी शब्दांनीच त्या अनुभवांची फेरप्रदक्षिणा घडविली. कादंबरी दोन वेळा लिहून काढली. शंकर सारडा, म. द. हातकणंगलेकर, दिनकर गांगल

या मित्रांनी उपयुक्त सूचना दिल्या. प्रा. केशव मेश्रामांनी 'तू काय लिहून गेला आहेस, याची प्रचिती तुला पंचवीस वर्षांनंतर येईल', अशा शब्दांत पाठ थोपटली.

हस्तलिखिताच्या दोन मोठ्या फायली राजहंस प्रकाशनाकडे सुपूर्त केल्या. 'पानिपत'च्या यशानंतर मी एखादी ऐतिहासिक कादंबरीच लिहावी, अशा आठ-दहा मोठ्या ऑफर बाहेरून आल्या होत्या. या पार्श्वभूमीवर मी नवे काय लिहितो आहे, याकडे दिलीप माजगावकर लक्ष ठेवून होते. त्यांनी हस्तलिखित-वाचनानंतर 'पाटीलबुवा, साहित्य अकादमीसह अनेक पारितोषिके तुमचीच', असे आपल्या हसऱ्या शैलीत भाकीतच व्यक्त केले. कोल्हापुरात महालक्ष्मी मंदिराजवळ एका हॉलमध्ये प्रकाशन समारंभ योजला होता. त्यासाठी रणजित देसाई येणार होते. रणजितदादा तेव्हा थकले होते. अनेकदा आजारीच असायचे. हॉलला जाण्यासाठी बऱ्यापैकी खडा जिना होता. त्यामुळे दादा प्रवेशद्वारातच मोटारीने येऊन प्रकाशन पार पाडतील, असा अनिल मेहतांनी निरोप दिला होता. तसाच आम्ही सर्वांनी सोईचा मार्ग काढला होता. कादंबरी वाचून आलेले दादा मोटारीतून उतरले अन् एक-दोघांचा हात धरून सरळ जिना चढू लागले, तेव्हा मी त्यांना रोखले. दादा हसून बोलले, ''चल रे, एवढं काय होतंय त्याच्यात! या नव्या कादंबरीत तू खूप वरची शिडी चढला आहेस. तुला आशीर्वाद देण्यासाठी चार पायऱ्या चढून वर येण्याचा मी त्रास घेतला, तर असे काय बिघडणार आहे?''

नर्मदा धरणग्रस्तांच्या झुंजार नेत्या मेधा पाटकर

'झाडाझडती' हातावेगळी करून वीस वर्षे लोटली आहेत. कादंबरीची खूप चर्चा झाली. तरी धरणग्रस्तांच्या वेदना कमी झाल्या आहेत, असे नव्हे. मी पुण्यात काम करीत असताना कार्यालयात पूर्वीच्या एका राष्ट्रीय नेत्याचे एक

उद्याची आशा डोळ्यांत साठवून ठेवणाऱ्या
धरणग्रस्तांची ही एक प्रतिनिधी!

नातेवाईक मला अनेकदा भेटत. आले की, राष्ट्रीय चळवळी आणि सामाजिक न्यायाबाबत खूप बोलत. दुष्काळी दौंड तालुक्याचे माळरान धरणाच्या पाण्याखाली येणार, हे त्यांना साहजिकच आधी समजलेले. त्यांनी तेव्हा कवडीच्या मोलाने शंभर एकरभर जमीन घेतलेली, जिचे मोल आज अपार आहे. परंतु त्या जमिनीतील दोन एकरांचा एक नापीक तुकडा कायद्याने धरणग्रस्तांच्या वाट्याला गेला होता. ती नापीक जमीन अविश्रांत परिश्रमाने धरणग्रस्तांनी विहितीखाली आणली होती. पंचवीस वर्षांनंतर आता तीच जमीन त्या मोठ्या नेत्याचे मोठे नातेवाईक लुबाडू पाहत होते. त्या गोष्टीस मी साफ नकार दिला. परंतु या निमित्ताने मनुष्यजातीच्या लोभाचे ओंगळ दर्शन घडले; हे निश्चित!

प्रसिद्ध कोकणी कादंबरीकार दामोदर मावजो यांना या विषयावर कादंबरी

लिहायची होती, पण 'झाडाझडती' वाचल्यावर त्यांनी तो संकल्प रद्द केला. एवढेच नव्हे, तर 'पाटलांमुळे माझी अपूर्ण राहिलेली कादंबरी' या शीर्षकाचा एक लेखही त्यांनी 'लोकमत'च्या दिवाळी अंकात नुकताच प्रसिद्ध केला होता.

वाचकांनी कादंबरी सामाजिक असूनही डोक्यावर घेतली. आजवर तिच्या अनेक आवृत्त्या प्रकाशित झाल्या आहेत. भारतीय पातळीवरच्या प्रो. सी. टी. इंद्रा, डॉ. बांदिवडेकर, डॉ. निशिकांत मिरजकर अशा अनेक समीक्षकांच्या पसंतीस ती उतरली. 'शोध झाडाझडती' या नावाचा चांगला ग्रंथ डॉ. सुवर्णा निंबाळकर यांनी लिहिला आहे. या निमित्ताने वयाच्या बत्तिसाव्या वर्षी 'साहित्य अकादमी' पुरस्काराचा धनी झालो. उर्दूतील ज्येष्ठ लेखक साजिद रशीद यांनी तिचे उर्दूत सुंदर भाषांतर केले आहे. त्यासाठी त्यांनाही 'भाषांतराचा साहित्य अकादमी पुरस्कार' प्राप्त झाला आहे. चार-पाच वर्षांमागे बीड जिल्ह्यातील एका धरणग्रस्ताचे पत्र आले – '...आपण आमच्या भागात कधी आला नाय, नोकरी केली नाय; मग माझ्या बायकोच्या बाळंतपणाची 'झाडाझडती' तुम्हाला वो कशी समजली? धरणातनं उठवून एका आडगावच्या वस्तीत आम्हाला फेकून दिलं. असाच रातचा बदा-बदा पाऊस पडत हुता. बाळंतपणाच्या कळा देत माझी बायको पावसात गुरासारखी ओरडत हुती. झोपायला बाजलं नव्हतं. मंग पळत जाऊन गवताच्या पेंढ्यांची गादी बनवली. पण अंगाखालचं पावसाचं पाणी वाढीला लागलं. जसं पाणी वाढलं, तसा आम्ही गवताच्या अंथरुणाचा थर वाढवत हुतो. त्या ओल्या गवतावर माझ्या लेकरानं पहिल्यांदा ट्यॅहॅऽ ट्यॅहॅऽऽ असा आवाज दिला. आम्ही घरातली मोजून चार माणसं सोडली, तर त्या भयाण रातीत आजूबाजूला कुणीबी नव्हतं. असं असंल, तर आमची ही सारी इष्टोरी तुम्हाला कळली कशी? अन् तुमी लिवली तरी कशी?'

असो! एकूणच, महाराष्ट्र असो वा आसामच्या सुबनसिरी नदीचा काठ; प्रकल्पग्रस्तांच्या कळा-वेदनांची, त्यांच्या शोषणाची अन् जगण्या-मरण्याची रीत एकच आहे – दुसरं काय!

'प्रकल्पग्रस्त' हे विकासाच्या पायाचे दगड असतात. त्यांचं सर्वंकष पुनर्वसन करणं, हे समाजाचं आद्य कर्तव्य आहे. भूसंपादन कायद्याचं हत्यार ब्रिटिशांनीच आमच्या हाती दिलं. ते आम्ही वेळोवेळी परजलं. त्याच्या जोरावर प्रकल्पाच्या साच्यात अनेक पिढ्या गाडल्या गेल्या. पण प्रगत महाराष्ट्रात 'पुनर्वसनाचा कायदा' यशवंतराव चव्हाणांनी आणला. वंचितांना, दलितांना हक्काचा दिलासा दिला. असा सर्वंकष पुनर्वसनाचा कायदा देशपातळीवर कधी होणार?

चार वर्षांमागे राधानगरी परिसरात एका गावठाणाचा कब्जा घ्यायला माझा

एक अधिकारी मित्र गेला होता, तेव्हा त्याला गावाने गराडा घातला. अगदी अशिक्षित बाया-बापड्याही बोलल्या, ''तुमच्यातल्या एकाने 'झाडाझडती' लिवली, ती आधी वाचा आणि मगच आमच्या गावाचं वाटुळं करायला या.'' त्या अधिकाऱ्याने मला फोन करून चिडून विचारले, ''लोकांच्या हातात हे कोलीत तू दिलेसच कशाला?'' माझ्या मते, माझे ते वेडेवाकडे शब्द हे कोलीत नव्हे; ती मशाल आहे. कदाचित ती बंडाची असेल, जागृतीची असेल; पण ती प्रकाशमान आहे. विकासाच्या पायात चिरडल्या जाणाऱ्या लाखो अशिक्षित गरीब जीवांच्या वेदनेचा तो हुंकार आहे!

।१४।

अखंड 'प्यासा' गुरुदत्त

'टाइम' मासिकाने अलीकडेच जगातल्या पहिल्या पाच 'सर्वोत्कृष्ट रोमँटिक' चित्रपटांच्या प्रभावळीमध्ये 'प्यासा'ला स्थान दिले आहे. गुरू दत्तने आपल्या कलेच्या कारकिर्दीला प्रथम प्रभात फिल्म कंपनीच्या चित्रपटांमधून 'नृत्यदिग्दर्शक' या नात्याने सुरुवात केली. 'लाखाराणी' या चित्रपटाच्या निमित्ताने आपल्या विश्राम बेडेकरांच्या हाताखाली त्याने पहिल्यांदा दिग्दर्शनाचे धडे गिरवले होते. आज अर्धशतकाच्या प्रवासानंतरही गुरू दत्तच्या चित्रपटांची मोहिनी सिनेरसिकांच्या मनावरून उतरलेली नाही. त्याच्या आकस्मिक आणि धक्कादायक मृत्यूभोवतीचे गूढही असेच दिवसेंदिवस गडद होत चालले आहे. पंखांत प्रचंड बळ असणाऱ्या; परंतु एखाद्या जखमी राजहंस पक्ष्यासारखी गुरूची प्रतिमा, हा आजच्या पिढीसाठीही आकर्षणाचा बिंदू ठरला आहे.

जेव्हा मी चित्रनगरीत होतो, तेव्हा गुरू दत्तचे प्रसिद्ध पटकथा-लेखक अब्रार अल्वी यांच्यासोबत अनेकदा भेटीगाठी घडून आल्या होत्या. 'नटराज'मधल्या शक्ती सामंतांच्या ऑफिसातही दोन वेळा आमच्या गप्पांची दीर्घ मैफल रंगली होती. काही वर्षांपूर्वी एका प्रसिद्ध कंपनीने 'पानिपत'वर मोठ्या दूरदर्शन मालिकेची घोषणा केली होती. तिचे सूत्रसंचालन माझे मित्र अशोक समेळ करीत होते. तेव्हा 'पानिपत'च्या संवादलेखनाची जबाबदारी अब्रार अल्वींनी स्वीकारली होती. मात्र हा प्रकल्प दुर्दैवाने अपूर्ण राहिला. अल्वींचेही अलीकडेच निधन झाले.

मुलखावेगळा अदाकार!

मी आणि सुधीर नांदगावकर आम्ही दोघांनी त्यांना भेटायचा प्रयत्न केला होता; पण दुर्दैवाने वार्धक्याच्या ओझ्याने ते जर्जर झाले होते. मात्र सुदैवाने पूर्वी अल्वींशी केलेल्या गप्पांचे टाचण ग्रंथांच्या पसाऱ्यातून माझ्या हाती लागले. पुन्हा एकदा गुरू दत्तचा जमाना डोळ्यांसमोर उभा राहिला. त्यातच गुरू दत्तप्रेमींसाठी आणखी एक भाग्याची गोष्ट घडली. ती म्हणजे, कॅमेरामन व्ही. के. मूर्ती यांना प्रतिष्ठेचा 'दादासाहेब फाळके पुरस्कार' लाभला. तेव्हा श्री. मूर्ती यांनी मोठ्या कृतज्ञतेने जिथे-तिथे आपल्या श्रेयाचे माप गुरू दत्तच्या ओट्यात टाकले.

जीवनभर अखंड 'प्यासा' राहिलेल्या, तहानलेल्या गुरू दत्तचा जन्म बेंगलोरी सारस्वत ब्राह्मण कुटुंबातला. त्याचे वडील बर्माशेल कंपनीमध्ये कारकून. मात्र त्यांना इंग्रजी साहित्याचा मोठा नाद होता. आई आणि वडिलांमध्ये तितकासा सुसंवाद नव्हता. मात्र आई वासंतीदेवींचा स्वभाव खूप महत्त्वाकांक्षी. आपल्या मुलांनी काही मुलखावेगळे करून दाखवावे, हा तिचा ध्यास. गुरू दत्त वयाच्या पंधराव्या वर्षी अल्मोड्याला गेला आणि तेथे त्याने उदय शंकर यांच्या नृत्य कलाकेंद्रात नृत्याचे शास्त्रोक्त धडे गिरविले. पुढे बाबूराव पै यांच्याकडे तो पुण्याला प्रभात फिल्म कंपनीमध्ये तीन वर्षांच्या कंत्राटावर दाखल झाला. गुरू दत्तसाठी पुण्याचा मुक्काम हा खूप चैतन्यदायी होता. तेव्हा तुकारामबुवांच्या देहू येथील डोंगरावर जाऊन अखंड भटकणारा, तसेच भल्या पहाटे पर्वतीची टेकडी चढून एका बाजूला तासन्तास ध्यानस्थ बसणारा गुरू दत्त अनेकांनी पाहिला आहे.

सन १९४५मध्ये प्रभातच्या 'हम एक है'चे चित्रीकरण सुरू होते. त्या चित्रपटाचा नायक होता; देव आनंद, तर नृत्य-दिग्दर्शक गुरू दत्त. कंपनीत सर्वांसाठी धोबी एकच असायचा. एका गाण्याच्या चित्रीकरणाच्या वेळी देव

आनंदने गुरू दत्तच्या अंगावर आपला सदरा पाहिला. त्याने सेटवरच गुरूला बाजूला घेऊन ती गोष्ट त्याच्या निदर्शनास आणली. घोटाळा धोब्याचा होता. मात्र त्याही विचित्र स्थितीत हिरमुसलेला गुरू दत्त म्हणाला, ''माझ्याकडे आता घालायला दुसरा शर्ट नाही. उगाच गडबड करू नकोस.'' त्या उमेदीच्या आणि गरिबीच्या दिवसांत दोघांमध्ये दोस्ताना घडून आला होता. सोबत अभिनेता रेहमानही असायचा. पुढे चित्रसृष्टीत ज्याला यश मिळेल, त्याने दुसऱ्याला आधार द्यायचा – अशा आणाभाका झाल्या होत्या. त्यानुसार १९५१मध्ये 'बाजी' चित्रपटाच्या निमित्ताने देव आनंदने गुरू दत्तला दिग्दर्शनाची संधी दिली, तर 'सीआयडी' या आपल्या चित्रपटामध्ये गुरू दत्तने देव आनंदला प्रमुख भूमिका दिली.

सन १९५७चा 'प्यासा' हा चित्रपट गुरू दत्तच्या आणि भारतीय चित्रपटसृष्टीच्या इतिहासातील एक मैलाचा दगड ठरला. 'विजय' नावाचा घर असूनही बेघर झालेला, नातीगोती हरवलेला एक उमदा तरुण कवी. विजयची व्यक्तिरेखा नानारंगी. रस्त्यावरून भटकणारा एक हुशार कवी – ज्याचा 'दर्द' समाजाला ठाऊक नाही. त्याच्या दर्दभऱ्या गीतांना ना व्यासपीठ मिळते, ना प्रकाशक भेटतो. त्याचे लेखन म्हणजे प्रकाशकांच्या कचऱ्याच्या टोपल्या आणि रद्दीच्या दुकानातील फळ्या यांचीच भर. म्हाताऱ्या आईला विजयचा लळा; मात्र त्याच्या हिशेबी-व्यवहारी भावांना हा कवी म्हणजे 'खायला कहार आणि धरणीला भार' वाटत असतो. पुढे योगायोगाने रद्दीच्या दुकानात विजयची बाडे 'गुलाबो'

वहिदाची एक दर्दभरी अदा!

पत्नी गीतामध्येही तो भावनिकदृष्ट्या कमालीचा गुंतलेला होता

नावाच्या एका तरुण वेश्येच्या हाती लागतात अन् गुलाबोच त्या कवीच्या प्रेमात पागल होते. गुरू दत्तने ही गोष्ट एका नॉर्वेच्या कथेवरून उचलली, असे काही जण मानतात; पण ते साफ खोटे आहे. मुळात सन १९५२-५३च्या दरम्यान मुंबईमध्ये जुहूच्या समुद्रकिनाऱ्यावर अब्रार अल्वींना ही गुलाबो भेटली होती. तेव्हा त्या किनाऱ्यावर नारळी-पोफळीच्या बागा आणि कोळ्यांच्या विरळ वस्त्या होत्या. तेव्हा मिठीबाई कॉलेजपर्यंत समुद्राचा किनारा आणि लाटा पोहोचायच्या. सायंकाळी या एकाकी किनाऱ्यावर गोणपाटापासून आणि बांबूच्या चार काठ्यांच्या आधाराने आडोसे तयार केले जायचे. अनेक आंबटशौकीन तरुणांचा उघड्यावरचा गडबडीचा शृंगार येथे चालायचा. त्याच दरम्यान अब्रार अल्वींचे हैदराबादचे काही रईसजादा मित्र जिवाची मुंबई करायला आले होते. त्यांच्या नादानेच अब्रार जुहूला गेले. त्यांना प्रथम गुलाबो भेटली ती इथेच, वाळूच्या रेताडात. गुलाबोचे मूळ नाव 'देवी.' कोणी तिला 'बेबी'ही म्हणत. हैदराबादजवळच्या खेड्यात जन्मलेली ती एक मूळची ब्राह्मण कन्या. गावातून घोड्यावरून रुबाबात जाणारा एक नवाबी पोलीस ती पाहायची. जवानीच्या उंबरठ्यावर असलेल्या गुलाबोला त्या पोलिसाने भुरळ पाडली. लग्नाचे वचन देऊन तिला हैदराबादला पळवून आणले, तेव्हा तो आधीच विवाहित असल्याचे तिला समजले. त्याने तिला ओरबाडली आणि वाऱ्यावर सोडून दिली. निराधार गुलाबो एका कावेबाज कोठीवालीची शिकार झाली. मग सिकंदराबाद, बेळगाव अशी दुर्दैवाची यात्रा करीत, ती मुंबईला पोहोचली. ती परळला तेली गल्लीजवळ राहायची आणि फोरास रोड भागात मुर्गी गल्लीच्या रुंद बोळात शरीरविक्रय करायची.

गुलाबोला अब्रार जाऊन अनेकदा भेटायचे. बऱ्याचदा गुरुवार हाच भेटीचा दिवस असायचा. तिच्यावरूनच अब्रार अल्वींनी 'प्यासा'ची नायिका उभी केली.

जेव्हा रद्दीच्या दुकानात आपल्या वह्या एका तरुण गायिकेने विकत नेल्याचे समजते, तेव्हा विजय तिचा पाठलाग करीत जातो. तेथेच गुलाबोच्या चुरगळलेल्या पदराच्या सावलीत अशांत विजयला थोडेफार सुखाचे कवडसे सापडतात. हिंदी चित्रपटांच्या नायिका म्हणजे १९५०-६०च्या दशकात सद्गुणांच्या आणि दागिन्यांच्या ओझ्याने वाकलेल्या सौंदर्याच्या ओतीव पुतळ्या असत. अशा वेळी दाणेआळीच्या कोपऱ्यात खड्या राहणाऱ्या कुणा गुलाबोला गुरू दत्त आणि अब्रार अल्वींनी रुपेरी पडद्यावरच्या नायिकेचा नवलाखा हार घालावा, हीच मोठी क्रांतिकारक घटना होती. दु:खाच्या डागांनी आतून करपून गेलेली गुलाबो एका कवीवर मायेची पाखर घालते. एकीकडे दुष्ट समाज विजयला वेड्यांच्या इस्पितळात डांबतो, दुसरीकडे त्याला मृत जाहीर करून त्याच्या जयंत्या साजऱ्या होतात. याच विजयला प्रकाशाची वाट सापडावी, म्हणून गुलाबो पुढे धावते. आपल्या कष्टांच्या घामाने भिजलेले दागिने विकून त्याचे काव्यसंग्रह प्रकाशित करते. ही मुलखावेगळी भूमिका मधुबाला साकार करणार की मीनाकुमारी; तिच्यामध्ये अधिक रंग कोण भरेल, अशा पैजा तेव्हा चित्रपटसृष्टीत सुरू होत्या. मात्र गुरू दत्तने गुलाबोच्या अपरिचित व्यक्तिरेखेसारखाच वहिदा रहमान हा तोवर अज्ञात असणारा गोड चेहरा पडद्यावर जाणूनबुजून सादर केला.

एका अभिनेत्रीच्या मोहपाशात अडकलेला दिग्दर्शक ही 'कागज के फूल'ची

मोहपाशात अडकलेला दिग्दर्शक!

गीता आणि गुरू

पटकथा गुरू दत्तच्या खासगी जीवनाशी बराचसा समांतर प्रवास करणारी होती. या थोर कलावंताचा आलेखच मुळी अभिजात गायिका गीता दत्त आणि ख्यातकीर्त अभिनेत्री वहिदा रेहमान या दोघींमध्ये वाटला गेलेला आहे. जेव्हा 'बाजी' चित्रपटाचे गीतमुद्रण सुरू होते, तेव्हा सांताक्रूझला राहणाऱ्या 'गीता' नावाच्या देखण्या आणि मलमली आवाजाच्या गायिकेच्या प्रेमपाशात गुरू दत्त अडकला होता. दोघांच्याही घरातून लग्नाला प्रचंड विरोध होता. तरीही दोन वर्षांनंतर ते दोघे विवाहबंधनात अडकले. गुरू दत्तच्या रुपेरी आयुष्यात १९५७मध्ये वहिदा रहमानसारखी तेजस्वी तारका आली. त्यानंतरच त्याच्या वैवाहिक आयुष्यातील वादंगाला प्रारंभ झाला. तो संसार, मुले यांच्याऐवजी चित्रीकरण, गीतमुद्रण अशा कामातच दीर्घकाळ गुंतून पडायचा. त्यामुळे वहिदाबद्दलच्या संशयाने गीता दत्त अधिकच चडफडून जायची, असे काही जणांना वाटते. पण त्याच वेळी गुणवान स्त्रियांबद्दलची गुरू दत्तची आसक्ती आणि त्याच्यातली 'प्यास'ही डोळ्यांआड करता येण्यासारखे नव्हती. तो पुण्यात असताना विजया नावाच्या एका मुलीच्या प्रेमात त्याचे आकंठ बुडून जाणे... तिच्यासोबत पळून जायची त्याने केलेली

तयारी... याही गोष्टी अनेकांना अद्याप ज्ञात आहेत.

जेव्हा 'रोज्युलु माराई' नावाचा तमिळ आणि तेलुगू चित्रपट गाजत होता, त्या चित्रपटातील वहिदाचे एक लोकनृत्य खूपच दाद मिळवत होते. तेव्हा तो आनंद अनुभवण्यासाठी वहिदा मद्रासहून हैदराबादला आली होती. तिथेच अब्रार आणि गुरू दत्तशी तिची भेट झाली. तिच्यासाठी सेटवर चित्रीकरण सुरू असलेल्या 'सीआयडी'मध्ये एक खास रोल निर्माण करण्यात आला. 'कहीं पे निगाहे, कहीं पे निशाना...' हे गाणेही बांधण्यात आले. मात्र 'प्यासा'च्या दरम्यान तिच्या व्यक्तिमत्त्वाच्या निशाण्याने गुरू दत्त वेडा झाला होता. वहिदाही कोणी ऐरीगैरी नव्हती. तिचे वडील मद्रास प्रांतात आयएएस ऑफिसर होते. दोन प्रचंड महासागरांच्या लाटा जेव्हा सीमेवर एकत्र येतात, तेव्हा एखादी होडी त्यांच्या तडाख्यात फुटून जाते. दुर्दैवाने तशीच अवस्था गुरू दत्तच्या जीवननौकेची झाली होती. एक संसारी स्त्री आणि चित्रपट नायिका या दोघींमध्ये दुभंगलेला दिग्दर्शक – 'कागज के फूल'मधील त्या दिग्दर्शकाची भूमिका गुरू दत्त वठवत होता. 'त्या चित्रीकरणाच्या दरम्यान तर खूप गडबड उडत असे', असे अब्रार सांगतात. शूटिंग करणाऱ्या युनिटसमोर, कॅमेऱ्यासमोर वहिदा आणि गुरू दत्त असायचे; तेव्हा सर्वांच्या मनश्चक्षूंसमोर गीता दत्तचाही चेहरा उभा राहायचा. त्यांचे खासगी आयुष्य मनामध्ये आणून युनिटमधील तंत्रज्ञ व कलाकारांचे चोरटे हास्य,

'प्यासा'मधील गुरू दत्त आणि वहिदा रहेमानच्या
एकाहून एक दिलखेचक भावमुद्रा!

खाणाखुणा यामुळे दिग्दर्शक गुरू दत्त अधिकच विचलित व्हायचा. लोकांना ही गोष्ट आपली वाटू नये, या भीतीपोटी रात्री-बेरात्री संवादांचे आणि दृश्यांचे पुनर्लेखन, काटछाट अखंड सुरू असायची. याच साऱ्या गडबडीमुळे, गफलतींमुळे चित्रपटाची गाडी रुळावरून नकळत कधी घसरली, हे कोणाच्या लक्षातही आले नाही. व्यावसायिक दृष्ट्या हा चित्रपट सपाटून आपटला. त्यानंतर 'चौदहवी का चाँद' आणि 'साहिब, बिबी और गुलाम' असे चित्रपट गुरू दत्तने निर्माता आणि अभिनेता या नात्याने दिले. त्यातील गीतांचे दिग्दर्शनही केले. मात्र स्वत: कोणत्याही चित्रपटाचे पुन्हा दिग्दर्शन करण्याचे धाडस त्याने केले नाही; इतकी त्याने 'कागज के फूल'च्या अपयशाने हाय खाल्ली होती.

अब्रार यांनी 'प्यासा'ची गुलाबो थोडी भडक लिहिली होती. तिच्या ओठी दिलेली सिगारेट गुरू दत्तने हळूच बाजूला काढून ठेवली अन् तिच्या भावभऱ्या मुद्रेवर आणि लुब्ध तरीही दुखऱ्या अशा डोळ्यांतील छटांवर आपला कॅमेरा चार्ज केला. प्रेमातूर झालेली गुलाबो आपल्या प्रियकराकडे वादळवाऱ्यात सापडलेल्या लतिकेसारखी खेचली जाते. तिचा हा 'दर्द' जिवंत करण्यासाठी 'आज सजन मोहे अंग लगा लो...' हे गीत एस. डी. बर्मन यांनी मुद्रित केले होते – तेही गीता दत्तच्या आवाजात. मात्र गीताचा साजण वहिदाच्या उंबरठ्यावर जाऊन अडकला. एक अभिजात गायिका म्हणून गीता दत्त तेव्हा प्रसिद्धीच्या शिखरावर होती. आपल्या नवऱ्याच्या प्रीतीसाठी, संसारासाठी तिने आपल्या धवल गायकीकडे, करिअरकडे दुर्लक्ष केले. स्वत:चे नुकसानही केले. या गोष्टीसुद्धा विसरता येणार नाहीत. मात्र दुर्दैवाने 'जाने क्या तूने कही...' असे म्हणता-म्हणता 'बात कुछ

त्याने 'कागज के फूल'च्या अपयशाने हाय खाल्ली होती.

'साकीया आज मुझे निंद नहीं आएगी...'

बनही गयी...' असेच सारे झाले.

एक अभिजात आणि अव्वल दिग्दर्शक असं गुरू दत्तचं योगदान कोणालाही नाकारता येणार नाही. नृत्य, पटकथा, अभिनय, संगीत अशा चित्रपटाच्या विविध अंगांवर त्याची कमालीची हुकूमत होती.

'साहिब, बिबी और गुलाम' या चित्रपटातील 'साकीया आज मुझे निंद नहीं आएगी...' हे गीत आठवा. मुख्य नर्तिकेच्या पाठीमागे नाचणाऱ्या सहायक नर्तिकांपैकी एकीचाही चेहरा प्रकाशात दिसत नाही, फक्त छाया दिसते! या गीतासाठी गुरू दत्तने उभी केलेली तिहेरी प्रकाशयोजना केवळ लाजवाब होती. कलावंत, दिग्दर्शकाकडे आवश्यक असणारी एक हिंमत आणि ईर्ष्यासुद्धा त्याच्या ठायी होती. 'प्यासा' चित्रपटाची तीन रिळं चित्रित झाल्यावर 'विजय' या कवीची भूमिका माझ्यापेक्षा दिलीपकुमार अधिक चांगली करेल, या कल्पनेने त्याला पछाडले. त्या काळात 'न भूतो' असा दोन लाख रुपये किमतीचा मेहनताना दिलीपसाहेबांनी गुरू दत्तकडे मागितला होता. एवढी रक्कम देणं अशक्य असल्याचं गुरू दत्तने सांगताच दिलीपसाहेब बोलले, "सांगा तुमच्या वितरकांना – दिलीपकुमार काम करतोय म्हणून. ते वाढीव रक्कम द्यायला तयार नसतील, तर मी माझे वितरक उभे करतो." तेव्हा गुरू दत्तने सांगून टाकलं, "मी माझे वितरक बदलणार नाही अन् एकदा विकलेल्या सिनेमाचे वाढवून वा अडवून पैसे मागणं, माझ्या तत्त्वात बसत नाही." शेवटी कमी रकमेत भूमिका करायला

वहिदाच्या प्रेमात आकंठ बुडालेला गुरू दत्त

दिलीपकुमार यांनी मान्यता दिली. त्या रात्री एकूणच चित्रपटसृष्टीबाबत अब्रार अल्वींकडे गुरू दत्तचं मन कळवळलं – ''अब्रार, या चित्रदुनियेत आपण अनेकांना अभिजात कलावंत म्हणून पाहतो; मात्र त्यांच्या जागी प्रत्यक्ष उभे ठाकलेले असतात ते सौदागर!'' ठरल्या दिवशी संध्याकाळी चार वाजेपर्यंत गुरू दत्तने वाट पाहिली. मात्र शूटिंगसाठी दिलीपकुमार फिरकले नाहीत, तेव्हा तोंडाला नव्याने रंग लावून विजयच्या भूमिकेमध्ये हिम्मतबाज गुरू दत्त कॅमेऱ्यापुढे उभा राहिला.

'प्यासा'मध्ये गुरू दत्तने उभं केलेलं वेश्यावस्तीचं चित्र केवळ अप्रतिमच नव्हे, तर व्याकूळ करणारेसुद्धा आहे. कोठा कसा असतो, हे पाहायला तो अब्रारसमवेत रेड-लाइट एरियात गेला होता. तेव्हा सात महिन्यांच्या गरोदर असलेल्या एका नर्तकीला जुलमाने नाचविणारं गिऱ्हाईक त्याने पाहिले. ते दृश्य पाहून गुरूला भडभडून आले. आपल्या खिशातले हजार रुपये तिच्या तापाने फणफणाऱ्या हातावर ठेवून गुरू दत्त बाहेर आला. वेळ जात नाही म्हणून वा गंमत म्हणून कोणी भर बाजारात शरीरविक्रय करायला उभं राहत नाही. गरिबी, अज्ञान, रूढी, पोटाची खळगी, गुलामी अशा काटेरी त्रिशूळांनीच मुली-बाळींना वेश्याव्यवसायात ढकललं जातं. महालक्ष्मीच्या 'फेमस' स्टुडिओमध्ये गुरू दत्तने दाणेआळीचा एक सेट लावला होता. मधे फक्त अरुंद बोळ, तिथल्या पाणथळ

फरशा, दोन्ही बाजूंचे लाकडी कठडे, पिंजरे, त्यापल्याड जनावरांसारख्या कोंडलेल्या अबला... कॅमेरामन व्ही. के. मूर्तींनी उभी केलेली जादूमय प्रकाशयोजना... तो प्रकाश प्रखर आहे; पण बीभत्स नाही. साहिर यांनी लिहिलेल्या खोल दरीतल्या हुंकारासारखी महंमद रफीच्या सुरांची काळजाची कालवाकालव करणारी ती सुरावट....

त्या बोळातून मद्यधुंद विजय तथा गुरू दत्त एकेक पाऊल टाकत पुढे चाललाय. मागे वळून कधी नजरेच्या कोपऱ्यातून, तर कधी डोळे फाडून तो त्या गरीब अश्राप पोरींकडे पाहतोय. त्या कोणाच्या तरी बहिणी आहेत, माता आहेत, लेकी आहेत – या जाणिवेने अन् त्या वेदनांच्या ठणक्यांनी ओतप्रोत भरलेला गुरू दत्त नावाचा महान कलावंत रफीच्या आवाजात आक्रोशतो आहे –

ये पुरपेच गलियाँ, ये बदनाम बाजार
ये गुमनाम राही, ये सिक्कों की झंकार
ये फूलों के गजरे, ये पीकों के छींटे
ये बे-बाक नजरे, ये गुस्ताख फिकरे
ये ढलते बदन और ये बीमार चेहरे
जिन्हे नाज है, हिंद पर वो कहाँ है?
कहाँ हैऽ कहाँ हैऽ कहाँ हैऽऽ?

गुलाबो असो वा 'मालिशऽ मालिशऽऽऽ' असे ओरडणारा सत्तारभाई (जॉनी वॉकर) असो; या अशा तळागाळातल्या व्यक्तिरेखा आपल्याकडे उर्दू लेखक सादत हसन मंटो याने साहित्यात रेखाटल्या आहेत. गुरू दत्तने उभी केलेली, कारुण्याने ओथंबलेली दाणेआळी भारतीय पडद्यावर सापडणं मुश्कील. (रॉबर्ट डी'नीरोच्या 'टॅक्सी ड्रायव्हर'मध्ये अंगावर येणारी अशी काही दोन-तीन दृश्यं आहेत.)

गुरू दत्तचा रहस्यमय, गूढमृत्यू हा एखाद्या चित्रपटकथेत शोभावा असाच अनाकलनीय. खऱ्या अर्थी रहस्यांच्या नानाविध पदरांमध्ये गुरफटलेली ती एक दु:खान्ताची अखेर. तारीख १० ऑक्टोबर, १९६४ या दिवशी वयाच्या अवघ्या एकोणचाळिसाव्या वर्षी गुरू दत्तचे एकाएकी जाणे म्हणजे चित्ररसिकांसाठी एक वज्राघातच! तेव्हा तो पेडर रोडवरील 'आर्क रॉयल' नावाच्या टोलेजंग वास्तूमध्ये भाड्याच्या जागेत राहत होता. सोबत रतन नावाचा सेवक असायचा. व्ही. के. मूर्ती यांच्या म्हणण्यानुसार, शेवटच्या काही दिवसांमध्ये गुरू दत्त खूप तणावाखाली होता. त्याचा स्वभाव अनेकदा इतका चिडखोर व्हायचा की, त्याच्याजवळ जाणे

कोणालाही पसंत नसायचे. आठ दिवसांपूर्वी भेटलेल्या मूर्तींनी त्याला बजावले होते, ''दोस्ता, इतका अधीर, उतावीळ आणि वेड्यासारखा जगू नकोस. सांभाळ स्वत:ला –'' तेव्हा गीता मुलांसह वेगळी राहायची. वहिदाची कारकीर्द सातत्याने उंचीकडे चालली होती. गुरूने मूर्तीजवळ आपले हृदय खुले केले – ''मी अनाथ झालोय रे! तू बेंगलोरला चाललास... घर घरात नाही... अब्रार दुसऱ्यांचे सिनेमे लिहितोय... मी पुरता पोरका झालोय रे!''

दिनांक ९ ऑक्टोबर, हा आदला दिवस गुरू दत्तसाठी प्रखर चैतन्याचा होता. भावुक गुरू दत्तला पतंग उडवायचा शौक होता. त्याने आपल्या दोन मुलांना गीताकडून बोलावून घेतले होते. त्या दुपारी गच्चीवर तो मुलांसवे पतंगाची मजा लुटत होता. अब्रार सांगतात त्याप्रमाणे त्या सायंकाळी त्याने आपल्या नियोजित घराचे रेखाचित्रही त्यांना दाखवले. तो भावुकपणे बोलला, ''ही वास्तू माझी स्वत:ची, चैतन्याने बहरलेली असेल...'' मात्र तिन्हीसांजेच्या सावल्यांबरोबर तो विमनस्क झाला. मुलांच्या आठवणीने व्याकूळला. दिवसभर मुलं तिकडंच होती. त्यामुळे गीता त्यांना परत बापाकडे पाठवायला राजी नव्हती. तेव्हा चिडलेल्या गुरू दत्तने गीताला फोन करून धमकी दिली, ''इथं मुलं न येतील, तर उद्या तू माझं प्रेत पाहशील!'' रात्री अब्रारसोबत बरंच पिणं आणि गप्पा झाल्या. त्याला दुसऱ्या दिवशी रंगीत चित्रपटनिर्मितीबाबत राज कपूरला भेटायचे होते. 'मुगले आझम'वाल्या के. आसिफशीही त्याची भेट ठरलेली होती. त्यांच्या नव्या चित्रपटात तो भूमिका करीत होता.

जून, १९६३नंतर म्हणजे बर्लिन चित्रपट महोत्सवानंतर गुरू दत्तचं गाडंच एक प्रकारे घसरणीला लागलं होतं. बर्लिनच्या मुक्कामात त्याच्या प्रीतीच्या याचनेला वहिदा रेहमानने स्पष्टपणे नकार दिला होता, ही गोष्ट चित्रपटसृष्टीत अनेकांना ठाऊक झाली होती. बी. आर. चोप्रांच्या खारच्या ऑफिसमध्ये याबाबतची आठवण सांगताना, १९९२मध्ये चोप्रासाहेब मला म्हणाले, ''बर्लिन महोत्सवाहून एकाच विमानाने आम्ही मुंबईकडे परतत होतो. कोपऱ्यातल्या सीटवर अत्यंत दु:खी मनाने गुरू दत्त अखंड पीत बसला होता. एखाद्या कलावंताने चालविलेला स्वत:चा आत्मनाश... त्याचा तो 'क्रेस्टफॉलन' चेहरा बघवत नव्हता.''

त्याला एकीकडे गीतासारखी संस्कारी, थोर गायिका पत्नीही हवी होती अन् काळजात घुसलेल्या प्रेमिकेचे बंधही सुटत नव्हते. ''ये दुनिया अगर मिल भी जाये तो क्या है?...'' असा पडद्यावर टाहो फोडणाऱ्या गुरू दत्तला उभ्या दुनियेचाच लोभ होता. मात्र राम, कृष्ण आणि पैगंबरांनाही या व्यवहारी दुनियेने पचवलं

आहे, डोक्यावर नाचवलं आहे, वेळो-वेळी वापरून फेकून दिलं आहे; याचा अंदाज गुरूमधल्या वेड्या कलावंताला आला नव्हता. दुसऱ्याबद्दलच्या द्वेषाने आणि तिरस्काराने पछाडलेल्या मनुष्याला स्वतःच्या उन्नतीचा मार्ग सापडत नाही; तसंच दुसऱ्याच्या फाजील प्रेमाने आंधळ्या झालेल्या मनुष्याला स्वतःच्या सद्गुणांचा विसर पडतो, हेच खरं! त्यामुळेच स्वतःच्या नाभीत अभिजात कस्तुरीचा ठेवा असलेला हा मृग खोट्या प्रीतीच्या पाठीमागे रानोमाळ धावत होता.

त्या दिवशी रात्री उशिरा अब्रार निघून गेले. गोळे नावाचे 'टॅक्स कन्सल्टंट' ही निघून गेले. गुरू दत्त दारूच्या डोहात डुंबत राहिला. रात्री साडे-अकराला कुठल्याशा भयंकर स्वप्नाने गीता दत्त जागी झाली. "आत्ताच... या क्षणी मला माझ्या नवऱ्याला भेटायचं आहे..." असं हटून बसली. त्या काळी मुंबईच्या रस्त्यावर एवढी वर्दळ नसायची. त्यामुळे टॅक्सीतून मध्यरात्री सांताक्रूझहून पेडर रोडला जायच्या विचारापासून गीताच्या आईने तिला परावृत्त केलं. त्या पहाटेही चित्रविचित्र स्वप्नांच्या निखाऱ्यांवर ती भाजून निघाली. सकाळी आठ वाजता शेजाऱ्याच्या घरातील फोन रतनने उचलला. साहेब रात्री उशिरा झोपल्याचे सांगितले. दुर्दैवाने गुरू दत्तच्या फ्लॅटमध्ये तेव्हा फोन नव्हता. पुढे प्रत्येक अर्ध्या तासाने गीता फोन करतच राहिली. सकाळी दहा वाजता गीताने रतनला दरवाजा तोडून तो उघडावयास भाग पाडले, तेव्हा तिथले दृश्य कळवळून टाकणारे आणि धक्कादायक होते. गुरूदत्तच्या उशाजवळ व्ही. के. मूर्तींनी प्रकाशयोजना केल्यासारखा मंद दिवा रात्रभर जळत होता. गुरू दत्तच्या शरीराच्या हालचाली बंद होत्या, तरीही मुद्रा कमालीची प्रसन्न... एक गुडघा किंचित आखडून उठण्याच्या स्थितीत असल्यासारखा दिसणारा... गुरू दत्त काळाच्या मांडीवर कायमचा झोपी गेला होता! आपल्या जीवननाट्यातील शेवटचा 'टेक' देताना त्याच्या चेहऱ्यावर कमालीची प्रसन्नता दिसत होती. पोस्टमार्टेमच्या दुर्दैवी

कमालीचे अशांत असलेले
अखेरचे पर्व!

अहवालानुसार सकाळी साडेपाच ते सहाच्या दरम्यान मृत्यू झाला होता. अतिमद्यपान आणि झोपेच्या गोळ्यांचे अतिरिक्त सेवन, हेच गुरू दत्तच्या मृत्यूचे कारण मानले जाते. काहींच्या मते, त्याची अघोषित संपत्ती ज्यांना माहिती होती, अशा काही महाभागांनी केलेला तो घात होता. मात्र याआधीही त्याने दोन वेळा आत्महत्येचा प्रयत्न केला होता, असे व्ही. के. मूर्तींनीही आपल्या मुलाखतीत सांगितले होते.

ती दुःखद वार्ता समजताच गीता दत्त पाठोपाठ सर्वांआधी तिथे धावला; तो देव आनंद. अंत्यसंस्काराची तयारी स्वतः राज कपूरने पाहिली. दुपारी बारा वाजता पोहोचलेल्या संगीतकार ओ.पी. नय्यर यांनी सर्वांना ऐकू जाईल, अशा आवाजात गीता आणि वहिदाचा उद्धार केला. या दोघींमुळेच आपल्या कलावंत मित्राची जिंदगी बरबाद झाली, अशी उघड दूषणं त्यांनी दिली. रात्री गुरू दत्तचा मृतदेह उचलण्याआधी दहा मिनिटं मद्रासला शूटिंग करणारी वहिदा रेहमान आणि त्याचा जानी दोस्त जॉनी वॉकर धावत-धावत आले. त्यांनी अश्रूंची पुष्पांजली वाहिली. रात्री सव्वा-आठ वाजता चौपाटीजवळच्या सोनापूरच्या स्मशानभूमीत अवघी चित्रसृष्टी गोळा झाली होती. गुरू दत्तची मुलं अगदीच लहान असल्याने त्याच्या भावाने – आत्मारामने – अग्निसंस्कार पार पाडले. अशा तऱ्हेने चित्रपटकलेला कैलास लेण्याच्या उंचीवर नेणाऱ्या या थोर कलावंताची अखेर झाली.

महालक्ष्मीजवळचा तो फेमस स्टुडिओ नुकताच भुईसपाट झाला आहे. ज्या फोरास रोडवरून गुरू दत्तने सेट बांधायची कल्पना घेतली, तिथेसुद्धा आता एफएसआयचा भाव सोन्यापेक्षाही वधारला आहे. तिथेही आता बुलडोझर गुरगुरू लागले आहेत. आपल्या चित्रपटाद्वारा 'ये है बाँबे मेरी जान...' असे सांगणाऱ्या गुरू दत्तचे ते काव्य अमर झाले; मात्र ती 'मुंबई' आता राहिली नाही. आणखी काही वर्षं हा अभिजात कलावंत इथे राहिला असता, तर मात्र भारतीय चित्रपटसृष्टीच्या शिरपेचात त्याने अनेक तुरे खोवले असते, हे निश्चित. त्याचा आकस्मिक मृत्यू हा तसा वज्राघातच होता... तेव्हा गुरू दत्त नावाच्या आपल्या मित्राच्या सन्मानार्थ कैफी आझमी यांनी सुंदर ओळींची पखरण वाहिली होती –

रहने को सदा दरमें आता नहीं कोई
तुम जैसे गये ऐसे भी जाता नहीं कोई!
एक बार तो खुद मौत भी घबरा गई होगी,
यूं मौतको सीधे गलेसे लगाता नही कोई!

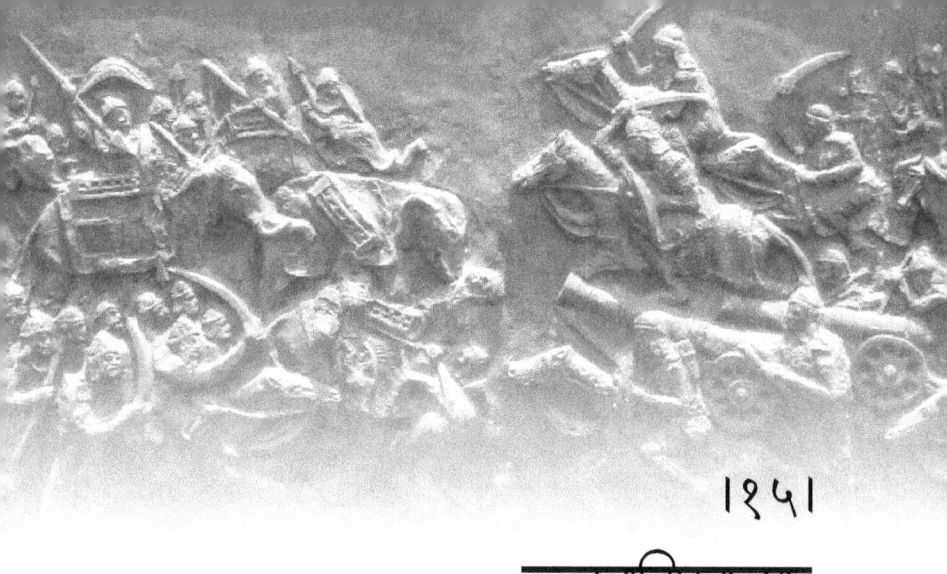

।१५।

पानिपताच्या ओल्या जखमा

'पानिपत' या चार-अक्षरी शब्दांशी माझ्या श्वासाचे आणि माझ्या धमन्यांतून वाहणाऱ्या रक्ताचे असे कोणते विलक्षण नाते गुंफले गेले आहे, कोणास ठाऊक! वयाच्या ऐन पंचविसाव्या वर्षी या विषयावर कादंबरी लिहिण्याच्या इराद्याने मी साधनसामग्री गोळा करू लागलो अन् वयाच्या अठ्ठाविसाव्या वर्षी कादंबरीचे प्रत्यक्ष लेखन मी हातावेगळे केले.

याच विषयाच्या निमित्ताने एक ऐतिहासिक किस्सा आठवतो. यशवंतराव चव्हाण तेव्हा भारताचे संरक्षणमंत्री होते. त्यांच्या मोटारींचा ताफा पंजाबातून दिल्लीकडे येत होता. रस्त्यात एका मोठ्या गावात 'पानिपत' नावाचा नामफलक त्यांना दिसला. आपला प्रवास खंडित करून जिथे पानिपताचा समरप्रसंग घडला, त्या 'काला आम' नावाच्या ठिकाणी ते गेले. तेथे मराठी वीरांच्या काळ्या, ओबडधोबड दगडी समाधीच्या समोरच त्यांनी शेतात अचानक बसकण मारली. त्या रानातली पांढुरकी माती त्यांनी आपल्या दोन्ही मुठींमध्ये धरली व कविहृदयाचे यशवंतराव हमसून-हमसून रडू लागले. त्यांची ही अवस्था पाहून सोबतचा स्टाफ आणि लष्करी अधिकारी यांची तारांबळ उडाली. भावनेचा पहिला पूर ओसरल्यावर आपल्या ओघळत्या अश्रूंना कसाबसा बांध घालत यशवंतराव उपस्थितांना सांगू लागले, "दोस्तहो, हीच ती पवित्र माती. राष्ट्रसंकट उद्भवल्यावर त्याविरोधात लढावे कसे, शत्रूला भिडावे कसे, याचा धडाच लाख

हिंदुस्थानावर आक्रमण करणारा इराणचा पातशाह अहमदशहा अब्दाली

मराठा वीरांनी पानिपताच्या या परिसरात गिरवला आहे. आमच्या महाराष्ट्रभूमीतल्या प्रत्येक घराघरांमधला वीर इथे कोसळला आहे. त्यांच्या रक्तामांसानीच या मातीचे पवित्र भस्मात रूपांतर झाले आहे!''

अगदी अलेक्झांडरपासून बाबर ते अब्दालीपर्यंत हिंदुस्थानवर आक्रमणे व्हायची ती याच रस्त्याने. अफगाणिस्तानातून पंजाबातील सरहिंदकडून दिल्लीकडे सरकणारा हा रस्ताच जणू अनादि काळापासून रक्तासाठी चटावलेला आहे. पानिपतापासून अवघ्या काही कोसांच्या अंतरावर कुरुक्षेत्राची रणभूमी आहे. पानिपताचे तिसरे युद्ध अफगाण घुसखोर अहमदशहा अब्दाली आणि मराठ्यांच्या दरम्यान बुधवार, १४ जानेवारी, १७६१ या दिवशी घडले. मध्ययुगीन कालखंडात सकाळी नऊ वाजल्यापासूनच संध्याकाळी साडेपाचपर्यंतच्या एका दिवसाच्या अल्पावधीत असे भयंकर, घनघोर, जीवघेणे युद्ध घडल्याचे आणि त्यामध्ये दोन्ही बाजूंची दीड लाख माणसे आणि ऐंशी हजार जनावरे मेल्याचे दुसरे उदाहरण नाही. अगदी अमेरिकेने हिरोशिमा आणि नागासाकीवर अणुबॉम्ब टाकले होते, तेव्हाही त्यांच्या किरणोत्साराचा परिणाम होऊन एक-दीड लाख जीव मरायलाही दोन-तीन दिवस लागले होते. दिल्लीच्या बादशहाच्या म्हणजेच हिंदुस्थानच्या रक्षणाच्या उद्देशाने १७५२च्या 'अहमदिया करारा'-नुसार मराठे

एका ध्येयाने प्रेरित होऊनच पानिपतावर गेले होते. इथेच आमच्या लक्षावधी माता-भगिनींच्या बांगड्यांचा चुराडा झाला. महाराष्ट्रातल्या प्रत्येक माजघरातल्या कुंकवाचा करंडा पानिपतावर लवंडला. तेव्हा महाराष्ट्रात असे एकही देवघर शिल्लक उरले नसेल की, जिथल्या देवी-देवतांनी पानिपतावर खर्ची पडलेल्या वीरांसाठी आपले चांदीचे डोळे पुशीत अश्रूंचा अभिषेक केला नसेल!

माझ्या कादंबरी-लेखनाच्या दरम्यान "तू पुणेकरांना मोठे करण्यासाठी 'पानिपत' लिहिलेस काय?" अशा शब्दांत मला दटावण्याचा प्रयत्न केला गेला होता. मी त्यांना म्हणालो, "माझ्या डोळ्यांसमोर ना कोणी पुणेकर होते, ना कोणी सातारकर. पंढरीच्या वेशीमध्ये आषाढी-कार्तिकीला मराठा मातीतल्या साऱ्या दिंड्या-पताका एक व्हाव्यात, तसा पानिपतावर शत्रूच्या बीमोडासाठी अन्‌ राष्ट्राच्या संरक्षणासाठी एक झालेला मराठी मुलूख उभा होता!"

जेव्हा पुण्याची लोकसंख्या वीस-बावीस हजारांच्या वर नव्हती, तेव्हा लाखभर मराठे कंबर कसून तिथे उभे ठाकले होते. त्यामध्ये भाऊसाहेब, विश्वासरावांसह सात-आठ ब्राह्मण सरदार आणि फक्त मराठा समाजातीलच नव्हे, तर बहुजन समाजातील अठरापगड जातीचे, मातीचे, साठ ते सत्तर बिन्नीचे सरदार त्या समरांगणात जिवापाड लढले होते. त्या वेळच्या शाहिरांच्या पोवाड्यांतील फक्त आडनावांच्या यादीवरूनच नजर फिरवा; त्याचा जरूर पडताळा येईल. शिवाजीमहाराजांच्या काळातील आणि शिवाजीमहाराजांच्या नंतरच्या काळातील सामान्य घरांतील सामान्य माणसे असामान्य पदाला पोहोचल्याची अनेक उदाहरणे पानिपतप्रसंगी आढळतात. पुणे जिल्ह्यातील नीरेकाठच्या होळच्या धनगराचा पोर 'मल्हारी' हा सरदार मल्हारराव होळकर बनला. साताऱ्याकडचा कण्हेर-खेडचा राणोजी शिंदे, त्याचा भाऊ दत्ताजी, पुणे जिल्ह्यातील दमाजी गायकवाड याच मंडळींनी पानिपतानंतर इंदूर, ग्वाल्हेर आणि बडोद्याकडे आपल्या पराक्रमाने राज्ये उभारली. एक प्रकारे आधी पानिपताच्या मातीला रक्ताचा नैवेद्य अर्पण केल्यावरच उत्तर हिंदुस्थानाच्या राजकारणाच्या गुरुकिल्ल्या त्यांच्या हाती लागल्या होत्या.

'पानिपत' ही ऐन यौवनातल्या मस्तवाल फाकड्या वीरांनी छेडलेली जीवघेणी जंग होती. आमचा शत्रू अहमदशहा अब्दाली हा तेव्हा जगातल्या बलाढ्य योद्ध्यांपैकी एक प्रबळ सेनानी आणि राजकारणी होता. या युद्धाच्या वेळी त्याची उमर अवघी बत्तीस होती, तर भाऊसाहेब पेशव्यांचे वय अठ्ठावीस होते. दत्ताजी शिंदे बाविशीचा, विश्वासराव आणि जनकोजी शिंदे तर सतरा वर्षांची मिसरूड फुटल्या वयाची पोरे होती. देशातील कोणत्याही नदीवर आजच्यासारखे पूल, रस्ते वा वाहतुकीची साधने नव्हती; तेव्हा सुमारे साठ हजार घोड्यांसह

लाखाचा सेनासागर घेऊन बाहेर पडणे, या खायच्या गोष्टी नव्हत्या!

आम्ही झुंजलो दिल्लीच्या बादशहासाठी, हिंदुस्थानाच्या अभिमानासाठी; मात्र उत्तरेतल्या राजांनी मराठ्यांना मदत केली नाही. रजपूत राजे राजस्थानाच्या वाळूत लपून बसले. दुर्दैवाने या महायुद्धाच्या काही दिवस आधी गंगा-यमुनेच्या अंतर्वेदीतून वाट्टेल ते करून आम्हाला धनधान्याची रसद पुरविणारा गोविंदपंत बुंदेले ठार झाला अन् तेथूनच अवकळा सुरू झाली. तरीही भाऊसाहेब पानिपताच्या मातीत गाडून उभे होते. मात्र श्रीमंत नानासाहेब पेशवे कर्तव्याला जागले नाहीत. पुण्याहून कुमक आली नाही. पतियाळाचा अलासिंग जाट पंजाबातून कुमक पाठवत होता. ती पुढे कमी पडली. स्त्रिया-पोरांचे, यात्रेकरूंचे लटांबर सोबत असणे, हे काळरूढीनेच भाऊंच्या पाठीवर लादलेले ओझे होते; पण त्यामुळे मात्र हातातल्या सपासप चालणाऱ्या तलवारीच्या पात्याने तिळभर विश्रांती घेतली नाही.

शेवटी अन्नान्नदशा झालेली मराठीसेना झाडांची पाने आणि नदीकाठची शाडूची माती खाऊन तरली. कळीकाळाला भिडली. पानिपतावर मराठे कसे लढले, यासाठी दुसऱ्या कोणा ऐऱ्यागैऱ्याची साक्ष काढण्याचे कारण नाही; ज्याच्याविरुद्ध आम्ही जंग केली, त्या आमच्या महाशत्रूनेच, पाच-सात देशांच्या सरहद्दी मोडणाऱ्या अहमद अब्दालीनेच लिहून ठेवले आहे : 'दक्षिण्यांनी (मराठ्यांनी) पानिपतावर मजबूत छावणी कायम केली होती. युद्धादिवशी त्यांनी अत्यंत निकराने आमच्या लष्करावर पुन:पुन्हा हल्ले चढविले. मराठ्यांचे हे असामान्य शौर्य पाहण्यासाठी त्या दिवशी आमचे रुस्तुम आणि इस्किंदारसारखे (अफगाणांच्या महाकाव्यातील कृष्णार्जुन!) वीर मौजूद असते, तर त्यांनी मराठ्यांचा महापराक्रम पाहून आश्चर्याने तोंडात बोटे घालून चावली असती! मराठ्यांसारखी युद्धाची अशी लालसा, अशी खुमखुमी आणि इतके शौर्य इतरांकडून होणे वा दिसणे अशक्य!'

'पानिपत' कादंबरीसाठी प्रचंड पूर्वतयारीचे जोखड उचलताना आणि प्रत्यक्ष लेखन करतानाही जणू मी स्वत:च पानिपतावर अडकून पडलेला एक लढवय्या, चिवट मराठी सैनिक आहे, अशा तडफेने लढत होतो. तेव्हा सरकारी अधिकारी या नात्याने पुण्यात वास्तव्य होते. महाराष्ट्र शासनाने नुकताच पाच दिवसांचा आठवडा सुरू केला होता. मी दर शुक्रवारी सायंकाळी 'आयबी' (इन्स्पेक्शन बंगला) नामक सरकारी विश्रामगृहातील एका खोलीत जाऊन स्वत:ला बंद करून घेत असे. सोमवारी सकाळी तिथून किमान साठ ते सत्तर पानांचा सलग मजकूर घेऊनच मी उल्हसित मनाने बाहेर पडत असे.

इतर दिवशी सायंकाळी जिल्हाधिकारी कार्यालयातून मी सरळ भारत इतिहास संशोधक मंडळाच्या ग्रंथालयात जाई. नित्यनेमाने तिथे तीन तास बसे. रात्री हलके जेवण करून मी झपाटल्यासारखा बेडरूममध्ये येरझारा घालत राही. 'समरप्रसंगी भाऊसाहेब काय म्हणाले असतील... त्यावर अब्दालीचे उत्तर... नजिबाच्या कागाळ्या...' हे सर्व संवाद नाट्यप्रवेश सादर केल्यासारखा मी खोलीत फिरत म्हणत राही. रात्री अकराला झोपायचे की, लगेच पहाटे चारला उठून प्रत्यक्ष लेखन सुरू व्हायचे. या अतिश्रमांनी अधेमधे माझ्या प्रकृतीवर परिणाम होई. एकदा छातीत दुखू लागल्याने ससूनमध्ये दाखल झालो होतो. माझे लग्न होऊन दीड वर्षं लोटलेले होते. तेव्हा अबोल दिसणाऱ्या माझ्या पत्नीने – चंद्रसेनाने – हॉस्पिटलमध्ये माझा हात पकडला. आपल्या डोळ्यांतपाणी आणून ऐतिहासिक थाटात, घोगऱ्या आवाजात ती हळूच मला म्हणाली, "इकडून पानिपतावर चुरडल्या गेलेल्या बांगड्यांचा हिशेब जरूर मांडावा; परंतु पानिपत लिहीत असताना माझे 'पानिपत' होऊ देऊ नये!"

रवींद्र मेस्त्रींच्या कुंचल्यातून रेखाटले गेलेले 'पानिपत'चे मुखपृष्ठ

कादंबरीचे लेखन सुरू करण्यापूर्वी सहा-सात महिने आधीही मी एकदा हा लेखनप्रपंच मांडला होता. चांगली साठ-सत्तर पाने लिहिली होती. पण माझे मन आतल्या आत कुढू लागले. पानिपताची कडवी जंग ज्या तडफेने मांडायला हवी, तशी ती साधत नव्हती. त्यामुळे ती आरंभीची साठ-सत्तर पाने मी बाजूला भिरकावली. पुन्हा चिंतन, मनन, संशोधन सुरू केले. साधारणतः नोव्हेंबर १९८७च्या दरम्यान आतून शब्दवेणा खूप ढुसण्या देऊ लागल्या. या प्रसूतीशिवाय मी जगूच शकत नाही, याची खातरी झाली. मग सलग सहा-सात महिन्यांत; नोकरीत रजा न घेताही रात्री-बेरात्री जागून मी कादंबरीचे एकटाकी लेखन पार पाडले.

या लेखनाच्या वेळी माझे जागृत मन प्रचलित मराठी ऐतिहासिक कादंबऱ्यांचेही निरीक्षण करीत होते. 'ऐतिहासिक कादंबरी म्हणजे मोठी

अलंकारिक भाषा... वस्त्रांची रसाळ वर्णने... युद्धभूमी सोडून माजघरात आपल्या स्त्रियांशी अखंड चर्चा करीत बसणारे वीर... असे होता कामा नये.' 'पानिपत' हा रणदेवतेचा विषय होता. त्यामुळेच मी माजघरातल्या झोपाळ्यावरच्या गप्पाटप्पांत अडकलेली ऐतिहासिक कादंबरी रणावरच्या उन्हामध्ये घेऊन जायचे जाणीवपूर्वक ठरविले. शिवाय या विषयाच्या पोटातच तीन महान वाङ्मयप्रकार सामावल्याची जाणीवही एकीकडे मला होत होती. 'उदगिरीपासून पानिपतापर्यंतची निबिड अरण्यातून मराठा लष्कराने केलेली वाटचाल; हा एक उत्तम प्रवासवर्णनाचा भाग होता. तर अब्दाली आणि भाऊसाहेबांच्या एकमेकांसमोर उभ्या ठाकलेल्या फौजा, त्यांच्या छावण्यांतले बदल, डाव-प्रतिडाव... अशा संघर्षाचे एक अप्रतिम नाटक आणि युद्धोत्तरही भारलेले पानिपताचे धगधगते रणांगण...' हा विषय एका महाकादंबरीचा होताच.

'बचेंगे तो और भी लडेंगे।' असे म्हणत काळाला सामोऱ्या जाणाऱ्या दत्ताजी शिंदेंच्या बुऱ्हाडी घाटच्या लढाईची मी जोरकस तयारी केली होती. संदर्भ, संवाद आणि व्यक्तिरेखांचे ढग मेंदूमध्ये गच्च भरून आले होते. मात्र अचानक वाढलेल्या सरकारी कामामुळे प्रत्यक्ष लेखनासाठी वेळ मिळेना. रजाही मंजूर होईना. त्यादरम्यान पुण्याहून मंत्रालयात अनेकदा मीटिंगला यावे लागे. मात्र मानगुटीवर बसलेल्या दत्ताजीची नशा खाली उतरत नव्हती. दरम्यान, एक दिवस डेक्कन क्वीनने मुंबईच्या दिशेने प्रवास करीत होतो. फर्स्ट क्लासमध्ये भोजनासाठी समोरच्या खुर्चीपाठी जो लाकडी पाट असतो, त्यावरच मी कागदांची चवड ठेवली अन् पुण्यापासून मुंबईपर्यंतच्या प्रवासात बुऱ्हाडी घाटचे ते अख्खे प्रकरण एकटाकी लिहून पूर्ण केले. घाईगर्दीत उतरलेले ते प्रकरण वाचकांना खूप भावले आहे.

मी विद्यार्थीदशेत लिहिलेली नाना पाटलांच्या जीवनावरील 'क्रांतिसूर्य' ही कादंबरी. तिचे हस्तलिखित बॅरिस्टर बी. जी. पाटील यांच्यापासून डॉ. सुरेंद्र बारलिंगे ते मधुकाका कुलकर्णी असा प्रवास करत गेले. मधुकाकांच्या 'श्रीविद्या'ने कादंबरी प्रकाशनासाठी स्वीकारल्याचे पत्र साताऱ्यास टाकले. मात्र मी नेमका आय.एस.च्या अभ्यासासाठी मुंबईस गेलो होतो. त्या कालापव्ययात कोल्हापूरच्या प्रा. वेदांत यांनी 'क्रांतिसूर्य' छापूनही टाकली. आम्हा दोघांमध्ये योग जुळला नाही, याची काकांना व मलाही चुटपुट वाटायची. जेव्हा मी मधुकाकांकडे 'पानिपत'चा विषय काढला, तेव्हा ते खूप खूश दिसले. प्रतिभा रानडेच्या 'अफगाण डायरी'च्या निमित्ताने या विषयात काही वेगळे रसायन नक्कीच आहे आणि ते त्यांना भावल्याचे मला स्पष्ट दिसत होते.

शंकर सारडांनी हस्तलिखिताची पहिली तीनशे पाने वाचली अन् कादंबरीत 'महाकाव्याचे तत्त्व' (एपिक एलिमेंट) असल्याचे सांगून मला गोड धक्का दिला. मग डिसेंबर, १९८७ ते १० मे, १९८८पर्यंत मी लेखनाचा तडाखाच लावला. तेव्हा दूरदर्शनवर 'स्वामी' चालू होते आणि 'महाभारता'च्या आगमनाच्या नौबती वाजत होत्या. नकळत आपण शब्दबद्ध करत असलेल्या एका सच्चा, लढाऊ पण महान शोकांतिकेच्या 'स्वामी'ची कहाणी आणि एका जगप्रसिद्ध बहुपेडी लढाईचा वाङ्मयीन आलेख आपण चितारत आहोत, याची जाणीव मला सातत्याने होत होती.

पानिपताचे सेनानी
सदाशिवराव भाऊ पेशवे

शंकर सारडांसारख्या व्रतस्थ, समीक्षक आणि वाङ्मय सेवकाचे बरेच मोठे योगदान 'पानिपत'च्या यशात आहे. त्यांनी सातत्याने व जागरूकतेने लक्ष दिले नसते, तर इतक्या झपाट्याने लेखन झालेही नसते. दर पंधरा-वीस दिवसांनंतर मधुकाकांनाही फोनवरून वा प्रत्यक्ष भेटून मी प्रगती ऐकवत होतो. मात्र शेवटी हस्तलिखिताच्या सहा-सात फायली काकांनी पाहिल्या, तेव्हा ते बुचकळ्यात पडले. त्यांच्या दृष्टीने खर्चाचे गणित खूप वाढत होते. कादंबरीचे पुनर्लेखन करून ती किमान निम्म्या पृष्ठसंख्येची बनवा, असा व्यवहारी सल्ला त्यांनी दिला. तो मला व सारडांनाही पटला नाही. 'चलो दिल्ली'च्या हस्तलिखिताच्या वेळी अनिल मेहतांनी पिंपळाच्या झाडाखाली ऑफिस असणाऱ्या माजगावकरांचा पत्ता दिला होता. त्या वेळी सारडाहीबरोबर होते. आम्ही दोघे तसेच उठून 'राजहंस'च्या कार्यालयात पोहोचलो.

माजगावकरांआधी चार-पाच प्रकाशकांनी हस्तलिखित पाहिले होते... म्हणजे पाहिलेच होते! मोठाल्या पाच फायली भरून लिहिले, तरी एक नवखा लेखक काय दिवे लावणार आहे, अशा हिशेबाने कोणी गांभीर्याने हस्तलिखितचउघडले नव्हते, हे नंतर समजले. 'चलो दिल्ली'च्या निमित्ताने आनंद यादवांनी दिलीपरावांची ओळख करून दिली होती. त्यांच्या ऑफिसमध्ये मी अनेकदा बळेबळे घुसायचो. दरम्यान, माजगावकरांनी कष्टाने उबारलेल्या

'नेहरू-डायरी'ची कल्पना केंद्र शासनाने मदत करण्याऐवजी स्वत:च ढापली. त्यांच्या त्या मन:स्थितीत मी दबक्या आवाजात 'पानिपता'वर काही लिहिल्याचे हळूच सांगितले. त्यांनी हस्तलिखित वाचले आणि चश्म्यांच्या काड्यांतून माझ्याकडे पाहत ''ते (मराठे) हरले; तुम्ही जिंकलात'' असे खुशीने सांगितले. कादंबरीची तडाखेबंद जाहिरात केली. मला आठवते त्याप्रमाणे त्यांनी ग्रंथनिर्मितीसाठी बँकेतून कर्ज उचलले होते. ''कशासाठी एका नवख्या घोड्यावर एवढे पैसे लावता?'' अनेक जण त्यांना विचारायचे. मात्र ''बघू! इस पार या उस पार!'' असे उत्तर ते द्यायचे.

प्रसिद्ध चित्रकार रवींद्र मेस्त्रींनी मधुमलाईच्या जंगली मोहिमेवर असताना त्या वास्तव्यातच 'पानिपत'चे सुंदर मुखपृष्ठ चितारले. मी १९८८च्या पर्जन्यमासात पुण्याचे तेव्हाचे जिल्हाधिकारी श्रीनिवास पाटील यांच्यासह दगडूशेठ हलवाईच्या गणपती मंदिरात गेलो. गणेशाचे आशीर्वाद घेऊन मुद्रणाला प्रारंभ झाला. माझ्या आणि माजगावकरांच्या जवळ-जवळ रोज सकाळी भेटी व्हायच्या. आम्ही शनिपाराच्या आसपासच्या रेस्टॉरंटमध्ये कुठे तरी मिसळ खायचो. यशाबद्दल एकीकडे शंकाही वाटायची; पण सुगरणीने फोडणी दिली की, तिच्या स्वयंपाकाचा सुगंध गल्लीत लपून राहत नाही, तसे झाले. स्वस्तिक मुद्रणालयातील रायरीकर पिता-पुत्रांपासून जुळाऱ्यांपर्यंत सारे म्हणू लागले, ''कादंबरी भन्नाट आहे. उड्या पडतील.''

'पानिपत'चे तमाम वाचकांनी भरभरून स्वागत केले. कादंबरीवर अक्षरश: उड्या पडल्या. ग्रंथालयातील प्रती पुरे पडायच्या नाहीत. त्यामुळे अधीर वाचकांनी अनेक ठिकाणी बाइंडिंग उसवून फॉर्म्स वेगवेगळे केले. एका वेळी एक प्रत तिघे-चौघे जण वाचताहेत, अशीही दृश्ये पाहावयास मिळाली. दिलीपरावांच्या धाकट्या भगिनी अलका गोडे तेव्हा कौतुकाने म्हणायच्या, ''काय कादंबरी लिहिलीत हो! पाच-सात आवृत्त्या झाल्या तरी 'पानिपत'च्या प्रतींनी अजून गोडाउन पाहिलेले नाही. अशा आल्या की, अशा पटकन दुकानात जातात.'' पुढे काही नतद्रष्टांनी या लठ्ठ कादंबरीचीसुद्धा 'पायरसी' करून आपले पोट जाळायचा निंद्य प्रकारही केला.

लोकमान्यतेबरोबरच 'पानिपत'ने विद्वानांच्या पगड्याही हलविल्या. शान्ता शेळके, शिवाजी सावंत, ग. वा. बेहेरे, म. द. हातकणंगलेकर आदींनी भरभरून परीक्षणे लिहिली. पैकी बेहरे पायाच्या व्याधीने रुग्णालयात होते, तरी त्यांना मला तेथे मुद्दाम पाचारण करून शाबासकी दिली, ''तुम्ही चितारलेला इब्राहिमखान गारद्याच्या मृत्यूचा प्रसंग वाचताना अंगावर सरसरून काटा उभा राहतो. श्रेष्ठ

कादंबरीकारासाठी आवश्यक असे सारे गुण तुमच्या लेखणीत आहेत. जपा त्यांना!'' तिकडे नाशिकहून वि. वा. शिरवाडकर आणि वसंत कानेटकर यांनी खास प्रशंसा केली. तात्यासाहेब शिरवाडकरांनी लिहिले, 'पानिपताचा आवाका गगनाला गवसणी घालण्यासारखा आहे. कलम तुमच्यावर प्रसन्न आहे. खूप लिहा.' या विषयावर शिरवाडकरांनाच एक कादंबरी लिहायची होती, असे त्यांनी प्रत्यक्ष भेटीत मला सांगितले. वि. स. खांडेकरांनी १९५८च्या दरम्यान एक लेख लिहिला होता. त्यात म्हटले होते की, येत्या काही वर्षांत 'पानिपत' या विषयावर एखादी दमदार कादंबरी लिहून नव्या पिढीचा एखादा कादंबरीकार साहित्यक्षितिजावर जोमाने पुढे येईल.

आता बावीस वर्षांनंतर खांडेकरांचे भाकीत माझ्याबाबतीत खरे ठरले, असे म्हणायला हरकत नाही. माझ्यासारख्या खेड्यापाड्यांतून पुढे आलेल्या नवागतावर शिरवाडकर आणि कानेटकर अशी स्तुतिसुमने उधळत होते; ती तारीफ अनेक ज्येष्ठांना रुचायची नाही. या कादंबरीच्या यशाची कमान चढती राहिली. त्याच वेळी दुर्दैवाने मराठीतील काही ज्येष्ठ साहित्यिक तिच्या कीर्तीचे पंख छाटायचा छुपा, शिस्तबद्ध आणि सातत्याने प्रयत्न करीतच होते. तरीही या कलाकृतीने अडथळ्यांच्या अनेक शर्यती पार पाडल्या, हे मी माझे नशीब समजतो.

या कादंबरीच्या निमित्ताने सदाशिवरावभाऊ यांची एक लेचापेचा, नवशिका सेनापती अशी जनामनांत रुजवली गेलेली प्रतिमा पार पुसून गेली. 'पानिपत'

म्हणजे केवळ एक अशुभ घटना, बाजारगर्दी अशा रूढकल्पनांनाही धक्का बसला. 'पानिपत' हे त्या अर्थी पानिपत नसून तो एक 'पुण्यपथ' असल्याचा साक्षात्कार लोकांना हळूहळू का होईना, होऊ लागला आहे.

माझ्या वडिलांच्या अस्थिविसर्जनाच्या निमित्ताने मी हरिद्वारला गेलो होतो, तेव्हा शेजारच्याच पानिपत परिसरातून नव्याने हिंडून आलो. युद्धाच्या वेळची शुक्रताल, बडौत, नजिदाबाद, कुंजपुरा ही ठाणी आणि जुन्या खाणाखुणा अजूनही तशाच आहेत. पानिपत जिल्ह्यातील एका गावाचेच नाव 'भाऊपूर' असे आहे. मराठ्यांचा दारुण पराभव होऊन काही हजार कुटुंबे पळापळीनंतर उत्तरेतच स्थायिक झाली. कर्तृत्ववान बनली. त्यांपैकी काही जणांनी उत्तर प्रदेशा-सारख्या बलाढ्य राज्याच्या मुख्यमंत्रिपदापर्यंत मजल मारली. पानिपताच्या युद्धाच्या वेळी आपले बापजादे यमुनाकाठी घिसाडघाईने कपाळमोक्ष करून घेण्यासाठी आले नव्हते; तर इकडे राष्ट्राच्या उत्थानासाठी आले होते, याच नवजाणिवेने आता तिकडे स्थलांतरित मराठ्यांमध्ये नवजागृतीची लाट आली आहे. युद्धाच्या वेळी मराठालष्कराने पानिपताच्या किल्ल्यात रोजच्या पूजेसाठी भवानीचे छोटेसे मंदिर बांधले होते. त्याचा गेल्या वर्षी जीर्णोद्धार झाला. अगदी शेवटच्या क्षणी केवळ अल्लातालाच्या कृपेने अब्दालीला तेव्हा तो विजय मिळालेला होता, त्याचे निशाण उराशी कवटाळताना त्याला धाप लागली होती. खणाणत्या, जिगरबाज

'पानिपत'युद्धाचे मूळ स्मारक

'पानिपत'चा घणाघाती महासंग्राम!

मराठा तलवारींची त्याला एवढी दहशत बसली होती की, विजयी होऊनसुद्धा पुन्हा हिंदुस्थानावर आक्रमण करायचे; त्याला धाडस राहिले नाही. आज अडीचशे वर्षांच्या दीर्घ पल्ल्यानंतरही या परिसरातले जोगी जमातीचे शाहीर आम्ही केव्हाच वेड्या ठरविलेल्या भाऊसाहेब पेशव्यांचेच पोवाडे आजही गातात; अब्दालीचे नव्हेत! पराजयाचा कलंक लागूनही कळीकाळानेच जणू भाऊसाहेबांना अमरत्वाच्या सिंहासनावर आरूढ केले आहे. 'रोड मराठा' या नावाने आजही आपले बांधव १४ जानेवारीला त्या दूरदेशी लाखा-लाखांच्या संख्येने एकत्र येतात. हरियानात मेळावे भरवले जात आहेत. आणि गेल्या बावीस वर्षांत मराठी आणि हिंदीसह 'पानिपत' कादंबरीची पताकाही फडकतच राहिली आहे.

खास तिसाव्या आवृत्तीच्या निमित्ताने माजी पंतप्रधान नरसिंह राव आणि नाट्यनिर्माते मोहन वाघ या दोघांची प्रकर्षाने आठवण होते. नरसिंह राव पंतप्रधान व्हायच्या आधी भारतीय ज्ञानपीठाचे अध्यक्ष होते. तेव्हा काही कामानिमित्त ते मुंबईत आले होते. मराठीचा व्यासंग असलेल्या रावांनी 'महाराष्ट्र टाइम्स'मध्ये हेरवाडकरांनी लिहिलेले 'पानिपत'चे परीक्षण वाचले अन् बाजारातून मुद्दाम प्रत मागवून ती झपाटून वाचली. अन् लगेचच ही कादंबरी भारतीय ज्ञानपीठातर्फे हिंदीमध्ये प्रकाशित करावयाची व्यवस्था केली. त्यांच्यासारख्या जागरूक साहित्यप्रेमीमुळेच माझ्यासाठी हिंदी वाचकांचा महादरवाजा उघडला गेला. मोहन वाघांनी या कादंबरीवर माझ्या खनपटीला बसून 'रणांगण' नावाचे नाटक लिहून घेतले; गाजविले. आज मराठी पडद्यावर आणि अनेक चॅनेल्सवर चमकणारे अनेक तारे 'रणांगण'चीच देण आहेत. आज नावाप्रमाणेच वाघ असणारे मोहन वाघ

हयात असते, तर पानिपताच्या महासंग्रामाला अडीच शतके पार पडल्याच्या पुण्यस्मरणाच्या निमित्ताने त्यांनी पुन्हा एकदा रंगभूमीवर 'रणांगणा'ची शहादणे आणि तुताऱ्या नक्कीच निनादून सोडल्या असत्या.

'पानिपत'ला आत्तापर्यंत 'प्रियदर्शिनी पुरस्कार', गोव्याचा 'नाथ माधव पुरस्कार', 'कोलकत्याच्या भाषा परिषदेच्या पुरस्कारा'सह पस्तीसहून अधिक पुरस्कार लाभले. लाख-लाख वाचकांचा आशीर्वाद मिळाला. यानिमित्ताने डॉ. रेसाईड नावाच्या आंग्ल विद्वानाची आठवण होते.

'पानिपत' वाचून त्यांनी मला सांगितले, ''दुसऱ्या महायुद्धात आम्ही लंडनवासीयांनी लढविलेली 'बॅटल ऑफ ब्रिटन' अशीच होती. तेव्हा आमचा खात्मा करण्यासाठी चहूबाजूंनी अग्निवर्षाव करीत जर्मनीची विमाने आमच्या लंडननगरीवर पुनःपुन्हा चाल करून येत असत. तुमच्या पानिपतावरच्या चिवट योद्ध्यांप्रमाणेच आम्ही थेम्स नदीकाठी आणि लंडनमध्ये घराघरांत भुयारे खोदून जंग खेळलो. आगीच्या लोळात अनेकदा भाजून निघालो. मात्र पानिपताच्या धुरा-धगीच्या कल्लोळात झुंजल्या गेलेल्या महासंघर्षाला योग्य तो न्याय देणारी समर्थ लेखणी तुमच्या निमित्ताने मराठी भाषेला मिळाली; त्या तोडीचे कलम अद्याप आम्हाला ब्रिटनची लढाई रंगविण्यासाठी मिळालेले नाही.''

डॉ. रेसाईड यांचे 'ते' शब्द ऐकून मी खूप भारावून गेलो होतो. एखाद्या लेखकाला यापेक्षा अधिक मोठे पारितोषिक कोणते मिळू शकते बरे!